पराभूत

(कादंबरी)

बाबा कदम

दिलीपराज प्रकाशन प्रा. लि.
२५१ क, शनिवार पेठ, पुणे ४११ ०३०.

Black

पराभूत / Parabhoot

प्रकाशक
राजीव दत्तात्रय बर्वे
मॅनेजिंग डायरेक्टर,
दिलीपराज प्रकाशन प्रा. लि.
२५१ क, शनिवार पेठ, पुणे ४११ ०३०.

प्रकाशन दिनांक - १५ एप्रिल २००९

प्रकाशन क्रमांक - १६९६

ISBN - 978-81-7294-719-4

मुद्रक
किरण दोशी
अनमोल मुद्रणालय
४ सोमवार पेठ, कमला नेहरू हॉस्पिटलसमोर,
पुणे ४११ ०११

अक्षरजुळणी
अक्षरवेल
दत्तवाडी, पुणे - ३०

मुखपृष्ठ
अनिल उपळेकर

मूल्य
दोनशे वीस रुपये मात्र

महाराष्ट्रात घडणाऱ्या शेतकऱ्यांच्या आत्महत्या व त्या मागील कारणे शोधण्यासाठी मी कर्नाटक व महाराष्ट्र सीमेवरील काही खेड्यांमध्ये जाऊन सखोल चौकशी केली. त्यावेळी मला त्या आत्महत्येला जबाबदार असणाऱ्या काळाबाजारवाल्या व्यापाऱ्यांची कारस्थाने समजली.

- बाबा कदम

एक

शुभ्र भट्टीचं धोतर, त्यावर गुडघ्याइतका रेशमी शर्ट, डोक्याला चॉकलेटी रंगाची फरची टोपी, कपाळावर अष्टगंधाचा नाम ओढलेला... कानात चंदनाच्या अत्तराचा फाया, अशा वेषातल्या अण्णा खोतांनी खुंटीवरची हस्तिदंती मुठीची काठी हातात घेतली. पायात चकचकीत पंप-शू चढवले आणि ते वाड्यातून बाहेर पडणार, तोच कुशाबा त्यांना समोरून येताना दिसला. अण्णांनी त्याला ''एवढ्या सकाळी का आलास?'' हे विचारण्याअगोदरच ''काम हुतं अन्ना...'' असं म्हणत त्यानं वाकून अण्णांना मुजरा केला.

कुशाबाचं अण्णांच्याकडं येणं हे एकाच कामासाठी असे. कुशाबाला पैशाची गरज भासली, की तो सरळ दिगंबरअण्णांच्या वाड्याकडं येई. गेल्या दहा-बारा वर्षांचा अनुभव असूनही अण्णांनी दारात उभं राहून कुशाबाला विचारलं, ''एवढ्या सकाळी सकाळी काय काम काढलंस माझ्याकडं?''

''तायनीचं लगीन करावं म्हनतो! गेल्या सालीच करायचं म्हनत हुतो खरं; दुकाळीनं पाट सोडली न्हाई न्हवं! आवंदा पाऊसपानी हुईल म्हटलं, तर ह्या बाबाचा अजून पत्त्याच न्हाई न्हवं? ''आभाळाकडं बोट दाखवून कुशाबा म्हणाला.

''अरे, पाऊसकाळ हा काय तुझ्या-माझ्या इच्छेवर अवलंबून असतो

का? तो पडायच्या वेळीच पडणार! बरं, सोयरीक कुठली बघितलीस तायनीला?''

शेताकडं जाताजाताच खोतांनी विचारलं. कुशाबा त्यांच्या डाव्या बाजूला दोन हात अंतर ठेवून अदबीनं चालत होता. तो म्हणाला,

''शिरपूरच्या चांगू पाटलाचा पोरगा बगितलाय!''

''काय करतो तो? तुझ्यासारखा शेतीवर तर अवलंबून नाही ना तो?''

''न्हाय न्हाय, डायवर हाय टरकावर!''

''ट्रकवर ड्रायव्हर? अरे, असला जावई कशाला शोधलास? ड्रायव्हर म्हणजे बारा गावचं पाणी पिणारा! दिवस बुडाला की दारूचा गुत्ता शोधणारा. पण समज, खरंच तो तुझ्यासारखा सज्जन असला, तरीही ड्रायव्हरकी ही धोक्याचीच रे! कधी काय होईल त्याचा भरवसा नाही. तुझी तायनी नाही म्हटलं, तरी पाच-पंचवीस पोरींत उठून दिसणारी! त्यात तू तिला तुमच्या रीतिरिवाजाला सोडून दहावीपर्यंत शिकवलंसही. तिला एखादा प्राथमिक शाळेतला शिक्षक नाही का बघायचास?''

''ते बी पयंल्यादा बगितलं सावकार. पन्नास हजार मागत्यात?''

''अरे, आजकाल हुंडा घेणं हा कायद्यानं गुन्हा समजला जातो कुशाबा!''

''कायदा काय बी म्हनला तरी नोकरदार पोराचं बाप, सगळा कायदा गुंडाळून ठिवत्यात अन्ना!''

''बरं, पण तू माझ्याकडून अगोदर घेतलेलं कर्ज अजून भागवलेलं नाहीस, तोवर तू आता तायनीच्या लग्नाला पैसा मागतोस, हे कसं काय जमायचं रे? मुळात तुझी जमीन मध्यम! त्यात गेले तीन-चार साल तुझ्या पोटापुरतंही पिकलं नाही, माझ्याकडून घेतलेल्या बारा हजार रुपयांचं व्याजही अजून भागवलं नाहीस. आणि तोपर्यंत पुन्हा पोरीच्या लग्नासाठी पैसे मागतोस? कशाच्या आधारावर तुला पैसे देऊ? तूच सांग बरं? यापूर्वी कर्जापोटी तू माझ्या शेतात येऊन राबत होतास. तेव्हा धडधाकट होतास. आता तुझ्या हातून म्हणावं तस कष्टाचं कामही होत नाही. माझ्या पैशाची परतफेड तू कशातून करशील?''

अण्णा खोत कुशाबाशी अत्यंत आपुलकी आणि जिव्हाळा असल्यासारखे बोलत होते. खोत सहजासहजी कोणाला कर्ज देत नसे. आपल्या कर्जाची व्याजासह परतफेड होईल याची खात्री झाल्याशिवाय एक पैसाही त्यांच्या हातून सुटत नसे.

गावापासून अवघ्या अर्ध्या किलोमीटरवर अण्णांची खोती होती. शेतीला कोणी सावकारकी म्हणत, तर कोणी खोती म्हणत. या खोतीत अण्णांचा नवीन बंगला होता. बंगल्याजवळ दगडी बांधीव विहीर होती. उन्हाळ्यात गावच्या सगळ्या विहिरी आटल्या, तरी अण्णांच्या विहिरीला चार-पाच 'परस'पाणी असायचं! बंगल्याच्या आजूबाजूला अण्णांनी आंब्याची, चिकूची आणि पेरूची झाडं लावलेली होती. शेताला बांध नव्हते, तर सभोवार नारळाची झाडं लावलेली होती. विहिरीच्या पाण्यावर बारमाही 'खोती'त काही ना काही बागायती पीक असायचं! गावच्या इतर शेतकऱ्यांना बऱ्याच वेळा शेतात राबायला मजूर मिळत नसत. पण अण्णा खोतांची गोष्टच वेगळी. खोताकडून घेतलेल्या कर्जाच्या व्याजापोटी गावातले ऋणको त्यांच्या शेतात राबायचे. तेही निम्म्या मजुरीच्या हिशेबात! त्यामुळं अण्णा खोताच्या शेतातलं काम मजुरांअभावी कधी अडून राह्यलंय, असं व्हायचंच नाही.

अण्णा पायातले पंप-शू काढून विहिरीच्या कठड्यावर टेकले. कुशाबा त्यांच्या पायाजवळ खाली जमिनीवर बसला.

"मग काय करायचं तूच सांग बरं?" अण्णा खोत कुशाबाकडं पाहत म्हणाले.

"कशाचं म्हंता अन्ना?"

"झालं का? अरे, तूच पुन्हा कर्ज मागतोस, तेव्हा त्या कर्जाची परतफेड मी कशातून करून घेणार ते सांग ना?"

"वडाचं रान लिवून घ्या माजं! न्हाय फेड झाली तर इकून टाका ते रान!"

"विकून टाकू? अरे, ते घेणार कोण? बरं ते राहूदे. तू तायनीच्या लग्नाला किती खर्च करणार आहेस?"

"पंचवीस हजार तरी लागतील!"

"पंचवीस हजार? अरे कुशाबा, तू वेडा का खुळा रे? पंचवीस हजाराचं महिन्याचं व्याजच होणार जवळ जवळ पाचशे रुपये! हे व्याजाचे पैसे तू कशातून देणार?"

"चंदर आता नेटका झालाय. त्यो ईल तुमच्यात कामाला. कौशीबी हाय. मी बी मला झेपंल तेवडं टुकूटुकू काम करीन! सावकार, तुमची पै आन् पै फेडल्याबिगर मी मरनार नाही बगा!" गळ्यावर हात ठेवून कुशाबा बोलला. खोत चमत्कारिक हसले. कानातल्या अत्तराच्या फायात उजव्या हाताचे बोट रुतवून ते बोट हुंगता हुंगता म्हणाले –

"अरे, तू, तुझी बायको आणि पोरगा तिघेही माझ्या रानात राबतो म्हणता, तर तुझ्या रानात कोण राबणार?"

"आमचं काय तरी हूंदे तिकडं. तुमच्या कामात हायगय न्हाय हुनार बगा!"

"मोठी कठीण परिस्थिती आणलीस की रे कुशाबा? अरे, तुझा बापही असाच माझ्या वडलांच्याकडं पैसे मागायला यायचा! पण ते दिवसच वेगळे होते! पाऊस वेळेवर पडायचा. तुझ्या रानात शाळू पिकला म्हणजे खंडीनं पिकायचा! तो पाऊसही गेला, तशी पिकंही आताशी पाहायला मिळत नाहीत. दिवस मोठे विचित्र आले. पैशाला किंमत नाही उरली. माणसालासुद्धा किंमत नाही उरली, हे सारं बघतोसच ना तू?"

"व्हय व्हय सावकार. तुमी बोलतासा त्यातलं काय बी खोटं न्हाई बगा. पर तायनीचं लगीन एवडं आडवून धरू नगासा!" पुन्हा काकुळतीला येऊन कुशाबा म्हणाला.

"हे बघ कुशाबा, आजपर्यंत मी तुला पैशाला कधी नाही म्हटलंय का? तू मागशील तसे पैसे मी देत आलो. तूही वेळच्या वेळी फेड करत आलास. पण आता दोन साल झाले, तुझ्या हातून माझे बारा हजार रुपये काही केल्या फिटले नाहीत. व्याजाचे मात्र कसेबसे करून तू भागवत होतास. पण आता एकदम पंचवीस हजार तू मागतोस! यांची फेड नाही होणार रे तुझ्या हातून. एखादा त्या ड्रायव्हरपेक्षा दुसरा कोणीतरी गरिबाचा

पोरगा बघ ना तायनीला.''

"न्हाई सावकार, साल-दोन साल आजूबाजूची गावं पालती घातली. कोनी कोनी पंचवीस हजाराच्या खाली याला तयार न्हाईत. मानपान काय नगो म्हत्यात! खरं रोक पैसा पायजे!''

"हूंऽऽ! मग असं करू, तू म्हणतोस तसा तुझा तो वडाचा जमिनीचा तुकडा माझ्याकडं कबजेगहाण ठेव आणि व्याजापोटी कौशीला आणि चंदरला माझ्या शेतावर पाठव. चंदरची बायको नाही का येणार, आमच्या शेतावर कामाला?''

"न्हाय, न्हाय! सावकार!'' दोन्ही हात जोडून कुशाबा म्हणाला, "ती घरपानी संबाळतीया. तिच्या बानं तिला कधी कधी रानात कामाला धाडली न्हवती!'' पुन्हा खोत विचित्र हसून हातवारे करीत बोलले, "अरे, असली पोरगी सून म्हणून पसंतच करायची नव्हतीस! समजलं? तुम्ही कुळवाडी माणसं! बायापोरींनी पुरुषाच्या खांद्याला खांदा लावून रानात राबलं पाहिजे. तू अशी काचेच्या बंगल्यात राहणारी सून करून आणायला नको होतीस! अरे, गोऱ्या पोरी काय खेड्यापाड्यांत कमी आहेत?''

"खरं सांगू सावकार, माजी सून आक्शी लक्ष्मीवानी हाय!''

"लक्ष्मी?'' मोठ्यानं हसून खोतांनी बाजूची टोपी आपल्या मांडीवर आपटून पुन्हा डोक्यावर ठेवली आणि ते म्हणाले, "चंदरचं लग्न केलंस त्या साली पहिला मोठा दुष्काळ पडला. तुझी वाडीतली जमीन पाझर तलावाखाली गेली. त्याच साली कौशी आजारी पडली. तुझ्या घरावर एकामागून एक अशा आपत्ती येत गेल्या. त्या सर्व चंदरचं लग्न झाल्यावरच की?''

"व्हय खरं, तेला ती पोरगी काय करंल?''

"तिला काही करायची गरज नसते, तो एखादीचा पायगुणच असतो! एकाएकाची लग्नं झाली की दहा दिशांतून सुबत्ता येते. तुझ्या घरी या सुनेच्या रूपानं आपत्ती येत गेली. हे कुठं तुला समजतंय?''

"आसं नगा म्हनू सावकार, माजी कमल लई गुनाची पोर हाय!''

"बरं बरं असू दे. पण खेड्यात लग्न होऊन आलेली मुलगी शेतात

कामाला येऊ शकत नसेल, तर त्या गुणाला किंमत शून्य! जाऊदे! तो तुझा प्रश्न आहे. पण तू तुझं ते वडाचं रान मला लिहून देत असशील आणि व्याजाच्या मोबदल्यांत चंदर, तू आणि तुझी बायको माझ्या शेतात कामाला येणार असाल, तरच मी या वेळी तुला पंचवीस हजाराचं कर्ज देऊ शकेन!''

कुशाबाच्या मालकीचं ते वडाचं रान म्हणजे अक्षरश: सोन्याचा तुकडा होता. पाऊस पडल्यावर त्या अडीच एकरांत एकदा ज्वारी पेरून यावी आणि नंतर तिकडं फिरकूच नये अशी सुपीक जमीन! एकदम सुगीला ज्वारी कापायलाच जावं, अशी त्या रानाची ख्याती होती. बऱ्याच वर्षांपासून अण्णा खोताच्या दोस्ताचा–बजरंगाचा–कुशाबाच्या मालकीच्या त्या जमिनीवर डोळा होता. आता बजरंगला खुष करायची ती आयती संधी खोताला चालून आली होती. सावज आपण होऊन वाघाच्या गुहेत येत होतं.

''सावकार, वडाचं सोडून दुसरं दिलं तर न्हाई का चालणार? काय बी झालं तरी माज्या लेकराबाळांचं प्वाट त्या जिमिनीवर चालतंया!''

खोत मुलखाचा बेरकी. तो लगेच म्हणाला, ''तू वडाचं रान मला लिहून देणार नसशील, तर मला या वेळेला तुला कर्ज नाही देता येणार.''

आपण उगीचच सुरुवातीला 'वडाचं शेत लिहून घ्या' असं अण्णाला म्हणालो, असं कुशाबाला वाटलं.

तो म्हणाला, ''तुमी म्हंतासा तर कौशीचा, आन् चंदरचा इचार घेतो आन् तुमाला उद्याच्याला सांगतो.''

''कधीही सांग! मला काही घाई नाही!''

कुशाबा जाताना पुन्हा सावकाराचे पाय स्पर्शून उठला. त्याला काय करावे, हेच सुचत नव्हते.

सावकाराच्या शेताचा नारळाचा बांध ओलांडून तो पायवाटेनं गावाकडं चालू लागला. वाटेत त्याला गावातला बज्या कुंभार भेटला. बज्या अण्णा खोताचा दोस्त, खास मर्जीतला. अण्णाच्या मांडीला मांडी लावून बसणारा. गेल्या दहा-बारा वर्षामागं बजा चार आण्याला महाग होता. पण बजानं धाडसानं गावच्या पूर्वेला विटांची भट्टी सुरू केली आणि त्यात त्याला

अफाट पैसा मिळाला. तालुक्याला सुताची गिरणी निघणार होती. त्या गिरणीची उभारणी करणाऱ्या कॉन्ट्रॅक्टरने बजाला विटा पुरवायचे कंत्राट दिले. बजा कुंभार बघता बघता गावातली एक बडी आसामी बनला. आताशी अण्णा खोत बजाला तो आला की 'या बजरंगराव' म्हणू लागले. गावचे इतर लोकही त्याला सन्मानाने वागवू लागले. हा बजा कुशाबाला भेटला तेव्हा त्यानं ताडलं, हा बहुधा पैशाच्या अडचणीत असणार. म्हणूनच 'सावकारकीकडे' गेला असेल!''

''काय कुशाबा, अण्णाकडं काय काम काढलं होतंस?''

''काय न्हाई, गेलतो जरा पैशापाई! तायनीचं लगीन काडलंय्!''

''कुणाला दिलीस?''

''शिरपूरचा पोरगा हाय. डायवरकी करतोय!''

''ड्रायव्हर?'' कपाळावर आठ्या चढवून बजा म्हणाला, ''तायनीला चांगला नवरा भेटला असता की रे?''

''काय सांगायचं बजापराव, पोरीला जल्माला घालून काय तरी पाप केल्यागत वाटायला लागलंय! पोरांचं बाप पन्नास-साठ हजाराशिवाय बोलालाच तयार न्हाईत!''

''खुळा आहेस कुशाबा. माप गोरगरीब आहेत तिला करून घेणारे! ते जाऊद्या, सावकार देतो म्हणाले ना पैसं?''

''देतो म्हनालं, पर दोन अटी घाटल्यात!''

''कोणच्या?''

''माजं वडाचं रान कबजेघाण मागत्यात, आन् येजासाठी चंदर आन् कौशी त्येंच्या सावकारकीत राबायला जायाला फायजे म्हंत्यात!''

''मग काय हाय त्यात आवघड? दे जा की रान लिहून आणि पोराला आणि बायकोला पाठव की सावकारकीत राबायला! किती पैसे मागितलास?''

''पंचवीस हजार!''

''मग घे जा. दुसरा कोण तुला पाच पैसेसुद्धा न्हाई देनार!''

कुशाबाचं डोकं भिरमाटल्यासारखं झालं होतं. तो घराकडं परतला तेव्हा कौशीनं अधीर होऊन विचारलं,

"काय म्हंत्यात सावकार?"

कुशाबा खिन्न होऊन मान हलवत बसला. तेवढ्यात बाहेर गेलेली तायनी आली. हातात डोकं धरून बसलेल्या आपल्या बापाकडं पाहत तिनं विचारलं.

"आबा, काय म्हणाला अण्णा खोत?"

"आता काय सांगू तुला पोरी, आपला वडाचा तुकडा लिहून दे म्हंतो. येजापायी तुज्या भावानं, मी आणि कौशीनं तेच्या रानात राबायचं!"

"आबा, आपल्याला त्याचं कर्जच नको, बदमाष आहे तो आण्णा खोत! आणि माझ्या लग्नाला एवढं कर्ज काढायची गरज नाही! लग्न नाही झालं तरी चालेल माझं! मी अशीच बिनलग्नाची राहीन. तुझ्या आणि चंदरच्या डोक्यावर बोजा करून इथून नाही जाणार!"

"हूंऽऽ" कुशाबानं उपरोधानं हुंकार दिला. 'तुला काय बी कळत नाही जगातलं', असं कुशाबाला सूचित करायचं होतं.

दुपारच्या जेवणाला चंदर आला. त्याच्या बायकोनं हातपाय धुवायला त्याला पाण्याचा तांब्या दिला. सोप्यात सासरा बसलेला असल्यामुळं तिनं डोक्यावरचा पदर आणखीन थोडा पुढे ओढला.

गौरवर्णाची कमल उन्हात आणि चुलीसमोर बसून उठली, की तिचा चेहरा लालबुंद व्हायचा. कपाळावर गोंदलेली तुळस, आणि आखेवरचे विळे स्पष्ट दिसायचे!

कुशाबानं कमलचा डोक्यावरून पदर घेतलेला गोंडस चेहरा किंचित न्याहाळला आणि तो स्वत:शीच पुटपुटला.

"माजी सून लयलय गुनाची! खोताला हिचं नक बी दिसू ने!"

दिगंबर नाना खोत हा गृहस्थ पिढीजात श्रीमंत होता. वडिलोपार्जित ते घराणे सावकारी करीत होते. खोतांचे चार गावांत वजन होते. त्यांच्या गावी काही कामानिमित्त येणाऱ्या मामलेदाराची जीप पहिल्यांदा खोताच्या वाड्याकडे येई. खोत मामलेदारांचे आगत-स्वागत करी. कधी कधी प्रांत दौऱ्यावर असला, की दुपारच्या जेवणाचा बंदोबस्त खोताच्या शेतावरच्या बंगल्यात व्हायचा! तालुक्याचा फौजदार गुन्ह्याच्या तपासाला आला, की

मुक्कामाला खोताच्या बंगल्यातच! रमजान मुल्ला खास कोंबडी बनवायला येई. फौजदारामागं फौजदार तालुक्याला बदलून येत; पण बदली होऊन जाणारा फौजदार नवीन येणाऱ्या फौजदाराला जशी जुगार आणि दारूवाल्यांची माहिती पुरवत असे, तशीच तालुक्यातल्या काही खास 'विश्वासू' मंडळींचीही माहिती देत असे. त्यांत दिगंबर ऊर्फ अण्णा खोत याचं नाव अग्रभागी असे.

अण्णा खोत बोलण्यात अतिशय मिठ्ठास! जिभेवर साखरेचा बत्तासा उगाळल्यासारखा. अण्णा खोताला तीन मुलं होती. मोठा विलास, त्याच्या पाठची शालन, शालनच्या पाठीवर विकास. पण विकासच्या मेंदूची वाढच झालेली नव्हती. तहान, भूक, निद्रा या जाणिवा मात्र त्याला व्हायच्या. पण डोक्याचा भाग म्हणून बिलकूल नव्हता.

दिगूअण्णाचा पोरगा म्हणून विकास शाळेत जात होता. दरवर्षी वरच्या वर्गात ढकलला जायचा. पण सहावीत गेल्यावर त्यानं आपल्या आईला सांगून टाकलं, "पोरं माझी टोपी उडवतात, कोणी कोणी माझी चड्डी खाली खेचतात. उद्यापासून मी शाळेला जाणार नाही." सरस्वतीनेही त्यास शाळेत जायचा आग्रह धरला नाही. थोरला विलास मात्र हुशार होता. एकदा वाचलेलं त्याच्या पक्कं लक्षात राहायचं. शाळेत पहिल्या नंबरनं नववी पास झाल्यावर अण्णा खोतांनी त्याला मेव्हणीकडं पुण्याला शिकायला ठेवला. तिथंही त्याची प्रगती झपाट्यानं होत गेली. यंदा तो पुण्यात बी. ए. च्या दुसऱ्या वर्षाला होता. सरस्वतीबाईंच्या बहिणीकडं राहत होता.

मुळात हुशार, श्रीमंत बापाचा हा पोरगा सुट्टीत गावी आला, की आठ-पंधरा दिवस मजेत घालवायचा. कधी कधी चार-दोन मित्रांना घेऊन तो शेतावरच्या बंगल्यात मुक्काम ठोकायचा.

सकाळी खंडोबाच्या माळावर घोड्यावरून रपेट करून यायचा. गावच्या लोकांना त्याचा स्वभाव आवडत असे. कारण तो सर्वांशी अत्यंत खेळीमेळीनं वागायचा. गावच्या गरिबांतल्या गरिबालादेखील तो 'अहो-जाहो' म्हणायचा.

दिगंबरअण्णा सावकाराची मुलगी शालन ऊर्फ अक्का लहानपणी स्वभावानं फार तापट होती. ती दहावीत गेल्यानंतर शाळेत गेली नाही.

खोतही तिच्यासाठी योग्य असं स्थळ शोधत होता. शालनची आणि तायनीची मैत्री होती. दोघींना लहान असताना दिवसातून एकदातरी भेटल्याशिवाय बरंच वाटायचं नाही. पण वयात आल्यावर त्या दोघींचं एकमेकींकडं येणं-जाणं थोडं थंडावलं.

या दोन्ही समवयस्क मुली आता मोठ्या झाल्या होत्या, दोघीही लग्नाला आलेल्या होत्या. शालनच्या लग्नाला फारशी अडचण येणार नव्हती; कारण दिगंबर खोत आपल्या पोरीच्या लग्नाला लाख-दोन लाख खर्च करायला मागे पुढे पाहणार नव्हता. पण तायनीचं लग्न मात्र कुशाबानं कर्ज काढल्याशिवाय होऊच शकणार नव्हतं.

❀

दोन

एप्रिलचा कडक उन्हाळा सुरू झाला. तसं पाह्यलं तर फेब्रुवारी संपता-संपताच त्या भागात उन्हाळा जाणवायला सुरुवात होई. पण तो तसा जाणवण्याइतका फरक मार्चच्या मध्यापासूनच प्रारंभ होई. अंजनगावच्या विहिरींची पातळी खोलवर गेली. गावाला पिण्याच्या पाण्यासाठी केवळ विहिरीवरच अवलंबून राहावं लागे. चार वर्षांपूर्वी गावच्या पूर्वेला–तडवळ्याला पाझर तलाव झाला, तेव्हा अंजनगावच्या काही जमिनी तलावाखाली गेल्या. सरकारी नियमाप्रमाणे थोडीफार नुकसानभरपाई आणि जमीनही मोबदला म्हणून अंजनगावच्या रयतांना दिली गेली. पण ती सर्व कागदोपत्रीच! कुशाबाची साडेतीन एकर जमीन तडवळे गावच्या हद्दीला लागून होती. ती 'पाणबुडी' झाली. एकरी दोन हजारप्रमाणे त्याला नुकसानभरपाई मिळाली; पण ते पैसे मिळण्यासाठी त्याचे सात-आठशे रुपये खर्ची पडले. मोबदला म्हणून उमरगावच्या हद्दीत जी जमीन कुशाबाला मिळाली, तिचा मूळ मालक होता व्यंकाप्पा देगलुरे! कुशाबा आपल्याला मिळालेली जमीन मिळावी म्हणून जेव्हा उमरगावला गेला, तेव्हा व्यंकाप्पा देगलुरे मिशीवर पालथी मूठ फिरवून म्हणाला, "सरकार काय वाट्टेल ते करील, कुणाचीबी जमीन काढून कुनालाबी दील. पण मी माझ्या जमिनीत तुला पाय ठिवू देणार नाही. तू तक्रारबिक्रार केलीस, तर तिथं अंजनगावात येऊन तुझा मुडदा पाडीन."

बिचारा कुशाबा हात चोळत गप्प बसला. अंजनगाव, उमरगाव आणि तडवळे या तीन गावांची शिवेला शीव होती. प्रामुख्यानं हा भाग दुष्काळीच होता. तरी पण दिवाळीच्या सुमारास पूर्वेकडून येणारा एखाद् दुसरा जोरदार पाऊस झाला, तरी त्या भागात उत्तम प्रतीचा शाळू आणि तुरीचं पीक येई.

अलीकडं काही स्थानिक पुढाऱ्यांनी शासनाकडं जोरदार मागणी केल्यावरून काही गावांत पाण्यासाठी 'बोअरवेल' खोदण्यात आल्या होत्या. त्यामुळं त्या भागाला पिण्यापुरतं थोडं पाणी मिळत होतं. राजकीय पक्ष मोठमोठ्या घोषणा देत, "आम्ही सत्तेवर आलो की प्रथम महाराष्ट्रात पिण्याच्या पाण्याची सोय करू!" अशा अनेक निष्फळ घोषणा ऐकण्याची त्या भागातल्या लोकांना आताशी सवय झाली होती. विहिरी आटल्या. छाती फुटेपर्यंत बोअरिंगचे 'हाफसे' मारले तरी वाटीभर पाणी मिळेनासे झाले. बायामाणसं दाही दिशांना डोक्यावर आणि कमरेवर कळशा घेऊन पाण्यासाठी वणवण करू लागली. त्यात वरून ग्रीष्माचा तडाखा. ज्यांच्या विहिरीला थोडंफार पाणी होतं, ती माणसं मोटारी सुरू करून दिवस उजाडायच्या आतच आपल्या गरजेपुरतं पाणी उपसून ठेवीत.

सलग दुसऱ्या वर्षीही मृगाच्या पावसानं डोळे वटारले. गावच्या जनावरांच्या बरगड्या मोजण्यासारख्या दिसू लागल्या. जनावरांची रया पार निघून गेली. झाडं शुष्क आणि पर्णहीन झाली. डोळ्यांत घालीन म्हटलं तरी 'चिटपाखरू' आसमंतात नजरेला पडेना.

एकीकडं असा निसर्गाचा कोप आणि दुसरीकडं तायनीच्या लग्नाची चिंता, अशा कचाट्यात कुशाबा सापडला होता. त्याला काय करावं, हे सुचत नव्हतं.

तायनीला आजूबाजूला आणि घरात काय चाललंय हे स्पष्ट दिसत होतं. अण्णा खोतांनी कुशाबाला पंचवीस हजार रुपयांच्या मोबदल्यात 'वडाचे शेत' नावाची कुशाबाची जमीन कबजेगहाण मागितली. त्या कर्जाच्या व्याजाच्या पोटी तायनीची आई आणि चंदर अण्णा खोताच्या रानात राबणार होते.

जोपर्यंत तायनी लहान होती, तोपर्यंत ती 'काका काका' करीत खोतांच्या वाड्यात शालनकडे जायची. पण आता वयात आल्यावर आजूबाजूच्या बायापोरी खोतांच्या सावकारीबद्दल बोलायच्या; ते ऐकून तायनीला शालनकडे वाड्याकडं वारंवार जावंसं वाटेना. शालन तिची बालमैत्रीण होती. तिलाही तायनी पूर्वीसारखी आपल्या वाड्याकडं वारंवार येत नाही, हे जाणवू लागलं होतं.

जवळजवळ सहा महिने शालन आणि तायनी भेटलेल्या नव्हत्या. शालननं वाड्यात कामाला येणाऱ्या रुक्मिणीकडून तायनीला बोलावणं धाडलं.

तायनीनं कौशीला विचारलं, "आई, शालन वाड्याकडं बोलावतेय, जाऊ का?"

"जा, पण दिवस मावळायच्या आत ये!"

"होऽऽ."

खोतांचा वाडा गावच्या मध्यावर होता. पूर्वी हा वाडा गावच्या गावकामगारांच्या मालकीचा होता. पण पाटीलमंडळी बापजाद्यांचा मोठेपणा सांगण्यात आणि वडिलार्जित मालकीच्या जमिनींची विक्री करून चैनी करण्यात दंग झाली. कालांतराने त्यांनी तो वाडासुद्धा दिगंबर खोताला विकून टाकला.

खोतानं वाडा खरेदी करताच त्याची डागडुजी केली. बाहेरून जुनाट दिसणाऱ्या वाड्याचे आतून नूतनीकरण करून घेतले. भिंतींना सिमेंटचा गिलावा केला, खाली सिमेंटच्या रंगीबेरंगी टाइल्स, बाथरूमला संगमरवरी फरशी, घरात सोफासेट, गालीचा अशा सर्व अद्ययावत् सुखसोयींनी युक्त वाडा आतून सजवला. एवढं ऐश्वर्य होतं; पण खोताची पैशाची हाव मात्र कमी होत नव्हती. ती दिवसेंदिवस वाढतच होती.

शालन वाड्याच्या गच्चीत उभी राहून तायनीची वाट पाहत होती. आताशी तायनी पूर्वीसारखी आपल्याशी मनमोकळेपणानं वागत नाही, याची शालनला जाणीव व्हायला लागली होती.

"तायने! माडीवरच ये." वरूनच ओरडून दारापुढे आलेल्या तायनीला

शालनने सांगितले. पण तायनीची नेहमीची पद्धत तायनी सोडायला तयार नव्हती. ती आल्या आल्या सरस्वतीकाकूंच्या पाया पडायची. मगच शालनकडे जायची. त्या दिवशीही ती तशीच माजघरात येऊन सरस्वतीकाकूंच्या पाया पडली. काकूंनी तिच्या पाठीवर हात फिरवून आशीर्वाद दिला–

"लवकर चांगला नवरा मिळू दे." तायनीनं किंचित हसून आशीर्वादाला प्रतिसाद दिला आणि ती माडीवर गेली.

शालन गच्चीतून आत येऊन तायनीचीच वाट पाहत होती.

"येऽऽ, किती दिवसांनी येतेस गं? अलीकडं तू मला टाळतेस की काय?"

"छेऽऽ! काहीतरीच बोलतेस! अगं, एकतर पाण्यासाठी मला अन् आईला सकाळपासून वणवण करीत हिंडावं लागतं; त्यात, जनावरांना खायला वैरण नाही, हाडं दिसायला लागलीत जनावरांची! यातच आबानं माझ्या लग्नाचं काढलंय!"

"बरं झालं की! कुठलं स्थळ पसंत केलंय?"

"शिरपूरच्या पाटलाचा मुलगा आहे!"

"काय काम करतो?"

"ट्रकवर ड्रायव्हर आहे!"

"ड्रायव्हर? तायने, एवढी शोधाशोध करून कुशाकाकानं तुझ्यासाठी शेवटी ड्रायव्हरच शोधला?"

"होऽऽ! काय करणार? बाकीची स्थळं पन्नास हजार हुंडा मागतात, या मुलाचा बाप पंचवीस हजाराला तयार झाला!"

"एवढे पैसे कुशाकाकानं आणले तरी कुठून?"

"आणतो कोठून? अण्णांकडून कर्जाऊ घेणार आहे. आमचं वडाचं शेत अण्णांना कबजेगहाण देणार आहे. व्याजापोटी आई आणि चंदर तुमच्या शेतात राबणार आहेत."

तायनीनं सर्व हकीगत एकदम सांगून टाकली. तेव्हा शालन काहीशी सचिंत होत म्हणाली, "तायने, हे काही बरं नव्हे बघ!"

"काय बरं नव्हे? लग्न करणं का कर्ज घेणं?"

"लग्न तर करायलाच हवं गं; पण कर्ज काढून तुझं लग्न करावं लागतंय, हा प्रकारच मला पसंत नाही! तुझ्यासारख्या गुणी आणि सुंदर मुलीचा कोणाही सुशिक्षितानं फक्त नारळ घेऊन स्वीकार करायला हवा होता!"

"हे बघ शालन, आजपर्यंत कथा-कादंबऱ्यांतून आपण हे प्रसंग वाचले; पण प्रत्यक्षात घडतं ते वेगळंच! अगदी फालतू पोरांचे बाप स्वत: 'जहागिरदार' असल्याच्या आविर्भावात बोलतात. त्यात माझे आबा पडले भोळसट! अण्णांचं अगोदरचं बारा हजाराचं कर्ज डोक्यावर आहे, त्यात हे पंचवीस हजार घेतले म्हणजे ती पोटापुरते अन्न देणारी वडाची पट्टीसुद्धा जाणार! खरंच शालन, कधी कधी मी जन्मालाच का आले, असा विचार येतो! काही सुचेनासं होतं! जीव देऊन मोकळं व्हावं, असंसुद्धा कधी कधी वाटतं!" बोलताना तायनीच्या डोळ्यांतून अश्रू ओघळले. शालन तिचे डोळे पुसत म्हणाली, "तायने, अशी निराश नको होऊस. मी जोपर्यंत जिवंत आहे तोपर्यंत तुला मी मरू नाही देणार! यातूनही काहीतरी मार्ग काढू आपण!"

इतक्यात खाली मोटारसायकल वाजल्याचा आवाज आला. विलास अचानक आला होता. आल्या आल्या नेहमीप्रमाणे

"आक्केऽऽ!" अशी त्याची हाक आली.

"हा असा अचानक कसा काय आला?" असे म्हणत शालन जिन्याजवळ येऊन म्हणाली, "विलास, अरे पुण्यावरून मोटारसायकलवर आलास की काय?"

जिन्याच्या तीन तीन पायऱ्या एकदम चढत विलास माडीवर आला आणि म्हणाला,

"पुण्यावरून कसं शक्य आहे? काल मित्राच्या बहिणीच्या लग्नाला सोलापूरला आलो होतो. त्याचीच मोटारसायकल घेऊन आलोय! आणि ही तायनी? एवढी मोठी झाली? खरंच वाटत नाही!" तोंडावर हात ठेवीत विलास म्हणाला.

"अरे, तू तिला बऱ्याच दिवसांनंतर पाहतो आहेस म्हणून तुला तसं

वाटतंय!''

"तुम्हा दोघींचे चेहरे का गं असे? काही गंभीर विषयावर चर्चा तर नव्हती ना चालली?'' तायनीकडं पहात शालन म्हणाली, "म्हटलं तर विषय गंभीरच आहे.''

"बरं मग तुमचं चालू द्या! अण्णा कुठं आहेत?''

"तालुक्याला गेलेत सकाळी! आई आहे ना खाली! विकास भेटला का?''

"तो जाणार कुठं? खाली कडीपाटावर बसून आरामात एका पायानं झोके घेतोय!''

"शाले, मला एक हजार रुपये हवे होते. अण्णा तर घरी नाहीत, तुझ्याकडचे तोवर देतेस?''

"माझ्याकडं एवढे रे कुठले पैसे? फार तर पाच-पन्नास निघतील! पण तुला या महिन्यात अण्णांनी मनिऑर्डर केली होती ना?''

"हो ना? ते पैसे आठ दिवसांतच उडाले! शाले, पुण्यात महागाई काय जाम झालीय म्हणून सांगू?''

"ती सगळीकडेच आहे. इथं गावात पाण्याचं दुर्भिक्ष झालंय, सगळ्या विहिरी आटल्यात, बोअरवेल कोरड्या पडल्यात. सलग दुसऱ्या वर्षी प्यायला पाणी नाही लोकांना!''

विलास हसत हसत म्हणाला, "राजकीय पुढाऱ्यांची थोबाडं फोडून ठेवायला पाहिजेत. एकतरी पुढारी लोकसंख्या कायद्यानं नियंत्रित करायची भाषा करतो का? दरवर्षी डुकरांची पिलावळ निर्माण व्हावी, तशी देशात लोकसंख्या फोफावतेय. कुठलं पाणी आणणार? वीज कोठून आणणार? धान्य, कपडालत्ता काय जादूनं तयार होणार आहे थोडाच? मरा लेको! माल्थस म्हणाला तेच खरं होणार एकदा!''

"हा कोण माल्थस?'' शालननं विचारलं.

"हा मोठा अर्थशास्त्रज्ञ होता. तो म्हणाला, पृथ्वीतलावरील लोकांनी स्वत: होऊन जर लोकसंख्या मर्यादित नाही केली, तर निसर्ग प्रचंड प्रमाणावर आपत्ती निर्माण केल्याशिवाय राहणार नाही! मी बी.ए.ला इकॉनॉमिक्स

घेतलंय् शालन. अर्थशास्त्र! समजलं?''

''मग तू उद्या अर्थतज्ज्ञ होणार तर?''

''होईनही. कुणी सांगावं? पण आज मात्र मी भयंकर 'आर्थिक' अडचणीत सापडलोय!''

तायनीही बऱ्याच दिवसांनंतर विलासला पाहत होती. तो गेली पाच-सहा वर्षे पुण्यातच शालनच्या मावशीकडं राहत होता. शालन अधूनमधून तायनीला विलास पैशाची उधळपट्टी करतो, असं सांगायची. पण आज प्रत्यक्षातच तायनीला ते दिसलं होतं.

सव्वीस-सत्तावीस वर्षांचा विलास, अण्णांसारखा किंचित सावळा, पण 'स्मार्ट' होता. त्यानं अंगावर फवारलेल्या सेंटचा दरवळ तो माडीवर आल्या आल्या तिला जाणवला. फिक्कट निळसर रंगाचा सफारी त्याला शोभून दिसत होता.

''मग काय करतेस शालन?''

''मी काय करणार? अण्णा आल्यावर सांगते. तू आज राहणार आहेस ना?''

''मी कसचा राहतोय? रात्रीच्या सिद्धेश्वरचं रिझर्व्हेशन झालंय. सगळे मित्र मित्र आलोय आणि मिळूनच जाणार आहोत आम्ही.'' विलास मधूनच तायनीकडं कटाक्ष टाकत होता. तायनी खिडकीतून बाहेर बघत होती.

तायनीकडं नजर रोखून विलास म्हणाला, ''शाले, तू आणि तुझ्या या मैत्रिणीनं चार-आठ दिवस पुण्यात येऊन राहायला हवंय.''

''ते कशाला?'' शालननं विचारलं.

''पुण्यातल्या पोरी आजकाल काय फॅशन्स करतात, एकदा पहा ना! आता या तायनीनं आपले केस इतके घट्ट विंचरलेत, की साक्षात संत सखूच भासते!''

''विलास, चेष्टा नको करू तिची! फार मोठ्या विवंचनेत आहे ती!''

''विवंचना? कसली?''

''तिचं लग्न ठरतंय. कुशाकाकांच्या जवळ पैसा नाही. अण्णांच्याकडून पंचवीस हजारांचं कर्ज घेणार आहेत कुशाकाका!''

"माय गॉड! पण एवढ्या देखण्या मुलीला आजकाल खेड्यापाड्यांत लग्नाला एवढा खर्च करावा लागतो?"

"इथं आजूबाजूला काय परिस्थिती आहे, ते तुला नाही समजायचं! तिकडं पुण्यात मावशीच्या बंगल्यात राहतोस. अण्णा तीन हजार रुपये न चुकता पाच तारखेला पाठवतात. म्हणून तू, तुझे दोस्त पार्ट्या, सिनेमे करीत हिंडता!"

"पण शाले, आजपर्यंत मी कधी नापास झालोय का सांग?"

"पैसेवाल्याची पोरं आजकाल कधीच नापास होत नाहीत रे!"

"आयला शाले, बरं झालं तुला अण्णांनी पुण्यात शिकायला ठेवली नाही; नाहीतर माझ्यावर एखाद्या 'डिटेक्टिव' सारखी पाळत ठेवली असतीस! बरं, आईकडं एवढे पैसे नसतील ना?"

"अरे मूर्खा, कधीतरी अण्णांनी आईच्या हातात पैसा दिलाय का? त्या बिचारीला देवदेव करायला दहा-वीस रुपये लागले, तर तिला माझ्याकडे हात पसरावे लागतात!"

"पण हे अण्णांचं वागणं चुकतंय. त्यांनी कुटुंबातल्या सर्व घटकांना आर्थिक स्वायत्तता द्यायला हवी!"

"फार शहाणा आहेस! आई कधी अण्णांच्या डोळ्याला डोळा देऊन बोललीय का? ती कधी त्यांच्या समोर उभी तरी राहते का?"

"पण मला एक आश्चर्य वाटतं शाले!"

"कोणतं?"

"हे असं जर आहे, तर मी आणि विकास जन्माला आलोच कसे?"

त्याचा बाष्कळपणा पाहून शालन त्याच्यावर ओरडली, "गाढवा, थांब, अण्णा येऊ देत. त्यांनाच सांगते काय म्हणालास ते! तू पुण्यात राह्यलास म्हणून आई-बापांबद्दल असे उद्गार काढणं शोभत नाही तुला!"

"अरेच्चा, मी त्यात वावगं काय बोललो? जी वस्तुस्थिती आहे तीच बोललो ना?"

"बरं बरं, जा आता खाली!"

"बरं बाई, स्पष्टवक्तेपणा केला, चूक झाली. ए, पण अण्णांना तेवढी

हजार रुपयांची मनिऑर्डर करायला सांगशील आल्यावर?''

विलास खाली आला. सरस्वतीबाई धान्य निवडत बसल्या होत्या.

''विलास, आल्यासारखा राहशील ना एक-दोन दिवस?'' त्या म्हणाल्या.

''दोन दिवस? आई, मी दोन तास थांबू शकत नाही. दोस्ताची मोटार सायकल घेऊन आलोय. मला काही खायला असलं तर दे! काय विकूभाऊ? बरं चाललंय ना?''

मंदबुद्धीच्या विकासकडं पाहत विलास बोलला. विकासला काय समजलं कुणास ठाऊक? तो हात हवेत उडवून उगाचच हसत राह्यला.

आईच्या आग्रहास्तव दोन घास खाऊन विलास आला तसाच मोटारसायकलला किक् मारून निघून गेला.

तीन

अण्णा खोत तालुक्यावरून शेवटच्या एस.टी.ने परत आले. आल्या आल्या त्यांनी शालनला खाली बोलावले.

शालन खाली येतायेताच म्हणाली, "अण्णा, तुम्ही गेल्यानंतर विलास येऊन गेला!"

"आँऽऽ! असा कसा अचानक न कळवता येऊन गेला?"

"मित्राच्या बहिणीच्या लग्नाला सोलापूरला आला होता. मित्राचीच मोटारसायकल घेऊन आला होता!"

"काय म्हणत होता?"

"म्हणणार काय, हजार रुपयांची गरज आहे म्हणत होता!"

बसल्या जागेवरून कॅलेंडरकडे पाहत अण्णा उद्‌गारले, "आज तारीख चौदा ना, मग त्याला तीन हजार रुपये पाठवून जेमतेम नऊच दिवस झाले की! एवढ्यात त्याचे पैसे संपले? जेवतो-खातो तर मावशीच्यात आणि इतक्या लवकर पैशाची कशाला गरज भासली? काय करावं समजत नाही. मागेही चार महिन्यांमागे दीड हजार रुपये जादा घेऊन गेला. आता शिकतोय म्हणतो म्हणून पैसे पाठवायचे तरी किती?"

शालन शांतपणे म्हणाली, "तुमच्याकडं पैसे आहेत म्हणूनच तो मागतो."

"अगं पण शालन, एक-एक पैसा मिळवायला किती कष्ट पडतात सांग?"

"अण्णा, तुम्ही पैसे कसे मिळवता हे मला सांगू नका! लहान होते तेव्हा तुम्ही जे सांगाल, ते खरंच वाटायचं. पण आता...?"

"आता मी बोलतो ते खरं नाही वाटत?"

शालन संयमी होती. ती फक्त म्हणाली, "या विषयावर आपण जास्त चर्चा न केलेली बरी! बरं, मला का बोलावलंत?"

"हांऽऽ, महत्त्वाचं तेच सांगायचं राहून गेलं. आज तालुक्याला कोर्टासमोर एक तरुण वकील काम चालवत होता. त्याची काम चालवण्याची ती पद्धत, कायद्याचं त्याचं ज्ञान आणि त्याचं ते व्यक्तिमत्त्व पाहून मी फारच प्रभावित झालो. बजरंग कुंभार माझ्या सोबत होता. तो मला हळूच कानात म्हणाला, 'आपल्या शालनताईला असला मुलगा हवा!' आणि काय सांगू तुला अक्का, त्या क्षणापासून मी बजरंगच्या उद्‌गारांचा गंभीरपणे विचार करू लागलो. मी त्या वकिलाची सगळी माहिती मिळवली. धानोरीच्या विठ्ठलराव टाकळीकरांचा तो मुलगा! एकुलता एक आहे! एक बहीण होती, ती लग्न होऊन सासरी गेली. टाकळकर हे त्या गावचं बडं प्रस्थ आहे. त्या स्थळाबद्दल प्रयत्न करावा, असं मला वाटल्यामुळं मी बजरंगला आजच धानोरीला पाठवून दिलाय. उद्यापर्यंत तो परत येईल!"

शालनने ते सर्व शांत चित्तानं ऐकून घेतलं आणि ती म्हणाली, "तुम्हाला तो मुलगा आवडला, की त्याची सांपत्तिक स्थिती?"

"अगं, दोन्हीही आवडलं! टाकळकर त्या भागातले प्रगतिशील शेतकरी आहेत! आपल्या भागात द्राक्षाचं पीक पहिल्यांदा त्यांनीच नाही का घेतलं? मुख्यमंत्री दौऱ्यावर आले होते, तेव्हा त्यांचा द्राक्षाचा मळा बघून अवाक् झाले."

"बरं, जाऊ मी?"

शालन कारणाशिवाय अण्णांच्या समोर उभी राहत नसे. बाप-लेकीत कळत नकळत एक दरी निर्माण होत होती. गावच्या निर्धन शेतकऱ्यांना कर्ज देऊन, त्यासाठी भरमसाट व्याज घेणाऱ्या, क्वचित्‌प्रसंगी त्यांच्या कर्जापोटी जमिनी लिहून घेऊन त्यांना आपल्या शेतीमध्ये वेठबिगारासारखं राबवून घेणाऱ्या अण्णांबद्दल तिच्या मनातील आदर हळूहळू कमी होत

चालला होता.

घरात एक भाऊ अर्धवट. धड शहाणा नव्हे अन् खुळाही नव्हे! त्याच्याही भवितव्यात काय आहे, याची शालनला कधी कधी चिंता वाटे. आईला चार भिंतींच्या बाहेरचं जग ठाऊक नव्हतं! थोरला विलास मावशीकडं शिकायला पुण्यात होता. तो होता हुशार; पण त्याची हुशारी वाया जाणार, अशी लक्षणं कधी कधी दिसत! त्यामुळं घरच्या या वातावरणाला कंटाळून कुठंतरी निघून जावं, असंही तिला वाटे! पण जाणार कुठे? पूर्वी मावशी तिला पुण्याला शिक्षणासाठी यायचा आग्रह करायची. पण त्या वेळी अण्णांना वाटायचं, पोरी पुण्यात राह्यल्या की बिघडतात!

शालनला आपल्या तोलामोलाचं स्थळ मिळावं, हीच दिगंबरअण्णांची इच्छा होती. त्यात विठ्ठलराव टाकळीकरांचा मुलगा त्यांनी प्रत्यक्ष पाह्यल्या क्षणापासूनच त्यांना आवडला होता. बजरंग कुंभारने त्याची माहिती काढून आणल्यापासून अण्णांनी हे स्थळ हातचं जाऊ द्यायचं नाही, असा जणू निर्धारच केला होता.

अण्णांचा चुलतभाऊ मुरलीधर खोत देगलूरला राहत होता. त्याचे बसणे-उठणे नेहमी राजकीय पुढाऱ्यांच्या बैठकीत असे. त्याला जिल्ह्यातील जवळजवळ सर्व प्रख्यात लोकांची खडान् खडा माहिती होती. अण्णांनी देगलूरचा रस्ता धरला.

बऱ्याच दिवसांनंतर अण्णा देगलूरला आल्याचे पाहून मुरलीधरने हसत हसत विचारले, "काय अण्णा, शालनच्या लग्नाची पत्रिका घेऊन आलात की काय?"

"एवढ्यात पत्रिका कसली घेऊन येतोय?"

"का? अजून कुठं जमलं नाही?"

"जमायला स्थळं बघितली कुठं अजूनपर्यंत? पण आज तेवढ्यासाठी तर तुझ्याकडं आलोय."

"वाऽऽवाऽ, पुतणीच्या लग्नासाठी मलाही थोडा हातभार लावण्याची संधी मिळतेय तर!"

मुरलीधरच्या टेबलासमोरची कागदपत्रे, प्लॅनचे नकाशे पाहत अण्णांनी

विचारलं, “हे काय, बंगला बांधतोस की काय आणखीन एक?”

“नाही नाही. बंगला कशाला बांधू? आहे हा वाडा पुरे की! हा प्लॅन आहे कारखान्याचा!”

“कारखाना? कसला कारखाना काढतोस?”

“शेतीला लागणाऱ्या खतांचा!”

“हे कोणी तुझ्या डोक्यात भरवलं?”

“बऱ्याच दिवसांपासून माझ्या डोक्यात ही कल्पना होती. परवा आमदार शेगांवकर भेटले. ते म्हणाले, “मुरलीधर, तुला एखादा नवीन प्रोजेक्ट उभा करायचा असला तर सांग. शेतीखात्याचे राज्यमंत्री आपले जवळचे मित्र आहेत. परवान्यापासून ते जरूर त्या यंत्रसामग्रीच्या आयातीबद्दलच्या सर्व सुविधा आपल्याला मिळू शकतील.”

त्यावर धूर्त अण्णा म्हणाले, “मग त्या आमदाराचाही काहीतरी फायदा मिळवण्याचा हेतू असणार?”

“हे बघा अण्णा, आज जगात कोणीही स्वत:च्या फायद्याशिवाय इकडची काडी तिकडं करीत नसतो. आमदारच काय, पण त्या शेतीमंत्र्यांनाही त्यातलं काहीतरी द्यावं लागणार आहे.”

“बरं बाबा तुला हे सारं जमतं!”

“जमतं कसचं अण्णा, जमवावं लागतं! आजकाल जगात पैसेवाल्यांनाच किंमत असते, हे मी तुम्हाला नव्यानं सांगण्याची गरजच नाही! किती लाखांची तुमची सावकारी आहे सध्या?”

“कसली सावकारी घेऊन बसलास मुरलीधर? गावोगावी सहकारी बँका, पतपेढ्या निघालेल्या आहेत. शेतकऱ्यांना मागतील तेवढं कर्ज कमी व्याजात मिळू लागलंय. आमच्याकडून कर्ज घ्यायला येतो कोण आताशी?”

“ते मला नका सांगू अण्णा. आपल्या देशातला शेतकरी हा सदैव पैशाच्या अडचणीत राहणार आहे. त्याला कुठं, कशात, किती पैसा खर्च करावा हे जोपर्यंत समजत नाही, तोपर्यंत तुमच्यासारख्यांच्या सावकारीला मरण नाही! बरं, ते जाऊ द्या. विकास कसा आहे? विलासचं कसं चाललंय?”

अण्णा थोडे गंभीर होत बोलले, ‘‘विकास परवापरवापर्यंत बरा होता; पण आताशी झालंय काय, की पौगंडावस्थेत आलाय. एखादी तरुण पोरगी नजरेसमोर दिसली, की विचित्र हातवारे करून हसतो. मला आताशी त्याचीच भीती वाटायला लागलीय!’’

‘‘ती कशासाठी?’’

‘‘वाड्यात कामाला काही बायापोरी येतात. आजूबाजूला कोणी नाही असं पाहून त्यानं काही गडबड केली, तर काय करायचं?’’

मुरलीधरही काहीसा विचार करून म्हणाला, ‘‘अण्णा, ती शक्यता मात्र नाकारता येत नाही हं! आमच्या इकडे गणपुलेवकिलांचा असाच एक अर्धवट मुलगा होता. मुकुंदा त्याचं नाव! तो पंधरा-सोळा वर्षांचा झाला, तेव्हा शाळेला निघालेल्या मुलींच्या पाठी लागायचा! अहो, पोरींनी वकिलांच्या घरच्या रस्त्यावरून फिरणंच बंद केलं! बरं, आता त्याला तरी दोष कसा द्यावा? निसर्ग आहे हो! पण वकिलांना मात्र त्याची मोठीच डोकेदुखी निर्माण झाली. पोलिसात कंप्लेंट दिली मुलींच्या वडलांनी! वकिलांना ठाण्यात बोलावलं. फौजदार म्हणाला, ‘‘मुकुंदाच्या हातून अधिक काहीतरी घडायच्या अगोदर त्याचा बंदोबस्त करा.’’ गणपुलेंनी त्याला कोंडून ठेवला घरात. तेव्हा तो मोठमोठ्याने ओरडू लागला. दारावर आतून धडाधडा बुक्क्या मारू लागला. शेजारी राहणाऱ्या लोकांनी तो रात्री-अपरात्री ओरडतो म्हणूनही तक्रारअर्ज केले! काय सांगायचं तुम्हाला? शेवटी वकिलांनी त्याला शेतात खोली बांधून डांबून ठेवला! बरं, त्यात पोटचं मूल!’’

‘‘मलाही विकासची आताशी तीच भीती वाटायला लागलीय! एरव्ही अगदी शहाण्यासारखा वागतो. भूक लागली की जेवायला वाढ म्हणतो आईला. तहान लागली तर हातानं पाणीही घेतो. झोपही चांगली आहे. त्याला फक्त बाई किंवा तरुण मुलगी दिसली, की अलीकडं बावचळल्यासारखा करतो.’’

‘‘पण अण्णा, तुमचा अनायासे शेतात बंगला आहेच. तिथंच एखाद्या खोलीत त्याला का नाही ठेवत?’’

‘‘शेतात? अरे कर्जदारांच्या लेकी-सुना दिवसभर कामाला असतात

ना? तिथं काहीतरी गडबड करायचा!''

मुरलीधरला अण्णांचा व्यवहारी स्वभाव ठाऊक होता. मुरलीधर म्हणाला, ''त्याचं लग्न केलं तर काय होईल?''

''आत्ता तर तो सोळा-सतरा वर्षांचा आहे. शिवाय वेडसर मुलाला मुलगी कोण देईल? त्यात अजून विलास अविवाहित आहे! अशा अनेक गुंतागुंती आहेत मुरलीधर!''

त्यावर मुरलीधर क्षणभर विचार करून म्हणाला, ''अण्णा, तुम्ही विकासच्या लग्नाचाच निर्णय घ्या! या देशात इतके दरिद्री लोक आहेत, ते काहीही करायला तयार होतात. केवळ अण्णा खोताशी सोयरीक जमतेय, एवढ्याच आकर्षणामुळे कोणीही गरीब माणूस त्याला आपली मुलगी देईल!''

''हे बघ मुरलीधर, विकासचं पाहू काहीतरी नंतर. आज निकड आहे ती शालनच्या लग्नाची! ती वयात येऊन चार-पाच वर्षे झालीत. मी तिचं शिक्षणही बंद करून टाकलं आहे. परवा तालुक्याला गेलो होतो. तिथं मामलेदारसमोर एक तरुण वकील काम चालवत होता. मला तो शालनसाठी योग्य वाटतो.''

''कोणाचा मुलगा तो?''

''धानोरीच्या विठ्ठलराव टाकळकरांचा!''

''टाकळकर?''

''होऽऽ. का? काय अडचण आहे त्या स्थळाची?''

''अडचण अशी काही नाही; पण तो मुलगा थोडा चमत्कारिक आहे. त्याला काही गोष्टी खपत नाहीत.''

''पण आपण वावगं वागतो कुठं?''

मुरलीधर बेरकी होता. तो गालातल्या गालात हसला आणि म्हणाला, ''एकदा लग्न होऊन शालन सासरी गेली, की जावयाचा विचार करण्याचं कारणच काय!''

''मग बघ, त्या टाकळकरांची जेवढी अपेक्षा असेल, त्यापेक्षा पाच-पन्नास हजार आपण अधिक खर्च करू!''

मुरलीधरला अण्णांची ताकत ठाऊक होती.

"मग निघू मी? मला कधी सांगतोस त्या स्थळाबद्दल?"

"एक चार-आठ दिवस जाऊद्यात. उद्या माझ्याकडं आर्किटेक्ट, इंजिनियर अशी मंडळी यायची आहेत. शिवाय मला जे शासनाकडून कर्ज घ्यावं लागणार आहे, त्याबाबतही शेगांवकर आमदाराकडं जायचं आहे. पण काही झालं तरी आठएक दिवसांत तुम्हाला त्या स्थळाचं हो-नाही सांगतो."

मुरलीधर धानोरी गावी जाण्यासाठी चालला होता. एस.टी.त त्याला ओळखणारे बरेच लोक होते. त्यांतला एकजण म्हणाला. "काय खोत, काय तयारी?"

"काही नाही जरा विठ्ठलराव टाकळीकरला भेटायला निघालोय धानोरीला."

"परवा तुमच्याकडं दिगूअण्णा खोत आले होते?"

"हो, येतात अधूनमधून काही काम असलं तर."

"तुमच्या खताच्या फॅक्टरीचं कुठपर्यंत आलं?" दुसऱ्यानं विचारलं.

"चाललंय् ते काम असं चार-आठ दिवसांत होणारं आहे थोडंच? आता प्रथम भागभांडवल जमा करायचं आहे. पंचवीस टक्के भागभांडवल जमा केलं, तरच शासनाकडून पंचाहत्तर टक्के कर्जपुरवठा होतो!"

"क्रिती रुपयांचा एक शेअर आहे?" तिसऱ्याने विचारले.

"दोन हजाराचा एक आहे. मला कमीत कमी चार लाख रुपये उभे करावे लागणार आहेत!"

"तुम्हाला पैशाला काय तोटा आहे म्हणा! एकटे दिगूअण्णाच तेवढी रक्कम तुम्हाला देऊ शकतील की?"

"छेऽछेऽऽ! अशा लफड्यात भाऊबंदांना घ्यायचं नसतं!"

"पैसे मिळतील की अण्णांना?"

"नकोच त्यांचे पैसे! आपापसांत शहाण्यानं पैशाचा व्यवहार कधी करायचा नसतो!"

बोलता बोलता गाडी धानोरीजवळ आली. गावाला निसर्गाचं वरदान होतं. जमिनीत पंचवीस-तीस फूट खोदलं, तरी पाणी लागायचं! एकर-दोन

एकर जमीन असणारे शेतकरीसुद्धा बागायतदार झाले होते. कोणी पानमळा तर कोणी केळी लावत असे. त्या भागात साखर कारखाना जवळपास नसल्याने ऊस करायच्या भानगडीत कोणी पडत नसे.

आजूबाजूला गर्द बागायत असलेल्या रस्त्यावरून एस.टी. आली होती. अलीकडं टाकळी परिसरातील लोकांनी शेतांतच वस्त्या केल्या होत्या. अनायासे पिकावर देखरेखही व्हायची आणि चोराचिलटांचा उपद्रवही व्हायचा नाही. प्रत्येक वस्तीपुढे प्रशस्त सारवलेलं अंगण, अंगणाभोवताली आंबा, पेरूची झाडं. काही हौशी लोकांनी फुलांच्याही बागा केल्या होत्या. त्या भागातल्या गुलछडीला पुण्या-मुंबईला फार मोठी मागणी होती. एस.टी.तून जाताना एखादी वाऱ्याची झुळुक गुलछडीच्या शेतावरून सुगंध घेऊन यायची. मुरलीधर स्टँडवर उतरतो तोच त्याला समोर काळा कोट, पांढरी पँट घातलेला विठ्ठलरावांचा वकीलमुलगा नरेंद्र आपली फियाट गाडी थांबवून काही लोकांशी बोलत उभा असलेला दिसला. मुरलीधर त्याला ओळखत होताच.

"काय वकीलसाहेब, काय तयारी?" त्यानं विचारलं.

"नेहमीचंच ना. कोर्टाला निघालोय!" गाडीत दोन-तीन पटकेवाले पक्षकार मागे बसलेले होते. त्यांच्याकडं हात करून नरेंद्र म्हणाला.

"मी एका महत्त्वाच्या कामासाठी तुमच्याकडे आलो होतो!" मुरलीधर म्हणाला.

"मग चला, जाता जाताच तुमच्या कामाबद्दल चर्चा करू. फौजदारी आहे की दिवाणी आहे काम?"

मुरलीधर हसत हसत म्हणाला, "फौजदारीही नाही आणि दिवाणीही नाही! मॅट्रीमोनियल मॅटर आहे?"

"असं? मग जाता जाता चर्चा करू की?"

मुरलीधरला आता मात्र राहवेना. तो म्हणाला, "तुम्हाला एक स्थळ सांगून आलंय. तुमच्या वडिलांशी त्याबाबत अगोदर बोलणी व्हायला हवीत!"

त्यावर नरेंद्र चटकन म्हणाला, 'लग्न होणार माझं, आणि तुम्ही

वडिलांशी चर्चा करून काय उपयोग?''

नरेंद्र तऱ्हेवाईक असल्याची झलक मुरलीधरला जाणवली.

त्याला काय बोलावं हे चटकन सुचलं नाही. तो म्हणाला, ''पण रीतिरिवाजानुसार साऱ्या गोष्टी घडायला हव्यात!''

''हे पहा खोत, रीतिरिवाज गेले खड्ड्यात. लग्न करायचंय मला माझ्या आईवडिलांनी माझा नाद सोडून दिलाय. मी त्यांना चक्क सांगून टाकलंय, मुलगी प्रथम मी पसंत करणार. ती माझ्या अपेक्षेप्रमाणे असली, तरच मी आईवडिलांना सांगणार, फक्त उपचार म्हणून! घेणंदेणं हा प्रकार नाही! नारळ आणि मुलगी! जर ती पसंत पडली तरच! बसा, आता या विषयावर गाडीतून जाता जाताच चर्चा करू!''

नरेंद्र हा थोडा तऱ्हेवाईक आणि अत्याधुनिक विचारसरणीचा तरुण होता हे मुरलीधर ऐकून होता. आज त्याला त्याच्या स्वभावाचे जवळून दर्शन घडत होते.

गाडीत मुरलीधर त्याच्या शेजारी बसला. गावची हद्द सोडल्यावर मुरलीधरनं त्याला विचारलं, ''पण भावी वधूबद्दलच्या तुमच्या अपेक्षा तरी काय आहेत?''

''सांगूच म्हणता?''

''हो, सांगा ना!''

''एकतर ती दिसायला बरी असावी. दुसरं किमान ग्रॅज्युएट तरी पाहिजे. तिसरं...''

ग्रॅज्युएट म्हटल्याबरोबर मुरलीधर दचकून म्हणाला, ''मग पुढचं काही सांगूच नका. आमची शालन दहावीपर्यंतच शिकलीय!''

''तिची पुढं शिकायची इच्छा आहे का?''

''त्याबद्दल मी आत्ता तरी काही सांगू शकणार नाही!''

''राह्यलं, नंतर तिला विचारून सांगा. पण शालन ही कुणाची मुलगी म्हणालात?''

''दिगंबरअण्णा खोतांची कन्या!''

''हांऽऽ, आलं लक्षात. शंभर देऊन दोनशे रुपयांच्या प्रॉमिसरीवर

अंगठा घेणारे अंजनगावचे सावकार अण्णा खोत.''

''म्हणजे त्यांच्याशी सोयरीक करायचीच नाही, असं नाही ना ठरवलेलं?''

''हे पहा, दिगंबरअण्णा काय करतात याच्याशी मला काहीएक कर्तव्य नाही. ज्याप्रमाणं माझ्या लग्नाच्या वाटाघाटी करताना माझे वडील कोण आहेत, काय व्यवसाय करतात, याच्याशी संबंध जसा पोचत नाही, त्याचप्रमाणे अण्णा खोतांची मुलगी जर मला पसंत पडली, तर अण्णा खोत या आसामीबद्दल मी तरी का चर्चा-चौकशी करावी?''

''हे सगळं अजब आहे बुवा तुमचं! एवढी तरुण मुलं पाहिली; पण अशा विचारांचं कोणी भेटलेलं नव्हतं मला!''

''जमाना बदललेला आहे. आईवडिलांनी पसंत केलेल्या मुली जर निमूटपणानं पसंत केल्या, तर दहापैकी आठ तरुणांना नंतर पश्चात्ताप करायची पाळी येते! तेव्हा लग्न व्हायचंय माझं, मी मुलगी पसंत करणार आणि लग्न कोणत्या पद्धतीनं व्हायचं याचा निर्णयही मीच घेणार, समजलं? आता बोला, ही माझी विचारसरणी ऐकून तुम्ही तुमची पुतणी मला देऊ शकाल?''

मुरलीधर एवढा हुशार, चार गावचं पाणी प्यालेला, तोही नरेंद्राच्या वक्तव्यानं चक्रावून गेला. तरीही धाडस करून तो म्हणाला, ''पण तुम्ही ती मुलगी तरी बघायला हवी ना?''

''छट्! सात-आठ जणांचं टोळकं घेऊन मुलीच्या घरी जायचं; चहा, पोहे झोडायचे आणि बाजारात विक्रीला ठेवल्याप्रमाणे समोर सजवून बसवलेल्या मुलीला 'तुमचं शिक्षण किती झालं? कलाकुसर कोणती आवडते?' असे हे फालतू प्रश्न सोबत आलेल्या मध्यस्थाने विचारायचे! ती बिचारी खाली मान घालून उत्तरं देणार! तेव्हा त्या मुलीची आणि माझी तुमच्या घरी बोलावून ओळख करून देणार का?

''प्रथम मला तिला तिच्या आवडीनिवडी विचाराव्या लागतील! उदाहरणार्थ, मला पडवळाची भाजी आणि पालक या भाज्या बिलकूल आवडत नाहीत.''

''आणखी नेमक्या त्याच भाज्या त्या मुलीला आवडत असतील

तर?''

''वाऽऽ! मी तिच्यासाठी त्या भाज्या तिला जरूर आणून देईन. तिच्या खाण्यापिण्याच्या ज्या आवडीनिवडी असतील, त्यात मी आड नाही येणार! पण तिनं मला त्या भाज्या खाण्याची सक्ती करता कामा नये!''

''लग्न वैदिक पद्धतीनं का रजिस्टर?''

त्यावर नरेंद्र हसला आणि म्हणाला, ''वैदिक पद्धतीने; पण जास्त गाजावाजा न करता! फक्त मुलाकडची अतिशय जवळची माणसं आणि मुलीकडचीही तशीच! सगळा गाव गोळा करायचा मूर्खपणा मी नाही करणार!''

पुढे बसलेला मुरलीधर नरेंद्रच्या वक्तव्यावर फक्त हातवारे करून प्रत्युत्तर देत होता.

''मग केव्हा बोलावता मुलीला तुमच्या घरी?'' नरेंद्रनं पुन्हा विचारलं.

''बघतों कसं जमतं ते!'' मुरलीधर म्हणाला.

चार

मुरलीधर खोताने जेव्हा दिगंबर-अण्णांना नरेंद्रशी झालेली आपली चर्चा निवेदन केली, तेव्हा आतल्या खोलीतून शालननं ती ऐकली. तिला जसा आपला जीवनसाथी असावा असं वाटत होतं, अगदी तसाच नरेंद्र होता! ती मनातून खूप सुखावली. पण या गोष्टीची वाच्यता तिने कोणापाशीही केली नाही.

मुरलीधरनं ज्या वेळी अण्णांना विचारलं, "मग काय सांगू नरेंद्रला?"

अण्णा काहीसे सचिंत होऊन म्हणाले, "आजकालचे तरुण डोक्यात असले विचार तरी कसे आणतात? मी शालनच्या लग्नासाठी लाख-दोन लाख खर्च करायची तयारी ठेवली होती. तो मुलगा मला जरा बरा वाटला, म्हणून मी तुला त्याची चौकशी कर म्हणून सांगितलं; पण तो इतका विक्षिप्त असेल, असं वाटलं नव्हतं."

त्यावर मुरलीधर म्हणाला, "अण्णा, तुमचं जग अजून या अंजनगावाभोवतालीच फिरत राह्यलंय. जमाना झपाट्यानं बदलतो आहे. आजकालचे ध्येयवादी तरुण पोरींच्या बापाच्या धनाची अपेक्षा बाळगत नाहीत."

"तू काय सांगतोस मुरलीधर? तसं असतं तर पेपरात विवाहित मुली सासरच्या जाचाला कंटाळून आत्महत्या करतात, अशा रोजच्या रोज बातम्याच आल्या नसत्या!"

"हो, ते तुमचं खरं आहे; पण हे घडतं कोणाच्या बाबतीत? केवळ घराणं आणि नातेवाईक यांचाच विचार करून मुली दिल्या जातात तिथंच! माझ्या मते प्रथम ज्याच्याशी विवाह व्हायचा आहे, त्या मुलाचा स्वभाव, त्याच्या आवडीनिवडी, त्याच्या सहवासात असणारे मित्र यांची अगोदर माहिती करून घ्यायला हवी!"

"आमच्या वेळी अशी माहिती घेण्याची प्रथाच नव्हती ना! मग आम्हीही संसार केलाच की! आम्हालाही मुलं झालीच की!"

मुरलीधरला अण्णांशी त्या बाबतीत अधिक बोलायला वेळ नव्हता. तो मुद्द्यावर येत म्हणाला, "मग काय सांगू नरेंद्रला? शालनला पाठवता माझ्याकडे?"

दिगंबरअण्णांना काय निर्णय घ्यावा, हे समजेना. ते काही क्षण गंभीर होऊन म्हणाले, "तुला कसं वाटतं?"

"तुम्ही परवानगी देत असाल तर आत्ताच मी माझ्यासोबत शालनला घेऊन जातो! होऽऽ! उगाच चांगल्या गोष्टीला विलंब नको! शुभस्य शीघ्रम्!"

अण्णा विरळ होत गेलेल्या आपल्या केसांवरून हात फिरवीत म्हणाले, "ठीक आहे. तू म्हणतोस तर जा घेऊन तिला. पण लग्न मात्र एकदम ठरवण्याची घाई करू नकोस.'

"म्हणजे?"

"म्हणजे समज, त्याला शालन पसंत पडली, तर बाकीच्या सर्व गोष्टी परंपरेनुसारच व्हायला हव्याता!"

"परंपरेनुसार करा किंवा कसंही करा; पण अगोदर मुलाला मुलगी आणि मुलीला मुलगा पसंत तरी पडायला हवा? का उगाच आत्तापासूनच परंपरेचा डांगोरा पिटायचा! शिवाय शालनची संमती अगोदर विचारायला हवी!"

"तिला कसली संमती विचारतोस? आपणाला ते स्थळ पसंत पडलं, तर शालनच्या परवानगीचा प्रश्न येतो कुठं?"

"हाऽऽ, अण्णा इथंही तुम्ही चुकता आहात! आजकाल मुलीचीही पूर्वसंमती घेणं अत्यावश्यक आहे. तुमच्या वेळचे ते दिवस विसरा आता!"

शालननं निघण्याची तयारी केली. सोबत तीन-चार साड्या, ब्लाउज घेतले. लग्नाचं ठरो वा न ठरो, तिला चार दिवस बाहेर राहायला आवडत असे. इथं वाड्यात वर्षानुवर्षं तेच वातावरण! सकाळपासून कर्जबाजारी शेतकरी अण्णांना भेटायला येत. अण्णांचं ते नेहमीचंच कंटाळवाणं संभाषण, "अरे तू कर्ज घेतो आहेस, पण ते फेडणार कशातून? व्याजापोटी तुला माझ्या शेतात राबावं लागेल! दिवस फार कठीण आलेत. पैशाला मोल राह्यलेलं नाही! तुम्ही लोक पैसे कर्जाऊ नेताना फार गोड बोलता, गयावया करता; पण ते परत करताना तुमचा चेहरा बाप मेल्यासारखा होतो." इत्यादी इत्यादी!

शालनला जसजशी जाण येऊ लागली होती, तसतशी बापाच्या वागण्याची तिला किळस येऊ लागली होती. रात्रंदिवस अण्णांना पैशाशिवाय काही सुचत नसे. कीर्द, खतावणी, वसुली, दावा, जप्ती यांशिवाय आल्यागेल्याशी दुसरे संभाषण नसे. त्यामुळं चार दिवस बाहेर राहायला मिळतं म्हटल्यावर शालन खुष होती.

मुरलीधर आणि शालन स्टँडकडे जाताना शालन त्याला म्हणाली,

"काका, माझ्या बालपणाच्या मैत्रिणीला सोबत घेऊया का?"

"कोण?"

"तायनी! कुशाबा पाटलांची मुलगी!"

"पण ती येईल का तुझ्या सोबत?"

"कुशाकाकांना विचारून तरी बघते!"

"तुझंही म्हणणं बरोबर आहे. तुला नरेंद्रबद्दल या तायनीचाही अभिप्राय घेता येईल!"

कुशाबानं शालन आणि मुरलीधर आपल्याच घराच्या दिशेनं येत आहेत असं पाह्यलं आणि तो उठून उभा राह्यला.

"आँऽऽ अक्का, काय तयारी? आन् पंत तुमी कधी आला?"

"सकाळीच आलो होतो. शालनला दाखवायचं आहे!"

"आँऽऽ! आन् दाखवायला मुलगी न्ह्यालां आपन काय बामन हाय का?"

“अरे कुशाकाका, तूही अजून आमच्या दिगूअण्णासारखा जुनाट विचारसरणीचाच! शालनला पारंपरिक पद्धतीनं बघायला नकार दिलाय.”

“कुनी?”

“नरेंद्र टाकळकरने!”

“टाकळकरबागाईतदार तर न्हवं?”

“हांऽऽ तेच तेच, विठ्ठलराव टाकळकर! त्यांचा मुलगा नरेंद्र वकील आहे.”

“वकील?”

“हो. का? वकील बरा नसतो?”

“असतो की. उद्या सासऱ्यांची कर्जवसुलीची कामं त्येला मिळतील की चालवायला!”

त्यावर मुरलीधर हसला आणि म्हणाला, “कुशाबा, हा तसली वकिली करत नाही. कर्जदार शेतकऱ्यांच्या बाजूचीच कामं चालवत असतो तो!”

“अगो बाय बाय बाय्! मग ही सोयरीक जमायची कशी वो?”

शालन आत गेली होती. तिनं तायनीचा हात आपल्या हातात घेत म्हटलं, “तायने, मुरलीधरकाकाकडं दोन-चार दिवस राहायला जायचंय. येतेस? मला पहायला तिथं नरेंद्र टाकळकर येणार आहेत.”

“बाबाला विचार. आई, जाऊ मी शालनबरोबर?”

“तुझ्या बापाला विचार की?”

“तू जा म्हणालीस तर बाबा नाही म्हणणार नाही!”

“जा, आता हितं तरी तुझं काय काम हाय?”

कुशाबा आडकाठी घेणंच शक्य नव्हतं. नडीतोडीला पैसे उसनवार देऊन मदत करणाऱ्या दिगूअण्णा सावकाराची शालन लेक होती. अधूनमधून शालन तायनीला भेटायला कुशाबाच्या घरीही यायची. त्यामुळं कुशाबालाही शालनबद्दल जिव्हाळा वाटायचा.

मुरलीधर खोत ज्या कामात लक्ष घालत असे, ते तडीला नेल्याशिवाय तो राहत नाही, अशी त्याची दहा गावांत ख्याती होती.

कुशाबा त्याला म्हणाला, “पंत, बरं हुईल बगा एवडं आक्काचं जमलं

तर! आमच्या तायनीचं बी मी ठरवून ठिवलंय बगा.''

''कोणाला पसंत केलंस?''

''शिरपूरच्या चांगू पाटलाचा ल्योक!''

''काय उद्योग करतो तो?''

''टरकावर डायवर हाय!''

''ट्रकवर ड्रायव्हर? असला जावई कशाला शोधलास? दुसरा चांगला मुलगा मिळाला असता की रे तिला!''

''आता काय सांगायचं पंत तुमाला? पायाला पानं बांदून हिंडलो. एन-दोन पोरं फासबी हुती, पर त्येन्ला पन्नास हजार हुंडा पायजे!''

''मग हा ड्रायव्हरचा बाप घेणार नाही का पैसे?''

''घेनार तर. पर हे पंचवीस हजारांत भागतंय!''

''अरे, पण हुंडा घ्यायला कायद्यानं बंदी आहे!''

''पंत कायदा ऱ्हातो पुस्तकांत! पोरींच्या बांचं काय खरं नव्हं! दहा जलम पाप करावं, तवा एक लेक येती पोटाला!''

शालनसोबत तायनी आतून तयार होऊन आली. शालनकडं स्नेहभरानं पाहत कुशाबा बोलला.

''आमची ही आक्का लई गुनाची हाय बरं! चांगला नवरा घाऊ दे तुला.''

मुरलीधर बेरकी होता. तो जाता जाता म्हणाला, ''चांगल्या पोरांचीच उणीव आहे आजकाल! बघू तिच्या नशिबात काय आहे? प्रयत्न करणं फक्त आपल्या हातात!''

ते तिघं स्टँडवर आले. अंजनगावात मुरलीधरला बरेच लोक ओळखत होते. तो 'पंत' या नावाने सर्वत्र परिचित होता. सदैव काहीतरी उचापती करीत असायचा. आजपर्यंत त्याने अनेक उद्योग केले होते. पण कशातच तो स्थिरावलेला नव्हता. हसरा चेहरा. हिंदी, मराठी, कानडी आणि तामिळ भाषा सराइताप्रमाणे तो बोले. त्यामुळे प्रथमदर्शनी त्याला बघणाऱ्यावर त्याची तत्काळ छाप पडत असे. सरकारदरबारीही त्याच्या अनेक ओळखी होत्या. गावात कुणाचं काही सरकारी काम निघालं, तर लोक 'पंता'चा सल्ला

अगोदर घेत. एखाद्याच्या कामासाठी मुंबईला जावं लागलं, तर त्यालाही पंत तयार असे. तो मुंबईला आमदार निवासात उतरत असे. दुसऱ्याच्या एका कामाबरोबर आपलीही चार-पाच कामं तो मुंबईत उरकून घेई.

'अंजनगाव ते देगलूर' अशी पाटी लावलेल्या एस.टी.त ते तिघे बसले. तायनी खिडकीजवळ बसली होती. शालन तिच्या शेजारी. पुढच्या बाकावर मुरलीधर बसला. त्यानं खिशातून पैशाचं पाकीट काढून तिकिटं घेतली. तेव्हा शालन म्हणाली, "अण्णांनी मला तिकिटासाठी पैसे दिलेत की!"

"ते राहू देत. पुतणीसाठी मला थोडातरी खर्च करू दे की!"

प्रवासात तायनी कांहीशी गंभीर दिसत होती.

गाडी सुटल्यावर ती शालनला म्हणाली, "अक्का, आमच्या आबानं अण्णांचं कर्ज घेतलंय माझ्या लग्नासाठी. ते कसं फिटणार याचीच मला चिंता वाटतेय गं!"

"काहीएक चिंता करू नकोस. सर्व काही ठीक होईल!"

"तू एकटीच तसं म्हणतेस. बाकी सारे म्हणतात, आमची कबजे गहाण दिलेली जमीन जाणार!"

तायनीचा हात आपल्या हातात घट्ट धरून शालन म्हणाली, "हे बघ, तशी वेळ मी येऊ देणार नाही! माझ्यावर विश्वास आहे ना तुझा?"

"तुझ्यावर विश्वास असून काय उपयोग? उद्या तू लग्न होऊन जाशील आणि अण्णा कर्जाच्या वसुलीसाठी आमच्या त्या जमिनीचा लिलाव करतील! त्यात परवा पैसे देताना अण्णांनी चंदरचीसुद्धा कागदावर सही घेतलीय!"

"ती का? कुशाकाकानं सही नाही केली?"

"केली ना. पण अण्णा म्हणाले, 'कुशाबा, तुझं वय झालंय; उद्या तुझं काही कमीजास्त झालं तर मला माझे पैसे चंदरकडून वसूल करून घेता येतील!' म्हणून त्या कागदावर त्यांनी चंदरचीही सही घेतलीय!"

ते ऐकून शालन म्हणाली, "काय करावं आमच्या अण्णांना समजत नाही मला! असं म्हणाले कुशाकाकांना?"

"होऽऽ, संध्याकाळी घरी आल्यावर आबा डोळ्यांत पाणी आणून आईला सर्व सांगत होता."

"च् च्, जरासुद्धा माणुसकीची जाण नाही अण्णांना."

समोरच्या बाकावर बसलेल्या मुरलीधरला आपलं बोलणं ऐकू जाणार नाही, असं एकमेकींच्या कानाशी लागून त्या दोघी बोलत होत्या.

देगलूर दिसू लागले तसे एस.टी.तील लोकांनी आपआपले सामान आवरायला सुरुवात केली. मुरलीधर त्या दोघींना उद्देशून म्हणाला, "गर्दी उतरू द्या, आपण निवान्त उतरू!"

मुरलीधरचं घर गावात दक्षिणेला अंबाबाईच्या देवालयाजवळ होतं.

जाता-येता लोक देवाला हात जोडायचे. त्या देवालयामागेच मुरलीधरचं घर होतं. घरी त्याची विधवा वृद्ध आई आणि बायको होती. मुरलीधरचं लग्न होऊन आठ वर्षं उलटली होती, पण त्याला अपत्य नव्हतं. त्याच्या आईने मुलाचं पोटपाणी पिकावं म्हणून एकूणएक देवांना नवस केले होते. सून आठवड्यातले सात दिवस निरनिराळ्या देवतांचे उपवास करीत होती.

मुरलीधरसोबत आलेल्या शालनला पाहून त्याच्या आईला आनंद झाला. अण्णा खोताची बायको सरस्वती आणि मुरलीधरची आई सख्या मावसबहिणीही होत्या.

मुरलीधरने आल्या आल्या नरेंद्रला फोन लावला.

"हॅलोऽऽ, कोण वकीलसाहेब का?"

"हो, हो. मी नरेंद्रच बोलतोय. काय म्हणता पंत?"

"मग कधी येता घरी?"

"म्हणजे? अण्णा खोतांच्या मुलीला इतक्या तातडीनं घेऊन आलात की काय?"

"होय. मीही त्या खताच्या कारखान्याचं लफडं मागे लावून घेतलंय. गावोगावी धावाधाव करावी लागते मला. तेव्हा म्हटलं, हातासरशी हे काम उरकूनच टाकावं."

"ठीक आहे. परवा रविवार, मला सुट्टी आहे. सकाळी नऊ-साडेनऊच्या सुमारास आलो तर चालेल का?"

"होऽऽ, चालेल म्हणजे काय, पळेलसुद्धा!"

मुरलीधर स्वत:च्याच विनोदावर फोनवर हसला, तेव्हा नरेंद्र म्हणाला, "पण तुम्ही त्या मुलीला मी ज्या पद्धतीनं पाहणार आहे त्याची सर्व कल्पना दिलीय का?"

"त्याची काहीएक चिंता करू नका!"

"त्या वेळी तिथं दुसरं-तिसरं कोणी नसावं, हे लक्षात आहे ना?"

"पक्कं लक्षात ठेवलंय, त्याची कल्पना शालनला दिलेलीच आहे! तिची एक मैत्रीण मात्र सोबत आलीय."

"काही हरकत नाही. पण जेव्हा तुम्ही माझी शालनशी ओळख करून द्याल, तेव्हा ती मैत्रीण जवळ नसावी! कारण मला शालनशी थोडं स्पष्ट बोलावं लागणार आहे. तिला माझ्या प्रश्नांची उत्तरं देताना संकोचल्यासारखं वाटू नये!"

"काही हरकत नाही. तुमचे प्रश्न विचारून झाल्यावर तुमची शालनच्या मैत्रिणीशी ओळख करून द्यायला काही हरकत नाही ना?"

"मुळीच नाही. मग मी येतो रविवारी ठीक नऊ-वीसला!"

"थोडं पुढं-मागं झालं तरी चालेल बरं."

"ते तुम्हाला चालेल हो, पण मला चालत नाही ना? शिवाय मला वक्तशीरपणाबद्दल किती आस्था आहे हे अनायासे शालनलाही समजून येईल!"

"बरं बरं, या रविवारी!"

रविवार उजाडला. शालननं सकाळी साडेसहालाच आंघोळ उरकली. मावशीच्या आग्रहास्तव तिने त्या घरी देवपूजाही केली. त्यानंतर ती चहा घ्यायला स्वयंपाकघरात आली, तेव्हा तायनी तिथं बसली होती. ती शालनकडं निरखून पाहत म्हणाली,

"आज भलतीच देखणी दिसायला लागलीस की!"

शालन किंचित हसून म्हणाली, "तसं काही नाही, तुला तसा भास होतोय!'

"बघा हो काकी, मी म्हणते ते खोटं आहे का?" मुरलीधरच्या

बायकोला उद्देशून तायनी म्हणाली. तेव्हा सुशीला म्हणाली, ''खरंच हं शालन, आज तू वेगळीच दिसायला लागलीस!''

''मला नाही तसं वाटत!''

त्यावर तायनी म्हणाली, ''माणसाला समोर आरसा असल्याशिवाय आपण कसे दिसतो, ते कळतच नसतं!''

इतक्यात तिथं मुरलीधरच्या मातोश्री आल्या आणि म्हणाल्या, ''पोरींनो, चहा घ्या आणि बैठकीची खोली तेवढी आवरून घ्या! ह्या मुरलीधरची कागदं घरभर झालीत. त्या नकाशाची भेंडोळी बघेल तिथं दिसतात. ते सगळं आवरून ठेवा.''

चहा घेतल्यावर शालन आणि तायनी ज्या बैठकीत शालनची नरेंद्रशी ओळख करून द्यायची होती तिथं आल्या. दोघींनी ती खोली साफसूफ केली. तायनीनं मागच्या परसातल्या झाडांच्या गेंदेदार फुलांनी फ्लॉवरपॉट भरला. सोफासेटसमोरच्या टेबलावरची कागदपत्रं बाजूच्या कपाटात ठेवत ती शालनला म्हणाली,

''आक्का, हे वकीलसाहेब जरा जगावेगळे वाटत नाहीत तुला?''

''कशावरून म्हणतेस?''

''वर्षानुवर्षं लग्नासाठी मुली पाहायला जायची जी पद्धत असते, ती म्हणे यांना पसंत नाही!''

''तसं म्हणशील तर मलासुद्धा ती पद्धत आवडत नाही! लग्नाची मुलगी म्हणजे बाजारात विक्रीला ठेवलेलं जनावर नव्हे! दहा-वीस जणांच्या टोळक्यानं यायचं, समोर खाली मान घालून पाटावर अवघडलेल्या अवस्थेत बसलेल्या मुलीला, 'तुला कलाकुसर येते का? शिक्षण किती झालंय! घरी भाऊ किती, बहिणी किती?' असले ठरावीक साच्याचे फालतू प्रश्न विचारायचे.''

''हे प्रश्न फालतू कसे म्हणतेस?''

''अगं तायने, मुलगी पाहायला जाण्यापूर्वी ही सर्व माहिती मुलाच्या बाजूने घेतलेलीच असते! मग हे प्रश्न फालतू नव्हेत?''

''बरं बाई, लग्न व्हायच्या अगोदरच वकिलीणीसारखं बोलायला

लागलीस!''

"खरं सांगते तुला तायने, जेव्हा मुरलीकाकांनी या वकीलसाहेबांच्या स्वभावाबद्दल अण्णांना सांगितलं, त्याच वेळी मला वाटलं, की ही व्यक्ती सर्वसामान्य नाही!''

"नशीबवान आहेस खरी!'' तिच्याकडे कौतुकानं पाहत तायनी उद्गारली.

आतून मावशींची हाक आली, "या पोरींनो, उगाच तिथं जास्त वेळ गप्पा मारत बसू नका. खायला काय करायचं ते मुरलीधरला माडीवर जाऊन विचारा! अजून त्याची आंघोळही नाही.''

तायनी माडीवर गेली. मुरलीधर कारखान्याच्या नकाशाचा बारकाईनं अभ्यास करीत होता. उठल्यापासून त्याच कामात मग्न होता.

"काका, मावशी विचारतात खायला काय करायचं?''

"काही करा. नरेंद्र म्हणाला, पोहे सोडून दुसरं काही चालेल.''

"पोहे का नकोत?'' तायनीनं विचारलं.

"सगळ्या परंपरांना त्याला फाटा द्यायचा आहे! पोरगी बघायला जायचं म्हटलं की पोहे आलेच!''

'मग काल आक्कानं केक केलेला आहे, तो दिला तर चालेल?''

'द्या, काहीही द्या! नाहीतर चहा-बिस्किटं ठेवली तरी चालतील!''

"मावशी म्हणतात, तुम्ही आंघोळ उरकून घ्या. पावणेनऊ वाजायला आले.''

"घेतो गं, आज रविवार आहे! रोज लवकर उरकतोच की!''

"पण आज आपल्याकडे पाव्हणे यायचे आहेत!''

"ठाऊक आहे गं ते मला. पण हा पाव्हणा मी समोर नसलो तरी गैरसमज करून घेणार नाही! उलट, त्याला बरं वाटेल!''

"तरी पण काका, पद्धत म्हणून तुम्ही त्यांचं स्वागत करायला तरी खाली हजर पाहिजेत ना?'' तायनी म्हणाली.

"हे बघ तायने, तुझ्यापेक्षा मी दहा-पंधरा पावसाळे अगोदर जन्मलोय. कोणत्या माणसाशी कसं वागायचं, ते मला अधिक चांगलं समजतंय. तू जा खाली. आईला सांग, आलोच म्हणावं आंघोळ करून.''

"आणि तेवढ्यात ते आलेच तर?"

"शालनलाच पुढे पाठव. काय व्हायचं ते होऊद्या! त्याला मध्यस्थ कोणीच नको आहे ना?"

तायनीची मोठी पंचाईत झाली. घड्याळाचा काटा हळूहळू पुढं सरकत होता. नऊ वाजून दहा मिनिटं झाली तरी मुरलीधर खाली आला नाही. त्यामुळं मावशी खालून ओरडल्या.

"अरे, तुला काही अक्कल आहे का? तो मुलगा यायच्या वेळी तू नको का खाली?"

"आई, तो ज्या पद्धतीनं मुलगी पाहणार आहे, त्या पद्धतीनंच त्याला पाहू द्या. मी मुद्दामच आज इतक्यात खाली नाही येणार! त्याचं सारं आवरलं, की तायनीला पाठव मला बोलवायला!"

"मूर्ख आहेस! असं कुठं वागतात का? त्या मुलाला या घरात थोडं तरी अगत्य जाणवायला नको?"

"या घरातल्या अगत्याशी त्याला काहीएक देणं-घेणं नाही. त्याला फक्त मुलगी पाहायची आहे. तिच्याशीच बोलायचं आहे. मधे माझी कशाला उगाच लुडबुड!"

मावशी हवेत हात उडवून आत आल्या. बरोबर नऊ वीसला दारात येऊन थांबलेल्या फियाटचा हॉर्न वाजला.

शालन पुढं झाली. तिनंच पुढचं दार उघडलं. गाडीतून घराच्या दिशेनं येणाऱ्या नरेंद्रला पाहून स्मितहास्य करून शालन म्हणाली,

"याऽऽ, मी शालन."

"वाऽऽ छान!! मला हेच अपेक्षित होतं!"

शालनच्या मागोमाग आत आलेला नरेंद्र कोचावर बसता बसता म्हणाला, "पंत कामात आहेत काय?"

"नाही, आत्ताच आंघोळीला गेलेत! ते म्हणाले, तुमची दोघांची चर्चा झाली की मग बोलव. नंतरच खाली येतो!"

नरेंद्र गालातल्या गालात हसला आणि म्हणाला, "पंत माझ्यावर सवाई निघाले! बसा ना!"

अंजिरी साडी, तसलाच ब्लाउज, फारसं प्रसाधन न केलेली शालन समोरच्या कोचावर बसली. तिच्या प्रसन्न व्यक्तिमत्त्वाला न्याहाळत नरेंद्र म्हणाला, "मला तुम्हाला फारसं काही विचारायचं नाहीये. फक्त तुम्ही संधी दिली तर पुढं शिक्षण घेणार का, एवढंच विचारायचंय?"

"होऽऽ, मला खूप शिकायची हौस होती; पण अण्णा म्हणाले, मुली जास्त शिकल्या की स्थळ मिळायची अडचण येते!"

त्यावर नरेंद्र नकारार्थी मान हलवत म्हणाला, "मला मात्र नाही तसं वाटत! उलट, मुली शिकल्या की नवऱ्याने किंवा सासरच्यांनी जर त्रास द्यायला सुरुवात केली, तर नवऱ्याशी संबंध तोडून स्वतःच्या पायावर त्या समर्थपणे उभ्या राहू शकतात!"

शालन किंचित हसून म्हणाली, "पण माझ्या बाबतीत तसं काही घडण्याची शक्यता नाही."

"हे कशावरून ठरवलंत तुम्ही?"

"तुम्ही मुलगी पाहण्याची ही आधुनिक पद्धत पसंत केली आहे त्यावरून!"

"माय गॉड! शालन, मला कल्पना नव्हती. खेड्यातली मुलगी इतक्या पुरोगामी विचारांची असू शकते!"

शालननं त्यावर फक्त मंद स्मित केलं. ती म्हणाली, "काटेकोर रीतीनं वेळ पाळणारी माणसं थोडी तऱ्हेवाईक असतात असं म्हणतात!"

"म्हणजे मी तऱ्हेवाईक आहे असं म्हणायचंय?"

"नाही, पण समजा, आपलं लग्न झाल्यावर तुम्ही एखाद्या ठिकाणी ठरावीक वेळेला यायला सांगितलं आणि मला वेळेत येताच आलं नाही, तर...?"

"जर विलंबाला योग्य असं कारण असेल, तर मी कधीच रागावणार नाही. मला व्यक्तशीरपणा एवढ्यासाठीच आवडतो, की आपल्या देशात लोकांना वेळेचं बिलकूल मोल वाटत नाही. निदान आपण तरी ते समजून वागावं!"

बोलता बोलता घड्याळात साडेनऊचा टोला पडला. तेव्हा शालननं

विचारलं, “चहा घ्यायचा?”

“चालेल! पण पोहे नाहीत ना केले?”

त्यावर शालन हसत हसत म्हणाली,

“काकांनी पोह्याबाबत सक्त ताकीद केलीय!”

“अरे व्वा! पण तुमची ती मैत्रीण कुठंय?”

“आत आहे ना.”

“बोलवा ना तिला!”

“म्हणजे वधूपरीक्षा संपली असं समजू?”

नरेंद्र दिलखुलास हसला आणि म्हणाला, “परीक्षेला बसण्याच्या अगोदरच एक विद्यार्थिनी पास झालीय!”

तायनी चहाचा ट्रे घेऊन आली. तिनं केकची बशी नरेंद्रपुढं केली, तेव्हा नरेंद्र म्हणाला, “हा केक बहुधा शालनचेच केलेला असावा!”

त्यावर शालन म्हणाली, “वकिलीच्या अभ्यासाबरोबर ज्योतिषशास्त्राचाही अभ्यास केलात की काय?”

केकचा तुकडा तोंडात घालण्यापूर्वी नरेंद्र म्हणाला, “यात ज्योतिषशास्त्राचा काहीएक संबंध नाही. हा साधा ‘कॉमन सेन्स’ आहे! पंतांच्या घरी दुसरं कोणीच हा पदार्थ बनवू शकणार नाही! तेव्हा नेमका अंदाज केला, हा इथं तुम्हीच बनवला असणार! आणि तसं म्हणाल तर माझ्या ज्योतिषशास्त्रावर मुळीच विश्वास नाही! ते सर्व थोतांड आहे! Ignorance about future is a god given bliss. भविष्याबद्दलचं अज्ञान हेच खरं वरदान आहे! तायनी काय तुझं नाव?

“होऽऽ!”

“मला काही प्रश्न विचारायचे आहेत का तुला तायनी? यांच्या वतीनं?”

त्यावर शालन म्हणाली, “ती बिचारी काय विचारणार? तुम्हीसुद्धा परीक्षेला बसण्याच्या अगोदरच पास झालात!”

नरेंद्र हसला आणि म्हणाला, "You have paid me in the same coin."

त्यावर शालन म्हणाली, "घरी बसून मी थोडा इंग्रजीचा अभ्यास करीत होते बरं! पण तुमचं इंग्रजी मला समजण्यापलीकडचं आहे!"

त्यावर नरेंद्र म्हणाला, 'त्याची चिंता नको. आपण घरी, बाहेर एकमेकांशी इंग्रजीतच बोलू, आपोआप तुमचं इंग्रजी सुधारेल!"

मुरलीधर आंघोळ उरकून जिन्यावरून हसत हसत खाली उतरला आणि नरेंद्रकडं पाहत म्हणाला,

"झाली का मनासारखी वधूपरीक्षा?"

"यांना विचारा?" शालनकडे बोट दाखवून नरेंद्र म्हणाला.

शालननं फक्त गोड स्मित केलं.

मुलगी पाहण्याचा तो जगावेगळा कार्यक्रम असा त्या घरात पार पडला होता.

पाच

नरेंद्र गेल्यानंतर मुरलीधरनं शालनला विचारलं.

“मी म्हणालो ते खरंय की नाही?”

“कोणतं?”

“त्याचा स्वभाव थोडा तऱ्हेवाईक नाही वाटला?”

“मुळीच नाही! तरुण कसा असावा, याचा आदर्श वाटले ते मला!”

“पण हे बघ शालन, उद्या तुझे आणि त्याचे मतभेद व्हायला लागले, की मग मला दोष देऊ नकोस! वधूपरीक्षेला जाताना घरच्या कोणालाच सोबत न नेणे हा प्रकारच कोणा व्यवहारी माणसाला पसंत पडणार नाही.”

त्यावर शालन म्हणाली, “काका, मी माझ्या ओळखीच्या काही मुलींच्या बाबतीत पाहिलं, की मुलगी पहायला येणाऱ्यांना ही सोयरीक जमण्यापेक्षा ती मोडेल कशी, याचीच जास्त चिंता असते! वरपक्षाचा टेंभा मिरवणाऱ्यांची मला मनापासून कीव करावीशी वाटते.”

“तायने, तुझी मैत्रीण काय म्हणते ते ऐकलंस का?”

त्यावर तायनी म्हणाली, “ती म्हणतेय त्यातला शब्द न् शब्द खरा आहे. मीसुद्धा त्याचा सात-आठ वेळा अनुभव घेतला आहे आणि या शेवटच्या खेपेला आबाची होणारी धावपळ आणि लोकांच्या विनवण्या थांबाव्यात म्हणूनच मी ‘ड्रायव्हर’ पसंत केला.”

“पण काही म्हण तायने, ड्रायव्हरच्या व्यवसायाबद्दल फारसं चांगलं

बोललं जात नाही.''

त्यावर शालन चटकन म्हणाली, ''काका, समाजात कोणीतरी ड्रायव्हरचं काम करायलाच हवं की नको? तुम्ही एक विसरता आहात, कुठलंही श्रमाचं काम हे हलकं असूच शकत नाही. आता आमच्या शेतात, अण्णांच्याकडून कर्ज घेतलेली माणसं राबायला येतात. मला तर त्यांच्याबद्दल नेहमी जिव्हाळाच वाटतो! बिचारी व्याजाच्या मोबदल्यांत उन्हातान्हात घाम गाळत काम करतात!''

''ते लोक काय काम फुकट करत नाहीत. त्यांची तुझ्या अण्णांनी गरज भागवलेली असते.''

''पण मुळातच मला सावकारी हा धंदाच आवडत नाही!''

तिच्या तोंडाकडे हात नेत मुरलीधर म्हणाला, ''शालन, हा तुमच्या घराण्यातला पिढीजात व्यवसाय! अण्णा दुसरं काय करू शकले असते?''

''स्वत: शेती करावी. चाळीस-पन्नास एकर घरची जमीन नाही? पण अजूनही दुसऱ्यांच्या जमिनी घ्यायची हाव त्यांना सुटत नाही!''

तायनीला शालनचा निर्भीड स्वभाव ठाऊक होता, पण मुरलीधरकाकापुढे ती इतक्या स्पष्टपणे वडिलांबद्दल बोलेल, याची तिला कल्पना नव्हती.

त्यावर मुरलीधर म्हणाला, ''आता मला पटलं. लवकरात लवकर लग्न होणं हेच अण्णांच्या हिताचं आहे!''

त्यावर शालन म्हणाली, ''म्हणून तर मी जगावेगळ्या पद्धतीनं मुली पाहणाऱ्याला पसंत केलेलं आहे! खरंतर मला सर्वप्रथम तुमचेच आभार मानायला हवेत!''

''माझे? ते कशासाठी?''

''नरेंद्रची अन् माझी भेट घडवल्याबद्दल!''

''खरंच हं काका,'' तायनी मध्येच म्हणाली, ''हिला अगदी योग्य असा जोडीदार तुम्ही शोधलात!''

''अगं, पण त्याचं श्रेय मला कशाला? दिगंबरअण्णांनी त्याला कचेरीत काम चालवताना पाह्यला आणि त्यांनाच वाटलं, की तो आपल्या शालनला योग्य होईल.''

"ते खरं; पण त्या वेळी अण्णांना त्यांचा स्वभाव, आवडीनिवडी काहीएक ठाऊक नव्हतं. त्या तुम्हाला ठाऊक होत्या. तरीही तुम्ही मला इथं देगलूरला घेऊन आलात! मग याचं श्रेय मी अण्णांना कशासाठी द्यावं?"

"तू मला सहजासहजी बोलण्यात हार जाणार नाहीस!"

"जे सत्य आहे तेच बोलले. उगाच तोंडावर कोणाची स्तुती करणं मला आवडत नाही! अण्णांना माझा हा स्वभाव नेहमीच खटकतो. तसं म्हणाल, तर अण्णा विलासचे जे लाड खपवून घेतात, ते कधी कधी मला मुळीच पसंत पडत नाही! परवा पैसे पाठवून जेमतेम आठ-दहा दिवस झाले असतील नसतील, तोवर त्यानं दीड हजार मागितले! अण्णांनी थोडी कुरबुर केली; पण नंतर दिलेच की पैसे पाठवून!"

"तो बी.ए. झाल्यावर काय करणार आहे?"

"आत्ता तरी म्हणतोय 'लॉ' करणार; पण ते सर्व होईल तेव्हाच खरं!"

"खरं सांगतो शालन, तुलाच अण्णांनी मावशीकडं पुण्यात शिकायला ठेवणं जरुरीचं होतं!"

"एवढी मी कुठली हो भाग्यवान? दहावीत असताना थत्तेमास्तर माझ्याबद्दल तक्रार करीत घरी आले आणि माझं शिक्षण संपलं!"

"ते का?"

"विचारा की ते या तायनीला?"

"काय तायने, काय कारण घडलं हिचं शिक्षण बंद करायला?"

"हिचं हे वागणंच की! आमचे वर्गशिक्षक थत्ते हे उशिरा येणाऱ्या मुलांना वर्गात पंधरा मिनिटं उभं करीत. आणि ते स्वतःच एकदा उशिरा आले वर्गावर. तेव्हा मुलं चुळबुळ करीत होती. पण कोणी काही बोलू शकलं नाही. तेव्हा पुढच्या बाकावर बसलेली ही शालन उठून त्यांना म्हणाली, 'सर, तुम्ही उशिरा येणाऱ्या मुलामुलींना शिक्षा करता, आज तुम्हीच उशिरा आलात, तुम्हाला कोण शिक्षा करणार?"

थत्तेमास्तर तिच्या प्रश्नाचे उत्तर देत म्हणाले, "आज माझी सायकल पंक्चर झाली, त्यामुळे उशीर झाला!"

त्यावर शालन म्हणाली, "मुलांनाही उशिरा वर्गात यायला अशीच काहीतरी कारणं घडतात. पण तुम्ही त्यांना कसलाच खुलासा करायची संधी न देता उभं राहण्याची शिक्षा ठोठावता, हा अन्याय नाही का?"

थत्ते त्यावर अधिक काही बोलले नाहीत. त्या संध्याकाळी ते सरळ अण्णांच्या वाड्याकडं आले. अण्णांना म्हणाले, "दिगूअण्णा, तुमच्या शालनला तुम्ही अधिक न शिकवले, तरच त्यात तुमचं हित आहे!"

अण्णांना त्यांनी सकाळी शाळेत घडलेला प्रसंग सांगितला आणि ते म्हणाले, "मुलीच्या जातीनं विनयशील आणि नम्र राहायला हवं. तिचा हा फटकळपणा लोकांना समजला, तर हिला उद्या स्थळ मिळणं कठीण होईल!" आणि त्या दिवसापासूनच शालनची शाळा बंद झाली. असा आहे तो प्रसंग.

त्यावर मुरलीधर म्हणाला, "बरोबर आहे थत्तेमास्तरांचं! अण्णांनी घेतला तो निर्णयही योग्यच म्हणायला पाहिजे."

शालन त्यावर म्हणाली, "पण त्यामुळं माझ्यावर अन्याय झाला! ही तायनी दहावी पास झाली. पण माझं मात्र शिक्षण मधेच थंडावलं!"

"असू दे, त्यामुळं तुला नरेंद्रचं स्थळ मिळालं!"

"नरेंद्रनी मला विचारलं, की संधी दिली तर पुढं शिकाल का म्हणून!"

"मलाही तसंच म्हणाले ते. मग तू काय सांगितलंस त्यांना?"

"आनंदानं शिकेन म्हणाले."

"बरोबर आहे. विठ्ठलरावांनी नुकतीच गावातल्या हायस्कूलला दोन लाखांची देणगी जाहीर केलीय. या वर्षापासून दहावीचाही वर्ग सुरू होईल धानोरीला."

"पण मी आता शाळेत नाही जाणार!"

"मग पुढं शिकणार कशी?"

"एक्स्टर्नल बसेन! एवीतेवी तीन वर्षांची गॅप पडलेलीच आहे."

"म्हणजे होतं ते भल्यासाठीच म्हणायचं तर?"

"ते काय असेल ते असो; पण माझी मात्र अंजनगावातून सुटका

होतेय, याचंच मला समाधान वाटतंय!''

"अजब आहे बुवा! कधी कधी तुझ्या लग्नाचा विषय निघाला की अण्णा सचिंत व्हायचे; ते का, हे आज मला समजलं!''

"सचिंत व्हायचं काय कारण होतं?''

"अगं, लग्न होऊन सासरी गेल्यानंतर असा फटकळपणा करू लागलीस, तर तिथं कोण खपवून घेणार?''

"पण माझ्या सुदैवानं सासरे आणि नवरा दोघेही पुरोगामी विचाराचे मिळाले.''

"मिळाले म्हणजे? ते अजून निश्चित व्हायचं आहे. लग्न कुठं व्हायचं, कसं व्हायचं हे कुठं ठरलंय? अण्णांनी संमती नको द्यायला?''

"अण्णांच्या संमतीचा प्रश्न येतोच कुठं?''

"त्यांनीच तर बजरंगला माहिती काढायला पाठवलं होतं.''

"ते काही असो, मला नरेंद्र पसंत आहेत. मीही त्यांना पसंत आहे! लग्न केव्हा, कुठं अन् कसं व्हावं, याचा निर्णय आम्ही दोघंच घेऊ!''

कपाळावर हात मारून घेत मुरलीधर म्हणाला, "बघ तायने, तुझी मैत्रीण अफलातून आहे की नाही?''

त्यावर तायनी म्हणाली, "पण ती कुठंही गेली तरी कधीही वावगं वागत नाही! त्यामुळं मला मात्र तिच्याबद्दल कसलीच चिंता नाही.''

मुरलीधरला कारखान्याच्या साइटवर जायचं असल्यानं तो म्हणाला, "मी निघतो आता. संध्याकाळी अंजनगावला निघू!''

"का? आणखीन एक-दोन दिवस मी आणि तायनी इथं राह्यलो तर जड होईल?'' शालननं मुरलीधरला विचारलं.

मुरलीधर हसत हसत म्हणाला, "राहा बाई, दोनाला चार दिवस राहा. अण्णांना फोन करून काय घडलं तो वृत्तान्त कळवतो.''

तायनी आणि शालन त्या दुपारी मुरलीधरच्या शेताकडं गेल्या. समस्त खोतकुटुंबीयांच्या प्रत्येक गावी पाच-पन्नास एकर जमिनी होत्या. काहीजण त्या स्वत: कसायचे, तर काहीजणांनी त्या जमिनी बटाईनं दिलेल्या होत्या. मुरलीधर खोतानं आपली तीस-पस्तीस एकर जमीन कुळाला

लावलेली होती. बाकीच्या पंधरा एकर जमिनीची तो अधूनमधून स्वत:च देखभाल करीत असे. शेतात विहिरीजवळ आंब्याची दहा-पंधरा झाडं होती. विश्रांतीसाठी तिथं मुरलीधरचं कौलारू घर होतं. पण मुरलीधरला शेतीत स्वारस्य नव्हतं. त्यामुळं तो केव्हातरी शेताकडं जायचा. मजुरांचाच तिथं जास्त वावर असे.

शालननं आपण शेतावर जाणार असं जेव्हा मावशीला सांगितलं, तेव्हा त्या म्हणाल्या, "अगं, शेत दूर आहे. जाऊन येणार केव्हा परत जेवायला? त्यापेक्षा चार चपात्या, भाजी, चटणी काहीतरी तिथं खायला बांधून घे!"

शालन उत्साहानं म्हणाली, "मावशी, तायनीला सोबत घेऊन मी नेहमी आमच्या शेतावर जायची. पण आताशी अण्णा मला कुठं बाहेर जाऊच देत नाहीत!"

"का? काय बिघडतं त्यात?"

"कुणास ठाऊक? त्यांना कोण विचारणार? तो विलास मात्र वर्षातून दोन-तीन वेळा आपले पुण्याचे मित्र घेऊन येतो आणि चार-आठ दिवस तिथं मळ्यात धिंगाणा घालतो! ते मात्र अण्णांना चालतं!"

"तो मुलगा आहे शालन! मुलाच्या जातीनं काही केलं तरी खपतं!"

"हेच मला मुळात पटत नाही मावशी! मला शेतावर जायची परवानगी दिली, तर मी कोणाचा हात धरून पळून जाईन का?" शालननं समोर बसलेल्या मावशीला विचारलं.

मावशी तोंडाला हात लावून म्हणाल्या, "शालन, असं आपण चांगल्या कुळातल्या मुलींनी बोलू नये! मला तुझा स्वभाव ठाऊक आहे. पण न्हात्याधुत्या मुलींनी लग्नाअगोदर फारसं घराबाहेर वावरू नये! जग हज्जार तोंडानं हज्जार बोलतं!"

त्यावर शालन म्हणाली, "मी धाकट्या मावशीकडं पुण्याला गेले होते परवा. तेव्हा पाह्यलं, पुण्यातल्या पोरी कशा वागतात ते! अगं मावशी, बेधडक स्कूटर हाणतात! बड्या बापांच्या पोरी गाड्यासुद्धा चालवतात. हॉटेलात कॉलेजातल्या मित्रांच्या सोबत कॉफी पितात! आहेस कुठं तू?

त्यांची काय लग्नं होत नाहीत? त्या काय अगदी फालतू समजतेस? उलट, मुलांच्या सहवासात वावरणाऱ्या पोरीच शहाण्या असतात. त्यांना कोणी फसवूच शकत नाही! पण माझ्यासारखीला घरी बंधनात ठेवलं की, ती बंधनं झुगारून बिनधास्त जीवन जगावं, असं कधी कधी वाटायचं!''

"तू बोलायला कोणालाच ऐकणार नाहीस! काल तो टाकळकरांचा मुलगा तुला 'तू परीक्षेला बसण्याअगोदरच पास़ झालीस' म्हणाला, तेव्हा तूही त्याला तो पेपर न सोडवताच पास झाला असं नाही म्हणालीस? बरं धाडस होतं बाई तुझं परक्या पुरुषासमोर इतकं स्पष्टपणं बोलायचं! ही तुझी मैत्रीण तायनी बघ? दहा प्रश्न विचारले तर एकदाच तोंड उघडते. काही विचारलं की तोंडानं फक्त हूं हूंऽऽ करीत राहील.''

"म्हणूनच कधीही न बघितलेल्या त्या ड्रायव्हरशी लग्न करायला तयार झाली!''

"मग आम्हीतरी लग्नाअगोदर आमच्या नवऱ्याला कधी बघितला होता? त्यांचं दर्शन झालं ते बोहल्यावरच की! पण म्हणून काही आमचा संसार व्हायचा राह्यला का?'' मावशी म्हणाल्या.

त्यावर शालन म्हणाली, "हे बघ मावशी, बैलगाडीला दोन बैल जोडतात, गाडीवानाच्या चाबकाचा फटकारा पाठीवर बसला की दोन्ही बैल गाडी ओढत राहतात. त्या वेळी एका बैलाला दुसरा बैल कोण आहे हे कुठं समजतं? मानेवर 'जू' आहे तोपर्यंत चालत राहायचं! तशीच इथली लग्नाची पद्धत! म्हणूनच जेव्हा नरेद्रनं मुरलीधरकाकाला सांगितलं की मला पारंपरिक पद्धतीनं मुलगी पहायची नाही, माझी अन् तिची अनौपचारिक अशी ओळख करून द्या, त्या वेळीच मला कळून चुकलं, की आपल्याला हवा तसा जोडीदार सांगून आला आहे.''

"तू एक धाडसी आहेस. अशा सगळ्याच पोरी कशा असतील?''

"म्हणूनच पारंपरिक पद्धतीनं ठरवलेल्या दहा लग्नांतील आठ लग्नं रखडतात! एखाद् दुसरेच आनंदात संसार करतात! याबाबत खूप काही वाचलंय मी.''

कपाळाला हात लावून मावशी म्हणाली, "असलं कधी आमच्या

वेळी कुणाकडून ऐकलं नव्हतं बाई!''

"हे काहीच नाही मावशी! आजकाल लग्नापूर्वी मुलाचं आणि मुलीचं रक्त तपासून पाहतात! रक्तगट एकाच प्रकारचे असले तर प्रजोत्पत्ती निर्दोष होत नाही. बऱ्याच ठिकाणी मुलंच होत नाहीत! या काकूचं आणि काकाचं लग्न होऊन अकरा वर्षे झालीत, तुमच्या घरी पाळणा हलला का? हिला कधी डॉक्टरकडून तपासून आणलंय का? का उगाच तिच्यातच दोष आहे म्हणून तिच्यावर ठपका ठेवता? कदाचित मुरलीधर काकाच्यातसुद्धा दोष असू शकेल?''

शालन असंच काहीतरी जिभेला हाड नसल्यासारखं बोलतेय, असं समस्त खोतकुटुंबात समजलेलं होतं. त्यामुळं तिच्या लग्नाचा विषय निघाला की दिगंबरअण्णा चिंताग्रस्त व्हायचे! ही पोर लग्न झालेल्या ठिकाणी फार काळ टिकणार नाही, अशी सर्वांच्याच मनात भीती होती. मुरलीधरलाही तिचा स्वभाव ठाऊक होता. शालन थोडीशी तऱ्हेवाईक आहे हे मुरलीधरला ठाऊक होते, म्हणूनच तिचं तसल्याच तऱ्हेवाईक मुलाशी लग्न ठरवलेलं बरं, असं त्यालाही वाटलं होतं. दिगंबरअण्णांनी नरेंद्रबद्दल त्याला विचारलं, तेव्हा मुरलीधरनं आनंदानं ते काम स्वीकारलं होतं. इतकंच नव्हे तर औपचारिक पद्धतीनं त्या दोघांची ओळखसुद्धा करून द्यायचं त्यानं टाळलं होतं. त्या दोघांनाच आपापली ओळखसुद्धा करून घ्यायची संधी त्यानं निर्माण करून दिली होती. मुरलीधरची पत्नी सुशीला ही शालनपेक्षा फक्त पाच वर्षांनी मोठी होती. मुरलीधरचंही वय तसं फारसं नव्हतंच. तेव्हा ती सुशीलेला काकू न म्हणता 'सुशाक्का' म्हणायची! या सुशाक्काचं आणि शालनचं फार सख्य होतं. दोघी तासन् तास गप्पा मारायच्या! जुनाट वळणाच्या घरात जन्मलेल्या सुशीलेला शालनचे विचार ऐकायला खूपच आवडायचे!

सुशीलाने गरम गरम चपात्या, त्यावर कांदा घातलेला फोडीव झुणका, लसूण-खोबऱ्याची चटणी आणि दहीभाताचा डबा तयार करून तायनीकडं देत म्हटलं, "आता शेताकडून लागलीच परत यायची घाई नका करू!''

"आता घाई कशाला करू सुशाक्का! तूही सोबत आली असतीस तर

बरं झालं असतं! मावशी, हिलाही नेऊ का सोबत?'' शालन म्हणाली.

''तुझा काका कुठंय घरात? त्याला नको विचारायला?''

''त्याला कशाला विचारायला पाहिजे? तुम्हा लोकांचं चुकतं ते इथेच! आता ही सुशाक्का, समज आमच्या सोबत शेतावर आली तर काय मोठा गहजब उडणार आहे? खोताची बायको नवरा सोबत नसताना शेतावर का गेली, असं कोण विचारणार आहे तुम्हाला?''

दोन-तीन वेळा कपाळाला हात लावून मावशी म्हणाली, ''आपल्यात अशी पद्धत नसते बाई!''

''जन्मभर याच पद्धती पाळत बसा तुम्ही! चल ग तायने! मावशी, विहिरीला पाणी आहे का गं? एक पुरुषभर पाणी असलं तरी पोहीन म्हणते मी! सुशाक्का, तुझा एखाद् दुसरा ज्यादा परकर असला तर दे मला.''

''अगं शालन, शेतावर गडीमाणसं असतात. तुम्ही दोघी पोहू लागल्याचं पाहून ती काय म्हणतील बरं?''

''लवकरच जग बुडणार आहे म्हणतील! मावशी, काय तुझे हे विचार गं? कसे तू दिवस ढकलतेस सुशाक्का, देव जाणे बाई! चल तायने, तो सुशाक्काचा परकर घे.''

शालन आणि तायनी शेताकडं आल्या. आल्या आल्या शालननं विहिरीत डोकावून पाह्यलं. पोहण्याइतकं पाणी पाहून तिनं तायनीला म्हटलं, ''चल तायने, बऱ्याच दिवसांनी पोहायची संधी मिळतेय! चार हात मारून घेऊ!'' त्या दोघींना पाहून मुरलीधरचा गडी विठोबा तिथं आला. तो कर्नाटकातला होता. इतकी वर्षं तो महाराष्ट्रात राहूनही कानडी-मराठीची भेसळ करून बोलायचा.

''येन्री अक्का, कधी आलाव देगलूरला?''

''झाले दोन-तीन दिवस. तू कसा आहेस?''

''नांव छलू एदेव.''

''बरं, हे बघ विठोबा, आम्ही दोघी इथं पोहणार आहोत! कोणा गडीमाणसांना सोडू नको इकडं!''

''हिकडं कोन येतंय ओ. पवा म्हनं की बक्कळ! इकडे यारु बी

बरांगइल्ला.''

विहिरीला पायऱ्या होत्या. दोघींनी साड्या सोडल्या. परकरांचे काचे मारले. अंगावर फक्त ब्रेसियर आणि परकर घालून दोघीही हळूहळू विहिरीत उतरल्या. त्या सहा-सात वर्षांच्या असतानाच कुशाबानं त्या दोघींनाही दिगंबरअण्णांच्या विहिरीत पोहोयला शिकवलं होतं. दिगंबरअण्णांना जेव्हा ते समजलं, तेव्हा दिगंबरअण्णा कुशाबावर खवळले होते, ''हा काय आगाऊपणा केलास कुशाबा? पोरींना पोहायला शिकवलंस?''

''होय, मुद्दामच शिकवलं! पोरी नशिबानं लग्न होऊन नदीकाठच्या गावी दिल्या गेल्या, तर नदीकडं गेल्याशिवाय राहणार नाहीत आणि चुकून पाय घसरला तर बुडणार नाहीत, म्हणून मुद्दामच शालाक्काला आणि तायनीला शिकीवलंय. कधी सासरी भांडनं झाली की पोरी रागाच्या भरात नदीला जीवबी देत्यात! ते आपल्या पोरी कंदी करणार न्हाईत!''

दिगूअण्णांनी कुशाबाच्या दूरदृष्टीचे फारसे कौतुक जरी केले नसले, तरी ते मोघमात बोलले, ''बरं केलंस जा!''

तेव्हापासून दिगंबरअण्णा तालुक्याला किंवा जिल्ह्याच्या ठिकाणी गेले रे गेले, की तायनी आणि शालन मळ्यातल्या विहिरीत डुंबायला यायच्या! त्या दिवशी त्या अर्धापाऊण तास हसतखिदळत पोहल्या. नंतर काठावर येऊन बसल्या. दोघींचेही परकर भिजून अंगाला चिकटले होते. तायनीकडं पाहत शालन मिस्कीलपणे म्हणाली, ''तायने, हे ब्रेसियर बदल आता, फार घट्ट बसतात!''

''चल, चावट! काहीतरी बोलू नकोस उगीच.'' तायनी छातीवर हात धरून म्हणाली.

''आईशप्पथ सांगते, फारच छान दिसायला लागलीस तू अलीकडं! त्या ड्रायव्हरचं नशीब! नाहीतर त्याला तुझ्यासारखी अशी 'मनोरमा' कशी मिळाली असती? तायने, खरंच मला किनई काय वाटतं सांगू?''

''काय वाटतं?'' पायरीवर बसून हातानं पाणी उडवत तायनीनं विचारलं.

''तुला घट्ट मिठी मारून तुझा पापा घ्यावा!''

“कोणीतरी ऐकलं तर काय म्हणेल?”

“कोण येतो इथं मरायला? विठोबाला सांगून ठेवलंय मी, की कोणाला सोडू नको म्हणून! तायने, तुला कधी स्वप्नं पडतात का गं?”

“कसली?”

“आपण कोणातरी तरुणाच्या मिठीत असलेली?”

“नाही बाई!”

“मला पडतात बाई! जाग आली की खूप हळहळायला होतं!”

“कोण येतं स्वप्नात?”

“त्याला चेहराच नसतो! पण त्यानं मला घट्ट मिठीत घेतलेलं असतं. त्याचे उष्ण नि:श्वाससुद्धा माझ्या गालाला जाणवतात!”

“असली कसली घाणेरडी स्वप्नं पडतात गं तुला?”

“अगं ही घाणेरडी नव्हेत, आपल्याला तारुण्य प्राप्त झाल्याची ही लक्षणं आहेत! आमच्या विकासचं पाह्यलंस ना? तो मंदबुद्धीचा असला, तरी आता तरुण झालाय. वाड्यात पोरीबाळी आल्या की त्यांच्याकडं टक लावून पाहत असतो. मधेच खदाखदा हसतो! अण्णांना आताशी माझ्यापेक्षा त्याचीच अधिक चिंता लागून राह्यलीय. तो त्या गणपुलेवकिलांच्या मुलासारखा पोरींच्या मागे धावेल, अशी त्यांना भीती वाटतीय. त्याला घरातून बाहेरही सोडत नाहीत आताशी. चल, आता थंडी वाजायला लागली. कपडे बदलून जेवून घेऊ. मग निवान्त बंगल्यात गप्पा मारत बसू!”

दोघीही विहिरीतून वर आल्या.

❀

सहा

दिगंबरअण्णांना मुरलीधरनं शालनला मुलगा दाखवण्याचा कार्यक्रम कार्यक्रम पार पाडल्याचे फोनवर सांगितले, तेव्हा अण्णा म्हणाले, "मग काय निष्पन्न झालं?"

"काय होणार? नरेंद्रला शालन पसंत आहे. तिलाही तो आवडलेला आहे!"

"अरे, पण त्याच्या आईवडिलांनी नको का आपली पसंती कळवायला?"

"त्याची काही गरज नाही. नरेंद्र स्वत: आपल्या लग्नाचा निर्णय घेणार आहे."

"अरे, पण रीतभात म्हणून तरी?"

"हे बघा अण्णा, तुम्हाला शालनचा स्वभाव ठाऊक आहे. तीही स्वत: निर्णय घेण्यास समर्थ आहे. रीतभात, याद्या, देणंघेणं या सर्व उपचारांना फाटाऽऽ."

"अरे, पण मला हा सारा पोरखेळ वाटतो मुरलीधर!"

"मलाही सुरुवातीला तसंच वाटलं होतं; पण इथून जाताना तो इंग्रजीत मला म्हणाला, 'वुई आर बॉर्न फॉर इच आदर!' एकमेकांसाठीच आम्ही जन्मलेलो आहेत. शालन तो येऊन गेल्यापासून भलतीच खुषीत आहे. तिला आज संध्याकाळी अंजनगावला जाऊ म्हणालो, तर ती म्हणाली, आम्ही इथं चार दिवस राह्यलो तर तुम्हाला जड होईल का? असं म्हटल्यावर

काय करायचं सांगा?''

''बरं, तिच्या नशिबात असेल ते होईल म्हणायचं आणि सोडून द्यायचं झालं!''

''बरं, तुझं खताच्या कारखान्याचं कुठपर्यंत आलंय?''

''बरीच प्रगती आहे. पन्नास हजार रुपयांचं भागभांडवल जमा झालंय. आता गव्हर्मेंटची परवानगी मिळाली आणि सबसिडी मंजूर झाली की, मशीनरीची ऑर्डर द्यायची!''

''बरं धाडस केलंस बुवा. नाहीतर आमचं बघ, शेती आणि सावकारी या जंजाळातून बाहेर पडताच येत नाही. बरं, मग पोरींना केव्हा घेऊन येतोस?''

''येतो एक चार दिवसांत. पण उद्या धानोरीला जाऊन विठ्ठलरावांना भेटावं म्हणतो. नरेंद्र कांहीजरी म्हणाला असला, तरी आपण ही गोष्ट विठ्ठलरावांच्या कानावर घालणं जरुरीचं आहे.''

''नरेद्रनं त्यांना सांगितलं नसेल?''

''कुणास ठाऊक सांगतो की नाही? पण मी मात्र तिकडं जाऊन काय काय घडलं, ते विठ्ठलरावांना सांगणार आहे.''

''बरोबर आहे तुझं. अरे, पोरं काहीजरी म्हणत असली तरी व्यवहार कुणी गुंडाळून ठेवतं का? ये जाऊन. पण मी नको त्यांना भेटायला?''

''असं करतो, प्रथम मी जाऊन त्यांना घडलेला प्रसंग सांगतो, ते काय म्हणतात ते ऐकतो आणि नंतरच तुम्ही व मी मिळून एकदा जाऊन येऊ!''

''ठीक आहे. तुला योग्य वाटते तेच करत जा! पण आमच्या बजरंग कुंभारला तुझ्या सोबत पाठवला असता, तर बरं झालं असतं! बजरंग विठ्ठलरावांना चांगला ओळखतो. नुकतीच त्यानं स्वत:साठी मारुती व्हॅन खरेदी केलीय. दोघेही त्याच्याच गाडीतून जाऊन याल!''

''नको नको अण्णा, माझा मीच जातो.''

''ठीक आहे.''

मुरलीधर धानोरीला आला. गावात जिकडंतिकडं द्राक्षाचे मळे दिसत

होते. गाव ऐन दुष्काळी प्रदेशात असूनही लहानमोठ्या शेतकऱ्यांनी छोट्या विहिरी आणि बोअर मारून आपल्या जमिनीत द्राक्षं लावली होती. त्या भागातील सीडलेस, काळी साहेबी, सिलेक्शन सेव्हन अशी द्राक्षं गोडीला अप्रतिम असत. सीझनला मुंबईवरून व्यापारी टेंपो घेऊन यायचे! त्या गावचं रूपांतर घडवण्यात विठ्ठलरावांचा हातभार फार मोठा होता.

मुरलीधर गावातल्या स्टँडवरून टाकळीकरांच्या वाड्याकडे आला. विठ्ठलराव वाड्यातच होते. पांढरा मलमलीचा कुरता आणि धोतर अंगात होते. पन्नास-बावन्न वर्षांचे विठ्ठलराव वयाच्या मानाने भलतेच तरुण वाटत. ते वाड्यातल्या सोप्यात बसले होते. बाजूला सतरंजीवर काही रयत बसले होते.

प्रवेशाद्वारातून मुरलीधर आत येताच ते उठले आणि मुरलीधरला म्हणाले, "या व्याही. तुमच्याच प्रतीक्षेत होतो."

मुरलीधरला त्यांनी व्याही म्हणून संबोधताच तो किंचित हसून म्हणाला, "म्हणजे चिरंजीवांनी देगलूरला काय काय घडलं, ते सांगितलेलं दिसतंय!"

मुरलीधरच्या हाताला धरून व्हरांड्यातल्या कोचावर बसवत विठ्ठलराव म्हणाले, "प्रथम मला तुमचे आभार मानायला हवेत!"

"ते कशाबद्दल?"

"अहो, गेली तीन वर्षं मी त्याच्या मागे लागलो होतो, मुलगी पाहायला जाऊ म्हणून! पण तो भलताच चमत्कारिक! मला म्हणायचा, जनावराच्या बाजारात गाय किंवा म्हैस खरेदी करायला जातात, तसल्या पद्धतीनं मला मुलगी पाहायची नाही! तेव्हा तुम्ही कसा काय ताळ्यावर आणला त्याला?"

त्यावर मुरलीधर म्हणाला, "त्यांच्या तंत्रानंच सारं घेतलं! ते म्हणाले, 'पारंपरिक पद्धतीनं मी मुलगी पाहायला येणार नाही!' म्हटलं राहू दे! तुम्हाला ज्या पद्धतीनं मुलगी पाहायची आहे तशी बघा! तर म्हणाले, 'मी सहज तुमच्या घरी आल्यासारखा येणार. तुम्ही माझ्याशी मुलीची ओळख करून द्या. नंतर त्या खोलीतून बाहेर पडा! तिला माझ्याशी निःसंकोचपणे बोलता आलं पाहिजे!' म्हटलं, ठीक आहे. मीही त्यांच्यावर कडी केली. मी

खाली गेलोच नाही. आमच्या शालनलाच पुढं धाडलं! त्या दोघांची चर्चा झाल्यानंतर मगच मी माडीवरून खाली आलो. दोघांच्याही वागण्यावरून ताडलं, की काम फत्ते झालेलं आहे. तरीही म्हटलं, आपली मुलीची बाजू आहे. तरुण पिढी कितीजरी सुधारलेली असली, तरी आपण व्यवहार सोडायचा नाही. म्हणून आपणाला भेटायला आलो!''

"बरं केलंत, मीही दिगंबरपंतांना भेटायला जावं म्हणतो एक-दोन दिवसांत!''

"आपण जाणार?''

"हो. का?''

"नाही म्हणजे...?''

"हे बघा मुरलीधरपंत, नरेंद्र हा काही एकदमच पुरोगामी विचारसणीचा झालेला नाही. त्याच्यावर बालपणापासून माझे संस्कार घडलेत. त्याचाच हा परिणाम आहे. पण त्याचा स्वभाव लोकांना थोडा चमत्कारिक वाटतो. त्यामुळं चांगली मुलगी सून म्हणून या घरात येते की नाही, अशी मला एकसारखी चिंता लागून राह्यली होती. पण तुम्ही ती मोठ्या कौशल्यानं मिटवलीत बुवा!''

"तुम्हाला काय सांगितलं त्यांनी?''

"मुलगी पसंत करून आलो म्हणाला.''

"आणखी काय म्हणाले?''

"माझ्याकडे एक सेशनचा खटला आला आहे, तेवढा संपवतो आणि मगच लग्नाची तारीख निश्चित करू म्हणाला!''

"काही हरकत नाही. पण तोपर्यंत आपण एक पद्धत म्हणून याद्यातरी करून ठेवू!''

"याद्या?'' विठ्ठलराव मोठ्याने हसले आणि म्हणाले, "पंत, याद्याफिद्यांची काही गरज नाही. मी स्वत: मुलीच्या बापाकडून एक तांबडा पैसाही घेणार नाही. मानपान असली काही अपेक्षा नाही. लग्न जरी वैदिक पद्धतीनं व्हायचं असलं, तरी त्यासाठी कसलाही डामडौल होणार नाही. फालतू एक पैसाही खर्च केला जाणार नाही. फक्त या दोघांचा विवाह झाला आहे हे संबधितांना

समजावे, या हेतूने पाचेकशे लोकांना मी जेवण घालणार आहे! कोणाकडून आहेर-फिएर स्वीकारला जाणार नाही!''

''तुमचं एवढं मोठं नाव, त्यात एकुलता एक मुलगा. तोही कायद्याचा पदवीधर! तुमची ही जायदाद, हा वाडा, हे सर्व असताना तुमच्या खानदानाला शोभेल असा लग्नसोहळा नको व्हायला?''

''खानदानाचा मी आजतागायत कधीच विचार केलेला नाही पंत! मग या लग्नाच्या निमित्तानं मी तो का करावा? आजकाल आपल्या या भागात पाऊस पडतो न पडतो. शेतकरीवर्ग बाराही महिने कर्जात असतो. त्यात मी माझ्या मुलाच्या लग्नाला जर या लोकांना निमंत्रणपत्रिका पाठवल्या, तर बिचारे कर्ज काढून शे-पाचशे रुपयांचा आहेर मला घेऊन येतील! तेव्हा त्यांच्याकडून मी कसलीच अपेक्षा करणार नाही. अलीकडं मी पाहतोय, जी माणसं कष्टाशिवाय अमाप संपत्ती कमावतात, त्यांना आपल्या मुलाबाळांच्या लग्नाच्या निमित्तानं आपल्या संपत्तीचं प्रदर्शन करायंच असतं!''

विठ्ठलराव काय म्हणत होते ते सर्वच मुरलीधरला पटत नव्हते; पण तरीही तो शालन या घरात येणार आहे, तेव्हा यांच्या विचाराला उगाच कशाला विरोध करा, असा विचार करून केवळ 'हो हो' करीत मान डोलावत होता.

''बाकी पंत, दिगंबर खोतांची मुलगी आमची सून म्हणून या घरी येईल, असं कधीच वाटलं नव्हतं!''

''ते का बरं?''

''तसं पाह्यलं तर आमची आणि दिगंबरपंतांची रास जमणं थोडं कठीणच होतं! जाऊद्या. आपल्याला त्यांच्याशी काहीएक कर्तव्य नाही म्हणा!''

दिगंबरपंतांना पैशाचा अतोनात लोभ आहे, हे विठ्ठलराव टाकळकरांना बऱ्याचा वर्षांपासून ठाऊक होतं. त्यांची सावकारी करण्याची ती पद्धत, स्वत:शिवाय दुसऱ्या कोणाचाही विचार न करण्याचा स्वभाव यामुळं ते जरी दिगंबर खोतांना ओळखत असले, तरी त्यांना त्यांच्याबदल कधीच आस्था वाटली नव्हती.

“बरं, मग अण्णांना काय सांगू?”

“सांगा, होतंय ते बरं आहे म्हणून!”

“पण लग्नाची तिथी कोणती धरायची?”

“नरेंद्रकडं एक मोठं फौजदारी प्रकरण आलेलं आहे. तो म्हणतो, महिन्याभरात ते संपेल. त्यानंतरचा पहिलाच मुहूर्त धरू!”

“विवाहसोहळा तरी आम्हाला अंजनगावला करूद्या!”

“त्याबद्दल नरेंद्रलाच विचारावं लागेल. त्यानं जरी वैदिक पद्धतीनं विवाह करायला सम्मती दिलेली असली, तरी काही अनावश्यक प्रसंग टाळलेले बरे!”

“अनावश्यक प्रसंग म्हणजे?”

“त्याला अक्षता डोक्यावर टाकण्याची प्रथा पसंत नाही. तो म्हणतो, ‘तांदळाची नासाडी करण्यापेक्षा गरजू लोकांच्या पोटात तेवढं अन्न गेलेलं बरं!’”

त्यावर मुरलीधर म्हणाला, “आमचं त्यांच्या विचारांपुढं काही डोकंच चालत नाही. मग विवाहसोहळा संपन्न करायचा तरी कसा?”

“लग्नाला गाव जमा करायचं नाही. वधूकडचे पंचवीस लोक. वराकडचे पंचवीस लोक. यांच्या उपस्थितीत वैदिक पद्धतीनं लग्न होईल. पुरोहित पाच मंगलाष्टका म्हणतील व त्यांनीच वधूवरांच्या डोक्यावर फुलांच्या पाकळ्या टाकायच्या. नंतर दोन्ही बाजूंचे परिचित असतील, त्यांना एक उत्तम भोजन द्यायचे! त्या वेळी कोणाकडून आहेर स्वीकारला जाणार नाही, फुलांचे गुच्छसुद्धा नाही!”

“पण त्यांची ही कल्पना तुम्हाला मान्य आहे?”

“खरं म्हणाल तर कोणीतरी पुढाकार घेऊन असा पायंडा पाडायला हवा. तो आमचा नरेंद्रच पाडतो आहे. मग मी त्याला विरोध कशासाठी करायचा?”

मुरलीधरने विठ्ठलरावांना दोन्ही हात जोडले आणि म्हणाला, “धन्य आहात पितापुत्र!”

मुरलीधर विठ्ठलरावांचा निरोप घेऊन देगलूरला आला, तर तिथं

दिगंबरअण्णा हजर!

"तुम्ही कधी आलात?"

मुरलीधरनं पायातल्या वहाणा कोपऱ्यात सोडता सोडता विचारलं.

"झाले की दोन-तीन तास!"

"शालन भेटली?"

"ती सकाळी तुझ्या शेताकडं गेलीय. अद्याप परत आली नाही. सोबत तायनी आहे ना? ती तायनी सोबत असली, की तिला सगळ्या जगाचा विसर पडतो! असो. काय काय झालं तिकडं टाकळीला?"

मुरलीधरनं अंगातला कोट काढून खुंटीला अडकावला, टोपीही तिथंच लावली आणि तो अण्णांच्या समोर कोचावर बसत म्हणाला, "बेटासे बाप सवाई आहे!"

"असं उलटं कसं म्हणतोस? नेहमी आपण बापसे बेटा सवाई नाही का म्हणत?"

"नाही नाही अण्णा. मी म्हणतो तेच बरोबर आहे. बेटासेच बाप सवाई आहे! मला वाटलं होतं, विठ्ठलराव मला म्हणतील, 'नरेंद्र बराच तऱ्हेवाईकपणा करतो. त्याला रीतभात काही समजत नाहीत. ज्या समाजात आपण वावरतो, तिथल्या रूढी आणि परंपरा यांचं पालन होणं अत्यावश्यक आहे.' पण बापही पोराच्यावर काकणभर चढच निघाला!"

त्यानंतर मुरलीधरनं त्याची विठ्ठलरावांशी झालेल्या चर्चेची हकीकत सांगितली आणि तो म्हणाला, "आपलं तर काही डोकंच चाललं नाही त्यांच्यापुढं!"

त्यावर दिगंबरअण्णा म्हणाले, "पण अशा विक्षिप्त विचारांच्या माणसाशी सोयरीक जमवून मुलीला सुख लागेल, याची काय शाश्वती?"

त्यावर मुरलीधर म्हणाला, "त्याबाबत तुम्ही बिलकूल चिंता करू नका! शालन ही एकमेव अशी मुलगी आहे, की जिला त्यांचे सर्व विचार तर पटतीलच पटतील; पण त्याचबरोबर ती त्या घराशी बघता बघता एकरूपही होऊन जाईल."

इतक्यात वाड्याच्या दारात हसण्या-खिदळण्याच्या आवाज आला.

दिवसभर मळ्यात राहून शालन आणि तायनी परतल्या होत्या. दिगंबर-अण्णांना पाहून शालन म्हणाली, ‘‘अण्णा, तुम्ही कधी आलात?’’

‘‘झाले दोन-चार तास. म्हटलं, मुरलीधरशी फोनवर सविस्तर अशी चर्चा करता आली नाही, तेव्हा समक्षच जाऊन यावं! हे काय, हे ओले कपडे कसले?’’

‘‘आम्ही पोहलो मळ्यातल्या विहिरीत.’’ तायनीनं उत्तर दिलं.

‘‘बरं केलं. आता शालनचं लग्न झाल्यावर असं तुम्हा दोघींना एकत्र हुंदडायला मिळणार नाही म्हणा!’’

‘‘अण्णा, तसं नका समजू हं. तिकडं धानोरीत विठ्ठलरावांनी शेतात नुकतीच प्रचंड विहीर बांधलीय. पाझर तलावामुळे त्यांच्या विहिरीला साडेआठ महिने भरपूर पाणी असतं!’’

‘‘अरे, पण पाणी असून काय करायचं? टाकळीकरांची सून लोकांसमोर पोहू शकेल का?’’

‘‘तुम्ही टाकळीकरांना ओळखलेलंच नाही! तो नरेंद्र स्वतःच हिला पोहायला घेऊन जाईल विहिरीवर! मला म्हणाला, ‘हिला ड्रायव्हिंग येतं का?’ मी म्हणालो, ‘नाही’. मग मला म्हणाला. ‘हिला लग्नाअगोदर ड्रायव्हिंगच्या क्लासला घालायला हवं!’ तुमची शालन लग्न झाल्यावर गाडी चालवेल, अशी तुम्ही कधी कल्पना तरी केली होती का?’’

‘‘घरातच गाडी नाही, तर मी तशी कल्पना कशी करू शकेन? विलास मागे म्हणत होता, ‘अण्णा तुमची नेहमी तालुक्याला, जिल्ह्याला कामं निघतात, तेव्हा एक जीप खरेदी करून टाका.’ पण मी म्हटलं कशाला ते गाडीचं झंझट मागे लावून घ्यायचं? सरकारनं गावोगावी एसट्या सुरू ठेवल्यात ना?’’

त्यावर शालन म्हणाली, ‘‘काका, अण्णांना तसलं काही सांगूच नका. ते या जन्मात कधी गाडी घेणार नाहीत.’’

‘‘अगं पोरी, गाडी घेणं म्हणजे काय साधी गोष्ट आहे? त्याला इंधन लागतं, ड्रायव्हर ठेवावा लागेल, त्याला पगार द्यावा लागेल. शिवाय गाडीची तूटफूट आली की दुरुस्तीला पैसा घालावा लागेल! एवढा उपद्व्याप

सांगितलाय कोणी? त्यापेक्षा सरळ तिकीट काढून एस. टी.त बसणं हे कधीही सुखाचंच!''

नरेंद्र शालनला पाहून, तिच्याशी बोलून गेल्यापासून ती भलतीच खुशीत होती. तिला आपले वडील किती जुनाट विचारसरणीचे आहेत, ते नरेंद्रला बघितल्यापासून, त्याच्याशी चर्चा झाल्यापासून अधिकच प्रकर्षानं जाणवायला लागलं होतं. आपण आजपर्यंत आपल्या जोडीदाराबद्दल ज्या अपेक्षा केल्या होत्या, अगदी त्याबरहुकूम नरेंद्र आहे, हे पाहून तिचा आत्मविश्वास दुणावला होता. ती अण्णांना म्हणाली,

''तुम्ही आता डोक्याला ताप करून घेऊ नाक. माझं अगदी व्यवस्थित होईल.''

''छेऽऽ पोरी, तुला व्यवहारी जगाची कल्पना नाही! प्रत्यक्षात त्या घरी लग्न घेऊन गेलीस, की मग तुला वास्तव जग काय असतं, हे समजायला लागेल.''

त्यावर मुरलीधर म्हणाला, ''अण्णा, तुम्ही एक गोष्ट विसरता. विठ्ठलरावांच्या घरी नरेंद्र, त्याची विधवा बहीण यांशिवाय चौथं माणूस नाही! त्यांची पत्नी चार वर्षांपूर्वीच निवर्तलीय. विधवा बहिणीलाही कोणी अपत्य नाही. त्यामुळं लग्नानंतर शालनच त्या घराची संपूर्ण मालकीण!''

त्यावर अण्णा म्हणाले, ''विठ्ठलराव टाकळकरांकडे बऱ्याच लोकांचं येणं-जाणं असतं, असं मी ऐकलंय. त्यांचं चहापाणी, येणारा अधिक परिचयाचा असला तर जेवणखाणं, हे सर्व तिलाच पाहावं लागेल ना?''

''त्यात काय एवढं विशेष! घरी मी आईला मदत करीत नव्हते?'' शालन मधेच म्हणाली.

दिगंबरअण्णा समजून चुकले, की शालननं नरेंद्रशीच लग्न करण्याचा निर्धार केलेला आहे. तेव्हा तिला अधिक काही सांगण्यात अर्थ नाही.

''मग कधी येतेस अंजनगावला? कुशाबा काल माझ्याकडे आला होता. तो म्हणत होता, 'एक दिवसासाठी म्हणून तायनी देगलूरला जातो म्हणाली, आता तीन दिवस झाले तरी आली नाही.'''

''पण मी सोबत असताना कुशाकाकाला चिंता करायचं कारणच

काय?''

"चिंता असं नव्हे गं, लग्नाच्या मुलींनी असं दोन-दोन दिवस बाहेर राह्यलं, की आईबापांना चिंता लागून राहते.''

"हुऽऽ, तुम्हा लोकांचं जगच लहान आहे झालं!''

"तू तरी काय जग पाह्यलं आहेस?''

"प्रत्यक्षात जरी बघितलं नसलं, तरी तुम्ही मला शाळा सोडायला लावल्यापासून मी खूप वाचन केलेलं आहे! त्यातून मला बाहेरच्या जगाची बरीचशी कल्पना आलेली आहे.''

"पुस्तकी ज्ञान व्यवहारात फारसं उपयोगी पडत नसतं शालन! बरं, मुरलीधर, मला वाटतं आपण दोघांनी तरी टाकळीला जावं किंवा विठ्ठलरावांनी तरी अंजनगावाला यावं. तुला कसं वाटतं?''

मुरलीधर क्षणभर विचार करून म्हणाला, "बघू, मी त्यांना फोन करून विचारतो! पण तेच तुमच्याकडं येईन म्हणाले.''

"हांऽऽ म्हणजे काय आहे, लग्नासारख्या गोष्टीचा पोरखेळ होऊ नये एवढीच चिंता! वडिलधाऱ्यांची एकदा चर्चा झालेली बरी.''

"तुम्हाला तसं वाटणं साहजिक आहे. पण मला वाटतं, आपण त्या बाबतीत काहीच करू नये! नरेंद्रवरच सारं सोपवावं! तुम्हीच प्रथम त्याला पाहून पसंत केलंय ना? मग आता त्याच्याविषयी तुमच्या मनात संभ्रम का निर्माण व्हावा?''

"संभ्रम असा नव्हे रे बाबा! तुलाही काही व्यवहार समजत नाही! आपली मुलीची बाजू आहे. आपण अगदीच बेपर्वाई दाखवतो, असं विठ्ठलरावांना वाटायला नको.''

"अहो, ते तर इतके खुशीत आहेत की, काही विचारूच नका! माझं गेल्या गेल्या त्यांनी अभिनंदन केलं. 'आमच्या चिरंजीवाला अपेक्षित अशी मुलगी तुम्ही दाखवलीत, त्याला ती पसंत पडली, तेव्हा मी सुटकेचा निश्वास सोडला! हा तर मुली पहायलाच जाणार नाही म्हणायचा!' असं म्हणाले मला.''

"माझं तर या सर्व घटना ऐकून डोकंच चालत नाही!''

शालन उठून माडीवर गेली. तिला अण्णांचा हा फाटे फोडण्याचा प्रकार मुळीच पसंत नव्हता. तायनी माडीवर कॉटवर पडून कसलीशी कादंबरी वाचत होती. तिच्या जवळ आडवी होत तिच्या अंगावर हात टाकून शालन म्हणाली, "काय करायचं सांग?"

"कशाबद्दल म्हणतेस?" हातातली कादंबरी बाजूला ठेवीत तायनीनं विचारलं.

"अण्णांच्या स्वभावाबद्दल गं? उगाच नसत्या शंकाकुशंका काढतात झालं! असं झालं तर तसं होईल, तसं झालं तर असं होईल!"

"पण आपण परत जायचंय कधी?"

"मला वाटतं, अण्णा आपल्याला न्यायलाच आलेत! इथं आणखीन एक चार दिवस आनंदात घालवले असते! एकदा इथून नरेंद्रला फोनही केला असता!"

तोंडावर हात नेत तायनीनं विचारलं, "अगोबाई! लग्नाच्या अगोदर?"

"होऽऽ, त्यात काय बिघडलं? पुण्यामुंबईत आजकाल पोरी लग्न ठरलेल्या मुलाबरोबर चक्क सिनेमाला जातात, हॉटेलात जेवतात, फिरायला-सुद्धा जातात!"

"पण आपल्या घराण्यात अशा प्रथा नाहीत शालन! जग काय म्हणेल, याचाच आपले आईबाप विचार करतात?"

"जग?" हातवारे करीत शालन तायनीला म्हणाली, "तायने, जग नावाची ही संस्था काल्पनिक आहे. आजकाल कोणालाही कोणाची पंचाईत करावी, असं वाटत नाही. आणि जरी वाटलं तरी आपण बेफिकिर राहायचं!"

"पण समज, आता नरेंद्र सुधारलेले आहेत, वडील विठ्ठलरावही पुरोगामी विचारांचे पुरस्कर्ते आहेत; तरीही लग्नाच्या अगोदर तू नरेंद्रसोबत फिरणं हे त्यांना बरं दिसेल?"

"मी आणि नरेंद्र लग्नाच्या अगोदर चार-सहा वेळा एकमेकांना भेटलो, तर कोणाचं काय जाणार आहे? माणसानं इतकं भावनाप्रधान राहून चालत नसतं तायने!"

"हे बघ, मी बाई आपली भिऊन असते. तुझ्यासारखं वडिलधाऱ्या

माणसांशी निर्भीडपणे बोलणं मला जमणार नाही! माझा बाप हातावर पोट भरतो. तुझी गोष्टच वेगळी आहे!''

''वेगळी कशी? मी काय अण्णा खोतांची मुलगी म्हणून मला नरेंद्रनं पसंत केलेलं नाही! अण्णा खोतांची मुलगी म्हणून नरेंद्रसमोर मी उभी राह्यले असते, तर त्यानं मला पसंतच केलं नसतं!''

''असं कसं म्हणतेस?''

''हे बघ, अण्णांचं समाजात काय स्थान आहे? गरजू शेतकऱ्यांना कर्जाऊ पैसे देणारा एक सावकार! व्याजापोटी त्यांना आपल्या शेतात वेठबिगारासारखं वागवणारा एक धनको. केवळ पैशाशिवाय जगात कोणतीही गोष्ट मौल्यवान नाही, असं समजणारा एक सधन माणूस! यापेक्षा अण्णांना वेगळं असं कोण ओळखतो सांग?''

''अगं, पण आपल्या जन्मदात्या बापाबद्दल असे अनुद्गार काढणं बरं नव्हे, शालन!''

''यात अनुद्गार कसे गं? मी तुला जी वस्तुस्थिती आहे, तीच सांगितली!''

''हो, पण तरीही मुलीच्या जातीनं इतकं परखडपणे बोलू नये!''

''हे बघ तायने, तुला थत्तेमास्तरांचा तो प्रसंग आठवतो ना? वर्गात उशिरा येणाऱ्या प्रत्येक मुलामुलीला ते उभं राहण्याची शिक्षा ठोठावीत. ते स्वत: जेव्हा उशिरा आले, तेव्हा मीच नव्हतं का त्यांना विचारलं?''

''हो, आणि त्याची फळंही तू भोगलीस! अण्णांनी तुझी शाळाच बंद करून टाकली दुसऱ्या दिवसापासून.''

''करू देत ना! पण आता लग्नानंतर मी शिकणार आहे! पण त्या वेळी अण्णांनीही माझ्यावर अन्यायच केला! त्यांनी थत्तेसरांना विचारायला हवं होतं, 'तिने तुम्हाला जो प्रश्न केला, त्याबाबत तिला कसा दोष देता?' कारण माझं म्हणणं काय होतं, की मुलांना शाळेला उशीर का होतो, याचा खुलासा करायची त्यांना तुम्ही संधी द्यायला हवी! त्याचंच त्यांनी एवढं अवडंबर माजवलं! आणि आमच्या अण्णांनीही माझ्यावर अन्याय केला! अगं तायने, ही एक घटना झाली. अण्णा सतत माझ्यावर अन्याय करीत

आले आहेत. तो विलास वागतो तेच बरोबर आहे, असं म्हणावंस वाटतं! नाहीतरी अण्णांच्या मागे तो त्यांनी पै-पै करून जमवलेल्या पैशाची कधीतरी वाटच लागणार आहे!''

''उद्याचं काय सांगतेस तू शालन? उद्या त्याचं लग्न होईल. त्याला चांगली समजूतदार बायको मिळाली, तर कशाला तो असा वाह्यातपणा करील?''

''खरंय तुझं! उद्याचा विचार आज कराच कशाला?''

सात

तायनीच्या लग्नाचा दिवस उजाडला. कुशाबाच्या घरासमोर मांडव उभा करण्यात आला. सकाळपासून दारासमोर सनई वाजू लागली. कुशाबाचे काही जवळचे नातलग बायकामुलांसह अंजनगावला आले. तायनीच्या नियोजित वराकडील मंडळी शेजारच्या जालंदर जाधवर याच्या मोकळ्या घरात उतरली. गेल्या चार सालामागं जालंदर जाधवरने दिगंबरअण्णांकडून तेच घर बांधण्यासाठी चाळीस हजार रुपयांचं कर्ज घेतलेलं होतं. ते जालंदरला भागवता आलं नाही, म्हणून दिगंबर खोतांनी वसुलीसाठी जालंदरवर दावा दाखल केला होता. त्यात त्या घराचा लिलाव झाला. दिगंबरअण्णांनी ते घर कोर्टाच्या परवानगीने स्वतःच खरेदी केले होते. तिथं कोणीच राहत नव्हते म्हणून दिगंबरअण्णांनी तायनीच्या लग्नासाठी दिले होते. तरीही त्या घराला गावचे लोक जाधवराचेच घर म्हणत. रोख पंचवीस हजार देऊन दारात लग्न करून देण्याची कुशाबानं जबाबदारी घेतल्यामुळं त्याची त्रेधातिरपिट उडाली होती. लग्नाच्या अगोदर कौशीच्या सोन्याच्या दोन बांगड्या गावच्या पोतदारसराफाकडं विकाव्या लागल्या.

एकदा तायनीचं लग्न पार पडलं, की कुशाबाच्या डोक्यावरचं मोठं ओझं उतरल्यासारखं होणार होतं.

सकाळी हळदी आणि साडेबाराला अक्षता होणार होत्या. गावच्या प्रथेप्रमाणं उभ्या गावाला निमंत्रण देण्याची प्रथा होती.

साडेआठच्या सुमारास ट्रकनं वऱ्हाड आलं. तायनीचा नवरा भगवान ट्रकमधून मित्रांच्या समवेत उतरला. मागे हौद्यात बसलेल्या बायका ट्रकची मागची फळी काढल्यानंतर उतरल्या. पोरा-टोरांनी उरताना एकच गोंधळ घातला.

कुशाबा आपला लग्नातला जुना कोशा पटका बांधून सामोरे गेला. चंदरही पाव्हण्यांना जानवसा घराकडे घेऊन गेला. आल्या आल्या मंडळींना लाडू, चिवडा, चहा देण्यात आला. सर्वकाही गोष्टी खेड्यातल्या पद्धतीनुसार पार पाडल्या जात होत्या.

शालन आपली जरीची अस्मानी साडी नेसून आली होती. शालनने तायनीच्या लग्नाची पत्रिका नरेंद्रला पाठवली होती आणि तीत खाली दोन ओळी लिहिलेल्या होत्या. 'तायनी माझी जिवलग मैत्रीण आहे. शक्य झालं तर तुम्ही अक्षताला यावं.' - आ. शालन.

नरेंद्रला शालननं तायनीची लग्नपत्रिका पाठवली असली, तरी तो लग्नाला येण्याची मुळीच शक्यता नव्हती. पारंपरिक पद्धतीनं होणाऱ्या विवाहपद्धतीला तो नेहमीच विरोध करी, त्याला तो 'गाजावाजा सोहळा' असं उपरोधानं म्हणत असे.

सकाळी हळदी लागल्या, उजळ रंगाची तायनी हळतं माखल्यामुळं पिवळीधम्मक दिसत होती. त्या वेळी शालनलाही हळद लावण्यात आली. तेव्हा तायनी तिला हळूच म्हणाली, "तुझ्या लग्नात असले काही प्रकार घडणार नाहीत. म्हणून इथं या वेळीच तू तो अनुभव घे."

साडेबाराच्या सुमारास वधूवरांना बोहल्यावर आणण्यात आले. भगवान उंच, नाकेला आणि तायनीला शोभण्यासारखा तरुण होता. त्याने निळसर रंगाचा सफारी आणि फरची पांढरी टोपी असा पेहराव केलेला होता. तिथल्या पद्धतीनुसार तायनीला साडीवर पांढरा परकाळा पांघरण्यात आला होता. गावातला परसू कांबळ्याचा बँड वाजू लागला. बँडवाल्यांनी कधीकाळी शिवलेले लाल फ्लॅनेलचे कोट आणि काळ्या पँटी घातल्या होत्या. त्या जागोजागी उसवल्या होत्या. बऱ्याच जणांचा रंगीत कोट बेपत्ता झालेला होता. ते साधे शर्ट घालून बँडच्या ताफ्यात सामील झालेले होते.

मुहूर्ताच्या अगोदर पंधरा मिनिटं दिगंबरअण्णा गुडघ्याइतका बंद गळ्याचा रेशमी कोट, किरमिजी रंगाचा जरीचा पटका बांधून मांडवाकडं येताना दिसले. कुशाबानं पुढं होऊन त्यांचे पाय स्पर्शून नमस्कार केला. मांडवात मोजक्या पाच-दहाच खुर्च्या ठेवल्या होत्या. दिगंबरअण्णा लोकांचे रामराम घेत पुढच्या बाजूला खुर्चीवर बसले. लग्नघटिका जवळ आली, तोच गाडीचा हॉर्न वाजला. सगळ्यांच्या माना मागे वळल्या. नरेंद्र फियाटमधून खास लग्नासाठी आला होता. तायनीच्या बाजूला करवली म्हणून उभ्या असलेल्या शालनची आणि त्याची नजरभेट झाली. त्या कालव्यात कोणालाही ते समजलंसुद्धा नाही. दिगंबरअण्णांच्या शेजारी खुर्चीवर नरेंद्र बसला, तेव्हा आश्चर्याने अण्णा त्याच्याकडे पाहत म्हणाले,

"तुम्ही कसे या लग्नाला?"

"मला एक खास लग्नपत्रिका आली होती!"

"पण कोर्टाच्या कामातून वेळ कसा काय मिळाला?"

"काही प्रसंग आयुष्यात वारंवार येत नसतात. कोर्ट तर रोजचंच आहे! काहीतरी 'ॲडजस्ट' करून आलो."

बँड, सनई, ताशा यांचा कर्णकर्कश आवाज, त्यात खेड्यातल्या लोकांचा कालवा, त्यामुळं नरेंद्र त्या गोंधळाकडं केविलवाण्या चर्येनं पाहत असतानाच, मुरलीधर खोत घाईघाईनं मांडवात आला. तोही नरेंद्रला पाहताच आश्चर्यानं उद्गारला, "तुम्ही कसे?"

"तायनी माझी मेव्हणी लागते. अजून माझं लग्न व्हायचं असलं, तरी हे नातं अगोदरपासूनच निर्माण झालेलं आहे ना?"

अक्षता पडायला दहा मिनिटं अवधी असताना कोणीतरी कुजबुजलं, "मुलाचा बाप रुसला आहे. त्याला केलेला आहेर पसंत नाही. पाकिटातले आहेराचे पन्नास रुपये त्याने फेकून दिले. त्याला पाचशे रुपये हवे होते!"

नरेंद्रला ते समजले आणि त्याने चंदरला आपल्याकडे बोलावून घेतले. खिशातले पाचशे रुपये काढून त्याला देत म्हणाला, "हे दे त्या म्हाताड्याला!"

अण्णांच्याकडं पाहत नरेंद्र म्हणाला,

"अगदी वेळ साधून ही माणसं मुलीच्या बापाला कशी अडचणीत आणतात!"

दिगंबरअण्णा खोटंखोटं हसून म्हणाले.

"तरी मी कुशाबाला सांगत होतोच. असं काहीतरी ऐन अक्षतांच्या वेळी घडतं, म्हणून हातात हजार-दोन हजार जादा ठेव."

"तुम्हीच त्याला कर्ज देताना एक-दोन हजार जादा द्यायला हवे होते!" नरेंद्र उपरोधाने बोलला.

पण अण्णांना त्याला काय उत्तर द्यावे ते समजले नाही. ते दांभिक हसून म्हणाले, "हो, तसं व्हायला हवं होतं खरं!"

तायनीचं लग्न एकदाचं पार पडलं. ती सासरी जायला निघाली, तेव्हा कुशाबाचे डोळे भरून आले. कौशीही अश्रू ढाळू लागली. चंदरने तायनीला जवळ घेतले, तेव्हा ती हुंदके देत म्हणाली, "दादा, अण्णा– आईला सांभाळ."

शालन इतकी व्यवहारी पण तिलाही त्या वेळी हुंदका दाटून आला. फ्रॉक, परकर घालत असल्यापासून दोघींची मैत्री होती.

अक्षता पडल्यावर दिगंबरअण्णांनी वधूवरांना आशीर्वाद दिला. कुशाबाला आहेर म्हणून एकतीस रुपये घातलेलं पाकीट दिलं.

दिगंबरअण्णा नरेंद्रला आपल्या वाड्याकडं येण्याविषयी आग्रह करू लागले, तेव्हा नरेंद्र म्हणाला–

"मला कोर्टात काम आहे. तास-दोन तासांचीच सवड काढून आलो होतो." इतक्यात कुशाबा तिथं आला आणि तो नरेंद्रच्या पायावर डोकं ठेवण्यासाठी वाकला असता त्याला अर्ध्यात थोपवून नरेंद्र म्हणाला,

"अहो, हे असं काय करता? मी तुमच्यापेक्षा कितीतरी लहान आहे!"

"नाही नाही वकीलसाहेब, तुमच्यामुळं आज माझी आब्रू वाचली!"

"असं काही बोलू नका. तायनीला मी माझी मेव्हणी समजतो!"

जवळ उभ्या असलेल्या दिगंबरअण्णांना आपल्या नियोजित जावयानं कुशाबाबद्दल इतकी आपुलकी दाखवणं रुचलं नाही. पण ते उगाच खोटंखोटं

हसत राह्यले.

इतक्यात नरेंद्रनं त्या गर्दीत चंदरला हाक मारली आणि त्यांच्या कानात काहीतरी सांगितलं. चंदर मान डोलावून सरळ बोहल्याजवळ शालन होती तिथं आला. त्यानं तो निरोप शालनला सांगितला, तेव्हा शालननं त्या गर्दीत नरेंद्रकडं पाहून होकारार्थी मान डोलावली.

त्या संध्याकाळी कुशाबाचं घर सुनं सुनं वाटू लागलं. अठरा-एकोणीस वर्षे लहानाची मोठी केलेली तायनी आज दुसऱ्याची झाली होती. तायनी गेल्यानंतर शालन वाड्याकडं आली. तिनं तायनीचा अन् तिचा अक्षरशः गळ्यात गळा घातलेला फोटो काढून टेबलावर ठेवला.

"तायने, मी तुला या जन्मात विसरणार नाही! आज-उद्या, मीही हे घर सोडून जाणारच आहे!"

"शालन, ए शालन!" खालून अण्णांची हाक आली, तशी शालनने तो फोटो परत ड्रावरमध्ये ठेवला. ती म्हणाली,

"आले हं अण्णा!"

आपल्या गुडघ्याइतक्या कोटाची बटणं काढत अण्णा म्हणाले, "नरेंद्रनं तुला चंदरकडून मांडवात काय निरोप धाडला?"

"काही विशेष नाही. उद्या अंजनगावावरून उमरीला गुन्ह्याची जागा पाहायला ते जाणार आहेत. मला सवड असली तर सोबत येशील का, असं त्यांनी विचारलं होतं!"

कपाळाला हात लावून अण्णा म्हणाले,

"मग तू काय सांगितलंस?"

"जाणार आहे मी त्यांच्या सोबत."

"शालन, तुझं डोकंबिकं फिरलंय काय? मी उगाच गप्प बसतो याचा तुम्ही लोक भलताच अर्थ काढता. लग्नाच्या अगोदर तू त्यांच्याबरोबर फिरणं मला बिलकूल पसंत नाही."

"अण्णा, मी तुम्हाला सांगते, मी जाणार आहे."

"कुठून दुर्बुद्धी झाली आणि त्या मुरलीधरला त्याची चौकशी करून ये म्हणालो, असं झालंय मला!"

"पण तुमचं त्यात काय नुकसान आहे? तुम्हाला मघाशी लग्नात नरेंद्रनं कुशाकाकाला पाचशे रुपये दिल्याचा झणका डसलेला दिसतो!"

"शालन, लक्षात ठेव. आज-उद्या तू या नरेंद्रशी लग्न केल्याबद्दल पस्तावणार आहेस! हा काय व्यवहार झाला? याद्या नाहीत, घेणं-देणं, मानपान यांतील कोणतीच चर्चा नाही, तोवर तू त्याच्यासोबत भटकायलाही लागलीस?"

"तुमचा खर्च वाचला की तेवढा!"

"दीड लाख रुपये तुझ्या लग्नाला काढून ठेवले होते मी! केव्हाही पैसे देण्याची तयारी होती माझी."

"त्यातली एक पंचवीस हजाराची रक्कम तायनीच्या लग्नाला बिनव्याजी दिली असती, तर बरं झालं असतं की?"

"तायनी कोण माझी? अशी गावातल्या अनेक दरिद्री पोरींची लग्नं होतील उद्या. मी काय प्रत्येकीच्या लग्नाला पैसे द्यायला बांधील आहे?"

"मी कुठं म्हणते तुम्ही बांधील आहात म्हणून? पण मघा लग्नात तुम्ही स्वत:जवळचे पैसे द्यायला हवे होते! निदान माझे आणि तायनीचे संबंध विचारात घेऊन तरी त्या वेळी मदत करायला हवी होती."

"शालन, तुला व्यवहार बिलकूल नाही असं जे मी म्हणतो, ते अगदी रास्त आहे! असा आतबट्ट्याचा व्यवहार करणारे सुखानं जगू शकत नाहीत."

"बरं बरं! मला तुमचं तत्त्वज्ञान ऐकायचं नाही. चालले मी माडीवर!"

शालनला आताशी आपल्या बापाच्या तोंडासमोरदेखील उभं राहू नये, असं वाटत होतं. जोपर्यंत ती लहान होती, तोपर्यंत अण्णांच्या स्वभावाचे विश्लेषण करण्याची तिची कुवत नव्हती. पण आता खऱ्या अर्थानं ती जाणकार झाली होती. म्हणूनच ती स्पष्टपणे त्यांच्यासमोर धिटाईनं बोलत होती. इतक्यात परड्याकडून आरडाओरडा ऐकू आला. शालन आणि दिगंबरअण्णा परड्याकडे धावले. विकासनं मागच्या परसात भांडी घासायला आलेल्या मंजूच्या कासोट्याला हात घातला होता. मंजू ठोठो करीत तोंडावर हात मारत होती! दिगंबरअण्णा पुढं आले आणि

त्यांनी विकासच्या हाताला धरून त्याला मागे खेचले. मंजू जोरजोरानं रडत सांगू लागली. "विकूदादा माझ्या गालाला चावलाय."

शालननं बघितलं, खरोखरच मंजूच्या गालावर दात उमटले होते.

"काय करायचं या कार्ट्याला? आपण घरात नसतो, तर भलताच प्रसंग करून ठेवला असता यानं!"

त्यावर शालन म्हणाली, "याला आता कुठल्या तरी मेंटल हॉस्पिटलमध्ये ठेवायला पाहिजे! यापुढं त्याच्या हातून हे असंच काहीतरी घडत राहणार आहे."

मंजूच्या हाताला धरून शालननं तिला वाड्यात आणलं. सरस्वतीबाई मंजूची समजूत काढत म्हणाल्या, "मंजू, त्याला काही समजत नाही गं! थांब, मी तुझ्या गालाला हळद आणि तेल लावते!"

शालनही त्या प्रकारानं गोंधळून शरमून गेली होती. विकास अलीकडं पौगंडावस्था प्राप्त झाल्यापासून बायापोरींच्याकडे आशाळभूत नजरेनं पहातो, विचित्र हातवारे करून हसतो, हे शालननं पाह्यलेलं होतं. पण कधीकाळी तो असा आक्रमक होऊन कोणा बाईची किंवा पोरीची छेड काढील, असं मात्र तिला कधी वाटलं नव्हतं!

मंजूच्या गालाला विकास चावला, त्यानं तिची साडीही फेडण्याचा प्रयत्न केला, ही वार्ता गावात हा हा म्हणता पसरली तर उगाच चर्चेचा विषय होईल म्हणून अण्णा एक पन्नास रुपये खिशातून काढून ते मंजूला देत म्हणाले, "हे घे, कोणाला इथं काय घडलं ते बोलू नकोस. आता तू परत कामाला येशील, तेव्हा विकासला मी कोंडून ठेवीन बरं!"

मंजू ते पैसे घेईना. ती म्हणाली, "मला नको ते पैसे. उद्यापासून मी वाड्याकडं कामाला नाही येणार!"

"अगं, असं करू नको मंजू. त्यामुळंसुद्धा लोक अनेक तर्ककुतर्क करतील." अण्णा गयावया करीत म्हणाले.

"ते करू देत नाहीतर न करू देत. मी परत इकडं येणार नाही!"

गालावर उमटलेले दाताचे व्रण हळुवारपणे कुरवाळत मंजू म्हणाली, "माझ्या हातात पळी होती. ती टाळक्यात हाणणार होते त्याच्या!"

''म्हणजे आणखीन गुंतागुंत झाली असती.'' कमरेवर हात ठेवून उभे राह्यलेले अण्णा म्हणाले.

सरस्वतीबाई अतिशय प्रेमळ होत्या. त्यांनी मंजूला चहा करून दिला. तो ती पिईना, म्हणून त्या म्हणाल्या ''अगं, असं करू नको मंजू, त्याला काहीच समजत नाही गं!''

''बरं समजत नाही? कासोट्याला कसा हात घालतो?''

अण्णा अस्वस्थपणे स्वयंपाकखोलीसमोर मागे हात धरून फेऱ्या घालत होते. त्यांना उद्देशून सरस्वतीबाई म्हणाल्या, ''मंजू, तू शालनकडं माडीवर जा. तुम्ही काय करणार आहात हो या विकासचं?'' सरस्वतीबाईंनी अण्णांना विचारलं.

''आता काय करावं हेच मला समजेनासं झालंय!''

''अजून विलासचं लग्न व्हायचं आहे! घरात हा असा प्रकार आहे हे समजल्यावर कोण मुलगी तरी देईल का विलासला?''

इतकी वर्षं अण्णांच्या दबावामुळं सरस्वतीबाई त्यांच्यापुढं फारसं बोलत नसत. पण विकासचं हे चमत्कारिक वागणं पाहून त्याही थोड्या निर्भीड झाल्या होत्या. फेऱ्या घालता घालता अण्णा थांबून म्हणाले, ''विलासला बोलावून घेतो, तिथं पुण्यात याच्यावर उपचार करणारा कोण डॉक्टर आहे का, याची चौकशी करतो.''

''पण जे करायचं ते तातडीनं करायला पाहिजे! हा आता असं गेल्या दोन वर्षांपासून चमत्कारिक वागू लागलेला आहे. तुम्ही त्याचा काहीएक विचारच केला नाहीत. किती कर्ज दिलं, किती व्याज आलं, कोणाच्या जमिनीवर जप्ती आणायची, याशिवाय तुमच्या डोक्यात दुसरा विचारच नसतो! बरं झालं! शालन धाडसानं आपलं लग्न ठरवून मोकळी झाली. नाहीतर तिच्याही लग्नात यानं काहीतरी अडचण आणली असती.''

झोपाळ्यावर बसलेल्या विकासला आपल्या हातून काहीतरी भयानक प्रकार घडलेला आहे, याची जाणीवच नव्हती. तो खदखद हसत एका पायानं झोका घेत होता.

माडीवर गेलेल्या मंजूला हाताला धरून आपल्याजवळ बसवत शालन

म्हणाली, ‘‘मंजू, खरंच विकासला काही समजत नाही!’’

‘‘नाही कसं? पहिल्यांदा माझ्या चोळीला हात घातला त्यानं. तो झिडकारताच कासोटा धरला. मी ओरडताना मला घट्ट आवळून धरून माझ्या गालाला चावला!’’ जखम झालेल्या गालाकडे बोट दाखवत मंजू म्हणाली, ‘‘अक्का, आता काय बी झालं, तरी मी उद्यापासनं कामाला न्हाई यायची!’’

‘‘अगं, असं करू नको मंजू. त्याला डोकं नाही, आपण काय करतो ते त्याला समजत नाही!’’

‘‘तुमी मला कायसुद्दीक सांगू नकासा आक्कासाब. त्यो माजा जीव सुद्धा घील.’’

‘‘जीव मुळीच घेणार नाही. पण तू म्हणतेस ते खरंय, तू पुन्हा कामावर आलीस की तो असा प्रकार केल्याशिवाय राहणार नाही! पण तू घडला प्रकार मात्र कोणाला बोलू नको मंजू!’’

‘‘आता घरला गेल्यावर आईनं सुजलेला गाल बघितल्यावर काय सांगू?’’

‘‘काहीतरी खोटं कारण सांग! फक्त माझ्या आईकडं बघून तू हे कोणाला सांगू नको!’’

‘‘त्या माऊलीसाठीच मी आजपर्यंत येत होते कामाला वाड्यात.’’

टेबलावर तायनीचा आणि शालनचा फोटो होता. त्याकडं पाहत मंजू म्हणाली, ‘‘आक्कासाब, मला तायनीनं मागंच सांगितल्यालं...’’

‘‘काय?’’

‘‘विकास तिच्याकडंही बघून हातवारे करायचा.’’

‘‘पण तायनी मला ते कधी बोलली नाही.’’

‘‘ती कशी बोलणार?’’

‘‘तेही खरं आहे. आताशी तायनी वारंवार माझ्याकडं यायचं का टाळत होती, हे आज समजलं! बरं, अण्णांना तिनं त्याबद्दल धाडस करून सांगावं म्हटलं असतं, तर तिच्या लग्नासाठी अण्णा कुशाकाकाला पैसे देणार होते, त्यात अडचण यायला नको म्हणून कदाचित तायनी काही

बोलली नसेल!''

दिगंबर खोतांच्या वाड्यात चमत्कारिक अशी ती समस्या निर्माण झालेली होती. तिच्याबद्दल कोणाशी उघडपणे चर्चा करून काही मार्ग निघतो का, हे पाहणंदेखील कठीण झालेलं होतं.

आठ

विलासनं अण्णांचं ते पत्र वाचलं आणि तो स्वत:शीच म्हणाला, "आमचा विकास असा काहीतरी घोटाळा करेल याची मला साधारण शंका होतीच! गणपुलेंच्या मुकुंदाचं उदाहरण मला ठाऊक होतं! ते काही असो! आता यातून काहीतरी मार्ग हा शोधायलांच हवा!" त्याच पत्रात अण्णांनी शेवटी लिहिलं होतं, "तुला शालनच्या लग्नाबाबत काही कल्पना नसेल! गेल्या आठ दिवसांपूर्वी विठ्ठलराव टाकळकरांच्या वकीलमुलासोबत तिनं लग्न ठरवून टाकलंय! मुलगी बघण्याचा कार्यक्रम पार न पडताच हे लग्न ठरलं आहे. तुला, तुझ्या मावशीला मला बोलावता आलं नाही, म्हणून गैरसमज करून घेऊ नये! मावशीला सांग, सवड काढून एक चार दिवस येऊन जा म्हणावं."

त्या पत्रातला शालनच्या लग्नाबद्दलचा तो उल्लेख वाचून विलासही चक्रावला. मुलगी पहाण्याचा कार्यक्रम न होताच अक्काचं लग्न कसं काय ठरलं? तिने बाहेरच्या बाहेर आपलं लग्न ठरवावं म्हटलं, तर ती गाव सोडून कुठं बाहेरही पडत नव्हती! काहीतरी गौडबंगाल दिसतंय!

आता उगाच तर्कवितर्क करण्यात अर्थ नाही. प्रत्यक्षच अंजनगावला एकदा जायला हवंय! पण विकासचं काय करायचं? टिळकरोडला डॉ. गोखले हे मनोविकारतज्ज्ञ राहतात. त्यांच्याकडे जावे? पण पेशंट कुठं आहे इथं? निदान त्यांचा सल्ला तर घेऊ!

विलास मोटारसायकलवरून डॉ. गोखले यांच्या कन्सल्टिंगकडे आला. बाहेर बसलेल्या रिसेप्शनिस्टने त्याला केसपेपर करायला सांगितले. त्यावर तो म्हणाला, ''मी पेशंट नाही. पेशंट माझा भाऊ आहे. तो गावी असतो. त्याच्या बाबतीत एक प्रॉब्लेम निर्माण झालाय. त्या बाबतीत मला डॉक्टरांचा सल्ला हवा आहे. त्या सल्ल्याबद्दल मी त्यांना फीही द्यायला तयार आहे.''

''ठीक आहे. या चिठ्ठीवर तुमचं नाव लिहा.''

रिसेप्शनिस्टने आतला पेशंट बाहेर आल्यावर आत जाऊन डॉक्टरांना चिठ्ठी दिली. विलासला आत बोलावणं आलं.

डॉक्टर सुमारे चाळीस-पंचेचाळीस वर्षांचे, प्रसन्न दिसत होते. ते विलासला म्हणाले, ''काय प्रॉब्लेम आहे तुमचा?''

''सर, माझा भाऊ विकास...''

विलासनं विकासबद्दलची सर्व माहिती डॉक्टरांना सांगितली आणि पुढे म्हणाला, ''गेल्या दीड-दोन वर्षांपासून तो पौगंडावस्थेत आला आहे. तेव्हापासून तो बायामुलींच्याकडं पाहून विचित्र हावभाव करून हसायचा! पण त्याचा घरात तसा कोणाला फारसा उपद्रव नव्हता. पण परवा आमच्या घरी कामाला येणाऱ्या मुलीवर त्याने बलात्कार करण्याचा प्रयत्न केला. त्यामुळं त्याचं काय करावं, हे समजेनासं झालंय!''

डॉक्टर विकासचा सर्व इतिहास ऐकून म्हणाले, ''मिस्टर खोत, त्याचं काय आहे, तो जरी मंदबुद्धीचा असला, तरी आता त्याला तारुण्य प्राप्त झालंय. त्याच्यात सेक्स डिझायर निर्माण झालीय्. निसर्गनियमानुसार हे घडतंय! त्यात मानसिक विकृती अशी कोणती नसते. अशा मुलाचं सेक्स सॅटिस्फॅक्शन झालं, की तो आपोआप शांत होतो.''

''पण ते व्हायचं कसं? तो मंदबुद्धी आहे हे साऱ्या गावाला ठाऊक आहे! त्याला कोणी मुलगी देणंच शक्य नाही.''

''बरोबर आहे. मग त्याला 'सेक्लुजन'मधेच ठेवायला हवंय. याला एक उपाय आहे. पण तो थोडा 'ड्रॅस्टिक' आहे.''

डॉक्टर काहीसे गंभीर होत म्हणाले.

''कोणता?''

“त्याचे कॅस्ट्रेशन करायला हवे!”

“माय गॉड! पण या शस्त्रक्रियेशिवाय दुसरा काही पर्याय नाही? काही गोळ्या-औषधं दिली तर चालणार नाहीत?”

“त्याचा फारसा उपयोग होत नाही. ‘वन्स फॉर ऑल’ असा हा उपचार आहे!”

“ठीक आहे. मी वडिलांना तसे कळवतो. बरं, या सल्ल्याबाबत आपली फी?”

“नो फीऽऽ!” हसत हसत डॉक्टर म्हणाले, “मी यात काही केलेलं नाही! मग फी कशाची घेऊ?”

“थँक यू डॉक्टर!”

“पण तुम्ही इथं काय करता?”

“मी इथं माझ्या मावशीकडं शिकायला असतो. यंदा बी. ए. च्या फायनल इयरला ॲपिअर होणार आहे.”

“हे अंजनगाव कुठं आलं हो नेमकं? गावाचं नाव चांगलं वाटतं म्हणून विचारतो.”

“आमचं गाव लातूर जिल्ह्यात आंध्र आणि कर्नाटक प्रांताच्या सीमेवर आहे.”

“आय सीऽऽ, म्हणजे तुमचा प्रदेश सुपीक दिसतो. तुम्ही पुण्यात शिकायला आहात, म्हणजे खर्च भरपूर करावा लागत असेल ना?”

“डॉक्टर, तसं म्हणाल तर आमचा गाव दुष्काळी प्रदेशातच मोडतो. पाऊस पडला पडला, नाही नाही अशी स्थिती आहे! पण आमची आपली सांपत्तिक स्थिती थोडी बरी आहे, म्हणून मी पुण्यात शिकतो!”

“ओकेऽऽ, भेटू पुन्हा!” डॉक्टरांच्याकडे बाहेर आणखी पेशंट आल्याचे रिसेप्शनिस्टने सांगितल्यामुळं डॉक्टरांनी विलासला निरोप दिला.

मावशीला त्यानं अंजनगावला घडलेला प्रसंग सांगितलेला नव्हता. पण तो येताच मावशी त्याला म्हणाली, “अरे, गावाकडं काय भयानक प्रकार घडलेला आहे तुला समजलं का?”

“कसला प्रकार?”

"आजचा सकाळ वाच म्हणजे समजेल! विकासनं घरी कामाला येणाऱ्या मुलीचा विनयभंग केल्याची बातमी छापून आलीय सकाळमधे!"

त्यावर विलास म्हणाला, "अण्णांनी सावकारीमुळं बऱ्याच लोकांशी वितुष्ट निर्माण करून ठेवलंय. त्यांपैकीच कुणीतरी ही बातमी दिली असण्याची शक्यता आहे."

"पण तू इतका वेळ कुठं गेला होतास?"

"आता तुला ते समजलेलंच आहे, तर सांगायला हरकत नाही. आजच सकाळी मला अण्णांचं पत्र आलंय. असा असा प्रकार घडला म्हणून मला कळवलंय. त्यांनी त्या पत्रात विकासवर काही वैद्यकीय उपचार होऊ शकतो का, याबाबत विचारणा केलीय, म्हणून डॉ. गोखलेंच्याकडे गेलो होतो!"

"मग काही उपाय होण्यासारखा आहे म्हणाले?"

"होऽऽ! पण तो थोडा भयानक उपाय आहे. अण्णा त्याला तो करायला संमती देतात की नाही, कुणास ठाऊक? बरं मावशी. मी आज समक्षच गावी जाऊन अण्णांशी त्या बाबतीत चर्चा करावी म्हणतो!"

"मग ये जाऊन!"

दुसऱ्या दिवशी विलास जेव्हा अंजनगावला पोचला, तेव्हा दुपारचे साडेतीन वाजले होते. दारात टाकळकरांची फियाट कार उभी होती. व्हरांड्यात अण्णा, शालन आणि नरेंद्र गंभीर मुद्रेनं कसली तरी चर्चा करीत होते. विलासला दारातून आत येताच अण्णांनी विचारलं, "माझं पत्र मिळालं का तुला?"

"हो. म्हणून तर तातडीने आलो."

"मानसोपचार करणाऱ्या डॉक्टरांना भेटलास?"

"होऽऽ!"

"मग काय म्हणाले ते?" शालनकडे पाहत विलास म्हणाला. "शालन, तू थोडावेळ आत जाऊन थांब."

शालन आत गेल्यावर विलास अण्णांना म्हणाला, "उपाय थोडा आसुरी आहे. पण विकासचा पुन्हा तसला कोणालाही उपद्रव होणार

नाही.'' विलासनं डॉ. गोखलेंनी दिलेला सल्ला सांगितला, तेव्हा अण्णांनी कपाळाला हात लावला आणि ते म्हणाले, ''जनावरांच्या बाबतीत हे करतात हे मला ठाऊक आहे, पण माणसाच्या बाबतीत असं कधी केल्याचं ऐकिवात नाही!''

''पण विकास कुठं आहे?''

''पोलिस परवा संध्याकाळी त्याला अटक करून घेऊन गेलेत. म्हणूनच वकीलसाहेबांना बोलावून घेतलं ना? यांना ओळखतोस ना तू?''

''आपण नरेंद्र टाकळकर ना?''

''हो, बरोबर ओळखलंस!''

''तुम्हाला काय वाटतं वकीलसाहेब? या प्रकरणात विकासला शिक्षा होईल?''

''मुळीच नाही! आजच मी त्याला जामिनावर सोडवून आणणार आहे. तो 'मेंटली रिटार्डेड' आहे याचा डॉक्टरांनी रिपोर्ट दिला, की त्याच्यावर केसच दाखल होऊ शकणार नाही. Nothing is an offence which is done by mentally retarded person."

''मग त्याला पोलिसांनी अटक तरी कशी काय केली?''

''कंप्लेंट दाखल झालीय ना त्याच्यावर. त्यामुळं पोलिसांना अटक करावीच लागली!''

दिगंबरअण्णा खोताबद्दल गावात बऱ्याच जणांचं मत बरं नव्हतंच. त्यात त्यांची सावकारी करण्याची पद्धत काहीशी 'क्रूर' होती. कर्जाच्या व्याजापोटी ते ऋणकोला तसेच त्यांच्या घरच्या बायामुलींना आपल्या शेतात कामासाठी राबवून घेत. वेठबिगारीचाच तो प्रकार होता.

शालन आतून चहा घेऊन आली, तेव्हा नरेंद्र विलासकडं बारकाईनं पाहत म्हणाला, ''आपण यापूर्वी कुठेतरी भेटलोय असं वाटतं.''

''मी टाकळीला व्हॉलीबॉलचा सामना खेळायला चार वर्षांपूर्वी आलो होतो. तेव्हा तुमच्या वडिलांच्या हस्ते मी टीमचा कॅप्टन म्हणून पारितोषिक स्वीकारलेलं होतं!''

''बरोबर, बरोबर. त्या समारंभाला मीही होतोच! मग आता खेळता

की नाही व्हॉलीबॉल?''

"नाही. आता कॉलेजचं शेवटचं वर्ष आहे.''

"पुढं काय करायचा विचार आहे?''

"अद्याप ठरलेलं नाही. लॉ करावा म्हणतो!''

त्यावर अण्णा मधेच म्हणाले, "काही नको. आपली एवढी पाच-पन्नास एकर उत्तम शेती आहे. पाण्यावर आठ-दहा एकर बागाईतही होते. तू सरळ ग्रॅज्युएट झालास, की इथंच राहून शेती कर झालं!''

त्यावर नरेंद्र म्हणाला, "का? पुढं शिकायचं म्हणतात तर शिकू द्या ना त्यांना?''

"तशी काही गरज नाही! यानं आपल्या शेतीत लक्ष घातलं तर नोकरीच्या किंवा दुसऱ्या कसल्याही व्यवसायापेक्षा अधिक पैसे कमवू शकेल!''

नरेंद्र किंचित स्मित करून म्हणाला, "नाहीतरी तुम्हाला शिक्षणाबद्दल फारशी आस्था नाहीच!''

"काय करायची आस्था घेऊन? हातचं सोडून पळत्याच्या मागे लागण्यात काय अर्थ आहे? विलास, तू आपला परीक्षा झाली की सरळ इकडं ये. खूप स्थळं आलीत तुझ्यासाठी. त्यांतली एखादी मुलगी पसंत करून अगोदर लग्न करून टाकू!''

"पण अण्णा, मला इतक्यात लग्न करायचं नाहीये!''

"मुलगी चांगली असली तरीही?''

"चांगली आणि वाईट, मी माझा निर्णय योग्य वेळेला तुम्हाला सांगेन.''

त्याच दिवशी संध्याकाळी नरेंद्र विकासला जामिनावर सोडवून घेऊन आला. नरेंद्रने विकासची मेडिकल तपासणी होण्याबद्दल कोर्टाला विनंती केली होती. कोर्टाने तसा आदेश दिला. डॉक्टरांनी तो मनोरुग्ण असल्याचा दाखला दिला होता. त्यामुळं त्याच्यावर मंजूच्या विनयभंगाची केस दाखल होऊ शकणार नव्हती. अंजनगावात अण्णांबद्दल नितान्त आदर असा फारसा कोणाला नव्हताच. त्यातच गावातल्या तरुण पिढीतला एक तरुण

कार्यकर्ता लातूरला कॉलेजात शिकत होता. तो अधूनमधून अंजनगावला यायचा. कर्णोपकर्णी त्याला विकासनं मंजूच्या बाबतीत केलेला तो प्रकार समजला होता. त्यानंच पुढाकार घेऊन त्या प्रकरणी पोलिस-तक्रार नोंदवली होती. पण नरेंद्रनं कायद्याचा सखोल अभ्यास केला असल्यामुळे त्याने कोणीही वेडा किंवा मनोरुग्ण, वेडाच्या भरात एखादी गोष्ट करतो, तो गुन्हा या सदरात बसू शकत नाही, याचा फायदा घेतला होता. विकासवर दाखल झालेला खटला सरकारी वकिलाच्या सल्ल्यानंतर फाईल करण्यात आला होता.

हे सारं घडलं असलं, तरी ती कृती विलासकडून पुन्हा घडू नये म्हणून काहीतरी कायमची उपाययोजना करणं अत्यावश्यक होतं. त्या बाबतीत मात्र विलास आणि अण्णांचे तीव्र मतभेद झाले. विलास अण्णांना म्हणाला, "नशीबानं विकास सुटला असला, तरी तो पुन्हा तोच तोच प्रकार करणार नाही यासाठी डॉक्टर गोखलेंनी दिलेल्या सल्ल्याप्रमाणे त्याच्यावर शस्त्रक्रिया करणं जरुरीचं आहे."

"मला नाही तसं वाटत!" अण्णा म्हणाले.

"म्हणजे? घरात येणाऱ्या बायकांशी तो वारंवार तसंच वर्तन करू दे?"

अण्णा शांतपणे म्हणाले, "मी त्याचं लग्न करून टाकावं म्हणतो!"

"अण्णाऽऽ, तुम्हा वेडबिड लागलंय की काय? अहो, आपल्या विकासला कोणी शहाणा बाप मुलगी द्यायला तयार होईल का?"

"तुला बघायचंय का? अरे, आजकाल जगात पैसा कोणतीही किमया करू शकतो! पाच-पंचवीस हजार तोंडावर फेकले, की कोणीही विकासला मुलगी देईल!"

"पण तो त्या मुलीवर अन्याय होईल त्याचं काय?"

"पण एकदा त्याचं लग्न झाल्यावर त्याच्या हातून दुसऱ्या मुलींच्या बाबतीत पुन्हा तसला प्रकार तरी घडणार नाही!"

"च्च! कसं तुम्हाला समजावून सांगायचं कळत नाही मला? अहो अण्णा, ही गोष्ट तुमच्या भावी जावयाला – नरेंद्रला – समजली तर काय

वाटेल? थोडा विचार करा. पण थांबा. मी शालनलाच खाली बोलावतो. ती काय म्हणते ते तरी ऐका! अक्केऽऽ, ए अक्केऽऽ, जरा खाली ये.''

विलासच्या हाकेसरशी शालननं ओळखलं, की खाली बापलेकांची काहीतरी वादावादी चाललीय! ती केस विंचरत होती तशीच ती केस मोकळे सोडून खाली आली.

''काय रे एवढ्या मोठ्यानं ओरडायला काय झालं तुला?''

''अक्का, अण्णा म्हणतात विकासचं लग्न करून टाकलं, की तो शांत होईल!''

शालन 'आ' वासून अण्णांच्याकडं पाहत म्हणाली, ''अण्णाऽऽ, खरंच तुम्ही तसं म्हणालात?'' छातीवर हात ठेवून शालननं विचारलं. अण्णा डोक्यावरून हात फिरवत शांतपणे म्हणाले, ''होऽऽ. ती शस्त्रक्रिया करून त्याला कायमचा नपुंसक करण्यापेक्षा हाच मार्ग बरा!''

''पण मुलगी कोण देणार?''

जो प्रश्न अण्णांना विलासनं विचारला, तोच नेमका प्रश्न शालननेही त्यांना विचारला.

''कोण वाट्टेल तो त्याला मुलगी देईल! पैसा, जमीन आणि माझी प्रतिष्ठा पाहून कोणीही मुलीचा बाप तयार होईल!''

शालन आणि विलास एकमेकांकडं हतबुद्ध होऊन पाहतच राह्यले.

पैसा कोणतीही किमया करू शकतो यावर त्या भावाबहिणींचा मुळीच विश्वास नव्हता. एखाद्या गरिबाच्या मुलीचा गळा कापल्यासारखं होईल, असं त्या बहीणभावांना वाटू लागलं. पण अण्णा मात्र आपल्या निर्णयात काही बदल करण्यास तयार नव्हते.

शालन अण्णांकडं काहीशा तिरस्कारानं पाहत, काही न बोलता माडीवर निघून गेली. विलास डोकं धरून अण्णांच्या पुढं बसून होता. त्याला त्या प्रश्नावर अण्णांशी काय बोलावं, हे सुचत नव्हतं. इतक्यात फोनची बेल वाजली. अण्णांनी फोन उचलून कानाला लावला, ''दिंगबर खोत बोलतोय! आपण कोण?''

अण्णा फोनवर दुसऱ्यांशी बोलताना नेहमी दरडावून बोलल्यासारखे

बोलत.

“मी नरेंद्र बोलतो आहे. परवा आम्ही गुन्ह्याची जागा बघायला जाणार होतो ते रहित झालं होतं. आता उद्या सकाळी नऊ वाजता जायचं ठरलंय. शालन माझ्या सोबत येणार होती, तिला उद्या वेळ आहे का विचारायचं होतं मला.”

अण्णा तोंडाला काहीतरी कडू लागावं तशी चर्या करून म्हणाले, “ती कुठे कामाला जातच नसते! तिला वेळ आहे की नाही हे विचारायचा प्रश्नच निर्माण होत नाही! तरी पण मी तिलाच फोनवर बोलायला सांगतो!” अण्णा रिसीव्हर तसाच धरून राह्यले. पलीकडून फोनवर बोलणाऱ्या नरेंद्रला अण्णांच्या बोलण्यात सरळपणा नाही हे तात्काळ जाणवलं. तरी पण त्या वेळी त्याने त्यांना तसं भासवलं नाही.

“शालन, नरेंद्रचा फोन आहे. वर घे!” अण्णा खालूनच म्हणाले. शालननं नरेंद्रचा फोन आहे, म्हटल्यावर वर लगेच उचलला. वर फोन घेतल्यानंतर अण्णांनी आपल्या हातातला रिसीव्हर खाली ठेवणे जरुरीचे होते; पण ते तो रिसीव्हर तसाच कानाशी धरून त्या दोघांचे बोलणं ऐकत राह्यले.

नरेंद्र म्हणाला, “हॅलो शालन, तू माझ्या सोबत ती गुन्ह्याची जागा पाहायला येणार होतीस ना? त्या वेळी आपण जाऊ शकलो नाही. उद्या तुला वेळ आहे का?”

“अहो, मला वेळ नसायला मी कुठे जाते! या ना! तुम्ही किती वाजता याल?”

“नऊ वाजता येईन. तू तयारीत रहा. आणि हे बघ, मी तिथं काही खाणार नाही. ती जागा बघितल्यानंतर दुसऱ्या एका केसमधल्या पक्षकाराकडे आपल्याला जेवायला जायचंय. त्यानं आपल्या मळ्यात जेवण ठेवलंय. तिकडं जेवण करून दुपारी तीन-साडेतीनपर्यंत आपण परत येऊ!”

अण्णा त्या दोघांचं संभाषण ऐकताहेत हे पाहून विलास त्यांना म्हणाला, “अण्णा, ठेवा तो हातातला रिसीव्हर खाली! त्या दोघांचं खाजगी बोलणं ऐकणं शोभत नाही तुम्हाला!”

दिगंबरअण्णांनी रिसीव्हर निमूटपणे स्टँडवर ठेवला. ती दोघे बराच वेळ फोनवर बोलली. विलास तेथून उठून माडीवर जेव्हा शालनकडे आला तेव्हा, तिनं नरेंद्रशी बोलून झाल्यावर त्या रिसीव्हरचं चुंबन घेऊन तो स्टँडवर ठेवल्याचं पाहून विलास हसला आणि म्हणाला, "मघापासून आत्तापर्यंत बोलतच होतीस की काय?" रिसीव्हरचे चुंबन घेतल्याचं विलासनं बघितलं असावं, म्हणून ती किंचित लाजून म्हणाली, "विलास खरंच, एखाद्यावर मनापासून प्रेम करणं म्हणजे काय असतं, याचा अनुभव कधी घेतला आहेस का तू?"

विलास स्पष्टवक्ता होता. तो म्हणाला, "शाले, असा प्रेमवीर बनण्यासाठी मी पुण्यात शिकायला नाही राह्यलो! त्यात अर्थशास्त्राचा विद्यार्थी आहे मी! किती अभ्यास करावा लागतो, तुला ठाऊक नाही."

"होऽ होऽऽ. माहिती आहे मला, फर्ग्युसनसमोरच्या कठड्यावर तासन् तास मित्रांसमवेत चकाट्या पिटतोस, तिथल्या कॉफीहाऊसमध्ये मुलींशी गप्पा झोडतोस आणि म्हणे मी अर्थशास्त्राचा विद्यार्थी आहे!"

"बरं शाले, जोक अपार्ट, या विकासचं काय करायचं सांग मला?"

"मी तरी तुला काय सांगू विलास? अण्णांना कोण समजावून सांगणार? त्यांना आताशी आपल्या संपत्तीचा इतका माज चढलेला आहे, की उभ्या जगाला विकत घेण्याची भाषा ते करतात."

"शाले, त्यांचं हे वागणं काही ठीक नाही! विकासवर ती शस्त्रक्रिया करणंच जरुरीचं आहे."

"पण त्यासाठी अण्णांची संमती हवी ना?"

"ते ती सहजासहजी देतील असं दिसत नाही! त्यासाठी आपणच एक 'ट्रिक' करायला हवी!" शालन म्हणाली.

"कोणती?"

"मावशीला आपण विश्वासात घेऊन विकासला दुसऱ्या ओळखीच्या डॉक्टरांना दाखवण्यासाठी काही दिवसांसाठी पुण्याला आणून ठेवावं, असं तिच्याकडून अण्णांना सांगू! आणि अण्णांच्या परभारेच त्याच्यावर ती शस्त्रक्रिया उरकून टाकू! बरं, तो मनोरुग्ण असल्याचा मेडिकल ऑफिसरचा

दाखलाही आपल्याकडे आहेच!''

"ठीक आहे. मी पुण्याला गेल्या गेल्या मावशीला विश्वासात घेऊन हे सारं सांगतो. बघू, ती जर तयार झाली तर काम फत्ते होईल.'' दोघांत किरकोळ मतभेद होते, तरी त्या बहीणभावांचा एकमेकांवर नितान्त विश्वास होता.

नऊ

दुसऱ्या दिवशी सकाळी ठरल्याप्रमाणे बरोबर नऊ वाजता नरेंद्रच्या गाडीचा हॉर्न वाजला. शालन तयारीतच होती. ती खाली आली तेव्हा अण्णा देवघरातं होते. त्यांची पूजा तासदीड तास चाले. घरातल्या देव्हाऱ्यात देवांनी बरीच दाटी केली होती. शालन निळसर रंगाची साडी, तसलाच ब्लाउज घालून जेव्हा गाडीकडं आली, तेव्हा नरेंद्र तिच्या प्रसन्न चेहऱ्याकडे पाहून म्हणाला,

"चल, लवकर पोचायला हवंय! आणि हे काय? ही पिशवी कसली?"

"आपल्याला वाटेत खायला आईनं शिरा दिलाय. केशर-बदाम घातलेला!"

"अरे व्वा! लग्न व्हायच्या अगोदरच जावयाची एवढी बडदास्त?"

"आई म्हणाली, घरी काही खाणार नसले, तर वाटेत खायला तरी काही करून देते!"

"खरंच, तुझ्या आई 'ग्रेट' आहेत हं!" गाडीत बसल्यावर गाडी सुरू करून नरेंद्र म्हणाला, "अण्णा कुठं गेलेत?"

"आहेत की घरी! त्यांची देवपूजा चालते सकाळी तास-दीड तास!"

त्यावर नरेंद्र म्हणाला, "आता देवाकडं आणखीन काय मागतात?"

"कुणास ठाऊक?"

"शालन, मी फक्त एकच देव मानतो. सतराशे-साठ देवांना हातसुद्धा

जोडत नाही.''

"कोणता तुमचा देव?''

"तू ओळख.''

गाव ओलांडून गाडी मोठ्या रस्त्याला लागल्यानंतर नरेंद्र म्हणाला, "तो आपणा सर्वांना रोज दिसतो. त्याचा स्पर्श जाणवतो, त्याच्यामुळे पृथ्वीतलावरचे जीव-जिवाणू, पशु-पक्षी, झाडे-वेली जिवंत राहतात, त्याच्यामुळंच पृथ्वीतलावर धनधान्य निर्माण होते, ऋतुचक्र निर्माण होते. त्याच्यामुळंच पृथ्वीवर पाऊसही पडतो.''

"ओळखलं! सूर्य!'' शालन म्हणाली.

"करेक्ट! मला माझ्या आईनं हे लहानपणीच सांगितलंय! ती रविवारी उपवास करायची! दिवसभरातून फक्त एकदाच शुभ्र वर्णाचे पेय घ्यायची! फक्त दूध! तेसुद्धा एकदाच! आणि तिनेच मला लहान असतानाच गायत्री मंत्राचा अर्थ सांगितला होता. तेव्हा तो माझ्या डोक्यावरून जायचा. त्या मंत्राचा अर्थ समजताच मी तो पाठ केला होता. मोठेपणी मात्र त्याचा अर्थ समजू लागला, तेव्हा मला त्याचं महत्त्वही पटू लागलं.''

"तो मंत्र म्हटल्यानं काय होतं?''

"त्यामुळं आपली चित्तवृत्ती शांत होते. मनाची अस्थिरता नष्ट होते. मन सदैव प्रसन्न राहते. कोणाविषयी मनात द्वेषभावना निर्माण होत नाही. अनेक ग्रंथपठनाने होणार नाहीत अशा असंख्य चांगल्या गोष्टीची प्रचिती येते. तूसुद्धा तो दिवसातून चार-पाच वेळा म्हणायला हरकत नाही.''

"ठीक आहे! गाडीत मागे तो बॉक्स कसला?''

एकदम आठवल्यासारखं करून नरेंद्र म्हणाला, "अरे होऽऽ! विसरलोच की! तुला एक भेट आणलीय. ओळख पाहू?''

"प्रत्येक गोष्ट तुम्ही मला ओळखायला सांगणार? माझ्या कल्पनाशक्तीची परीक्षा घ्यायची आहे की काय तुम्हाला? मला नाही ओळखता येत!''

"हे बघ, आजवर तू या अंजनगावात कधीही वापरलेली नाहीस अशी अनोखी भेट आहे. तुझ्यासाठी पंजाबी ड्रेस आणलाय मी!''

तोंडावर हात नेत शालन म्हणाली, "आणि तो मी आमच्या गावात

वापरणार?''

"गावात कशाला वापरतेस? आज आपल्याला माझ्या ज्या पक्षकाराकडे मळ्यात जेवायला जायचंय, तिथं जाण्यापूर्वी घाल म्हणजे झालं!''

"अहो, पण तो माझ्या मापाचा असेल कशावरून?''

"तुला ज्या वेळी मी पहिल्यांदा पाह्यलं, तेव्हाच तुझा आकार माझ्या मनात पक्का बिंबलेला आहे. तुला घातल्यावरच समजेल! अगदी माप घेऊन शिवलाय की काय असं वाटेल तुला! आणि हे काय, किती कडेला जाऊन बसलीस? जरा माझ्याकडे सरकलीस तर बिघडणार नाही.''

शालन नरेंद्रच्या बोलण्याने किंचित हसली. ती थोडीशी तिथल्या तिथेच सरकून बसली, तेव्हा गाडीची गती किंचित कमी करून तिच्या दंडाला धरून आपल्याकडे ओढून घेत नरेंद्र म्हणाला, "हे बघ शालन, आता फक्त लोकांच्या समजुतीसाठी आपण पती-पत्नी व्हायचे शिल्लक राह्यलोय. माझ्या दृष्टीने तू 'ऑलरेडी' माझी अर्धांगीच आहेस!''

"पण....!'' शालनच्या तोंडातून काही शब्दच उमटेनात. गाडी मुख्य रस्त्यापासून डाव्या बाजूच्या विस्तीर्ण माळावर येऊन थांबली. नरेंद्रनं मागच्या बाजूचा पंजाबी ड्रेस असलेला बॉक्स तिच्याकडे देत म्हटलं, "हं, हा घाल इथंच. मी थोडा माळावर फिरून येतो तोपर्यंत, मागे न पाहता.'' हसत हसत तो म्हणाला. शालननं काही बोलायच्या अगोदर नरेंद्र खाली उतरून गाडीच्या पुढे चालू लागला. शालनला पुण्याला गेल्यानंतर शाळा-कॉलेजातल्या मुली सर्रास पंजाबी ड्रेस वापरत असल्याचे पाहून आपणही केव्हातरी तो वेश घालावा, असं वाटायचं. पण ती संधीच आजतागायत तिला कधी मिळाली नव्हती. आज नरेंद्रनं अचानक तिची ती मनीषा पूर्ण केली होती. मागे एकदा फोनवर बोलता बोलता त्यानं तिला 'तुझा आवडता रंग कोणता?' असं विचारलं होतं. त्या वेळी तिने 'नेव्ही ब्ल्यू' असं सांगितलं हेतं. आज त्यानं नेमका त्याच रंगाचा पंजाबी ड्रेस तिच्यासाठी आणला होता. तिनं इकडंतिकडं माळावर चोहोबाजूंना पाह्यलं. तिथं चिटपाखरूंसुद्धा नव्हतं. नरेंद्र गाडीच्या पुढे अडीच-तीन फर्लांग चालत गेला होता. तरीही ती गाडीच्या मागे आली. साडी, ब्लाउज, परकर तिनं उतरवले आणि

सलवार, खमीज घातले. त्याच रंगाची जॉर्जेटची ओढणीही त्या बॉक्समध्ये होती. तीही तिने डोक्यावरून घेतली. आजपर्यंत कधीही तसले कपडे वापरायची सवय नसल्यामुळे तिला काहीतरी चमत्कारिक वाटू लागले.

"अहोऽऽ, या आता". तिने दूरवर गेलेल्या नरेंद्रला हाक मारली. नरेंद्रनं मागे वळून पाह्यलं. त्यानं आपला हात वर करून परत येत असल्याचं खुणेनंच तिला सांगितलं.

नरेंद्र जवळ येताच हसत हसत म्हणाला, "अगदी लुधियाना किंवा अमृतसरवरून आल्यासारखी दिसतेस की! होतो ना अंगाला बरोबर?"

ती म्हणाली, "तुमच्या स्मरणशक्तीचे आश्चर्य वाटले!"

"यात कसली आलीय स्मरणशक्ती? फारतर निरीक्षणशक्ती म्हण! तुझी उंची आणि कंबर या दोन गोष्टी अचूक समजल्यामुळे हा ड्रेस घेताना मला फारसा विचारही करावा लागला नाही. मात्र सुरेख दिसतेस या वेषात. थांब, तुझा एक फोटो घेतो असा!"

"फोटो? तो कसा घेणार?"

"गुन्ह्याची जागा बघायला जाताना मी नेहमी माझा कॅमेरा सोबत घेत असतो. त्यामुळं तो स्पॉट नेमका कसा आहे, हे लक्षात राहतं."

"कमाल आहे बाई तुमची!" नरेंद्रनं आपल्या ब्रीफ केसमधला कॅमेरा बाहेर काढला. आणि तो व्ह्यू पॉइंटमधून शालनकडे पाहू लागला. अचानक आठवण आल्यासारखे करून तो तिला म्हणाला, "थांब, तुझ्यासाठी आणखीन एक वस्तू आणलीय?"

"कोणती?" डोक्यावरून ओघळणारी ओढणी सावरीत शालननं विचारलं.

बुशशर्टच्या खिशातून लिपस्टिक काढून नरेंद्र तिला देत म्हणाला, "त्या साइडच्या आरशात पाहून ही लाव ओठांना."

"अहो, मी आयुष्यात कधी हे सोंग केलेलं नाही!"

हसत हसत नरेंद्र म्हणाला, "हे सोंग नव्हे, ही आजकालची फॅशन आहे शालन! नटायचं-थटायचं हेच तुझं वय आहे! म्हातारपणी तुला कोण ओठांना लिपस्टिक लाव म्हणणार आहे?"

"पण मला हे नाही जमायचं!" उघडलेली लिपस्टिक तशीच हातात धरून शालन म्हणाली.

"थांब, मीच ती तुला लावतो!" असं म्हणून तिच्या हातून लिपस्टिक घेऊन त्यानं शालनच्या ओठाला लावायला सुरुवात करताच ती हसू लागली.

"अरेच्या, अगं हसू नकोस. हसायला लागलीस तर मी लिपस्टिक कशी लावणार तुझ्या ओठांना? प्लीज, थोडावेळ तोंड बंद करून ओठ सैल सोड!"

शालनला नरेंद्रचा तो निरागस स्वभाव पाहून काय बोलावं, हेच समजेना. त्यानं तिच्या ओठाला लिपस्टिक लावली आणि तो तिला म्हणाला,

"हांऽऽ, आता आरशात बघ! कशी शालन कौर दिसतेस!"

गाडीसमोर उभं करून नरेंद्रने तिचे निरनिराळ्या अँगलने दोन-तीन फोटो काढले. कॅमेरा केसमधे बंद करून तो म्हणाला, "फोटो कोणा नवख्याला दाखवले तर तो म्हणेल, ही कोणीतरी हिंदी चित्रपटातील अभिनेत्री आहे! चल निघू आता!"

तेवढ्यात शालन म्हणाली, "खरं म्हणजे या वेशात तुमच्यासोबत कोणीतरी आपला दोघांचा फोटो घ्यायला हवा होता."

गाडीत चढता चढता थांबून तो म्हणाला, "अगं, ते काही कठीण नाही. माझ्या कॅमेऱ्याला ऑटो ॲरेंजमेंट आहे. तू अशी समोर उभी राहा. मी फोकस जमवतो. आणि गाडीवर कॅमेरा ठेवून ॲटोने दोघांचा फोटो घेऊ!"

त्यावर शालन म्हणाली, "पण ती गुन्ह्याची जागा बघायला उशीर तर होणार नाही ना?"

हातातल्या घड्याळाकडं पाहत नरेंद्र म्हणाला, "मुळीच होणार नाही. आता दहा वाजलेत. आपल्याला तिथे सव्वाअकराला पोचायला हवं आहे."

नरेंद्रने कॅमेरा ॲडजस्ट करून ॲटोचे बटन दाबले आणि पळत जाऊन तो तिच्या शेजारी उभं राह्यला आणि त्यानं तिच्या खांद्यावर हात ठेवला. त्याच क्षणी कॅमेऱ्याचा ॲटोमॅटिक फ्लॅश उडाला. दोघांचा फोटो

निघाला होता.

दोघे गाडीत येऊन बसले. या वेळी मात्र शालन त्याच्या लगत बसली. त्यानं तिच्याकडे स्नेहार्द्र नजरेनं पाह्यलं आणि गाडी स्टार्ट करण्यापूर्वी त्यानं तिला बाहुपाशात घेऊन तिचं चुबंन घेतलं. त्याने तिचं चुंबन घेताच ती त्याच्याकडं पाहून मोठ्यानं हसू लागली.

तो म्हणाला, "हसायला काय झालं तुला?"

"जरा आरशात बघा म्हणजे समजेल!"

नरेंद्रनं गाडीच्या आरशात पाह्यलं, त्याचेही ओठ तिच्या लिपस्टिकमुळे थोडे रंगले होते. 'माय गॉड!' असं म्हणत त्यानं खिशातून हातरुमाल काढून आरशात पाहून आपले ओठ पुसले आणि म्हणाला, "बरं झालं सांगितलंस. तिथं गुन्ह्याची जागा बघायला सेशन जज्ज आणि पब्लिक प्रॉसीक्यूटर अशी मंडळी येणार आहेत. त्यांच्यासमोर माझी फजिती झाली असती."

"पण तुम्ही तिथं गेल्यावर माझी त्या लोकांशी ओळख तर करून देणार नाही ना?"

"का? दिली म्हणून बिघडणार आहे काय?"

"मला बाई लाज वाटते!"

"हेच, हेच मला नको आहे. म्हणून तुला पुढं शिकवणार आहे! तुला त्या अंजनगावच्या बाहेरचं जगच ठाऊक नाही! तुझे अण्णा, त्यांचे ऋणको, त्यांच्याकडून येणारे व्याज यांशिवाय तुला बाहेरचं काहीच माहिती नाही! खरंच शालन, मला या साऱ्या गोष्टींचा मनस्वी तिरस्कार आहे!"

"मला तरी कुठं आवडत होत्या त्या गोष्टी? पण माझी त्या वातावरणातून सुटकाच होत नव्हती! अण्णांच्या व्यवसायाकडं पाहून तुम्ही मला नाकाराल, अशीही मला थोडी भीती वाटत होती!"

गाडी चालवता चालवता तिच्या हनुवटीला धरून आपल्याकडे पहायला लावत नरेंद्र म्हणाला, "तेवढा मूर्ख नाही मी! म्हणूनच तुझ्या मुरलीधरकाकाला मी सांगितलं, पारंपरिक पद्धतीनं मी मुलगी पहायला येणार नाही. हे कबूल असेल तरच मला बोलवा! तर तो तुझा मुरलीधरकाका माझ्यापेक्षा सवाई

निघाला! तुलाच त्यानं माझं स्वागत करायला पुढं धाडलं! आय मस्ट थँक हिम!''

''पण काय हो, मला पहायच्या अगोदर या पद्धतीनं किती मुली पाह्यल्यात?''

''नॉट ए सिंगल वन. एकसुद्धा नाही पाह्यली!''

''असं कसं होईल?''

''मी तऱ्हेवाईक आहे, अशी माझी ख्याती दहा गावांत पसरली होती. बायको पाहणे म्हणजे चापचून म्हैस किंवा शेळी खरेदी करणे नव्हे. तुला एक गंमत सांगतो शालन. मी लहान असताना माझ्या चुलतबहिणीला पहायला मुलाकडची मंडळी आलेली होती. त्यात पाच स्त्रिया, आणि सहा पुरुष होते! अलीकडे टेंपो ट्रॅक्समधून 'वडाप' करतात ना, तशी ती मंडळी जीपमधून दाटीवाटीनं बसून आलेली होती. माझी चुलतबहीण बिचारी मराठी पाच-सहा इयत्ता शिकलेली. अक्षरशः बावरून गेली. त्या मंडळींना नमस्कार करून पाटावर बसते न बसते, तोच आलेल्या पुरुषांकडून तिच्यावर प्रश्नांची सरबत्ती सुरू झाली. ''तुझं नाव काय? शिक्षण किती झालं? कशिदा काढता येतो का? जेवण करता येतं का? अवांतर वाचन करतेस काय? तुमचं शेत किती आहे?'' इतक्यात सोबत आलेल्या गृहस्थाने खिशातून विष्णुशास्त्री चिपळूणकरांच्या अग्रलेखांचे पुस्तक तिच्यापुढे उघडून 'भारतीय उपखंडातील सांप्रतची राजकीय स्थिती' हे शीर्षक असलेला अग्रलेख वाचायला सांगितला. अगं शालन, तो तिला काही केल्या वाचता येईना. तिचं 'तत् पप्' व्हायला लागलं. तिला पाहायला आलेल्यांत दोन तरुण पोरी होत्या. त्या फिदिफिदी हसू लागल्या. माझी बहीण बिचारी त्या पाटावर बसून चक्क रडू लागली. मी त्या वेळी लहान होतो, तरीही मला त्या लोकांचा इतका राग आला. माझी फळीची क्रिकेटबॅट होती. ती घेऊन एकेकांची टाळकी सडकून काढावीत, असं वाटू लागलं.''

''मग काय झालं पुढे?''

''काय होणार? केळी, कांदे-पोहे पोटभर खाऊन ते हरामखोर लोक निघून गेले आणि मुलगी नापसंत असल्याचा माझ्या काकांना निरोप पाठवला.

तेव्हापासून मला या पद्धतीनं मुली पाहणाऱ्यांबद्दल मनस्वी तिटकारा आहे! पोहे या प्रकाराबद्दलच मला घृणा निर्माण झालीय! काय सांगायच्या तुला एकेक आठवणी!''

समोर गाव दिसलं तशी शालन त्याच्यापासून थोडी बाजूला सरकली. तेव्हा नरेंद्र म्हणाला, ''दॅट्स राइट! चार-चौघांसमोर तू मला खेटून बस, असं म्हणण्याचा मूर्खपणा माझ्या हातून कधीही घडणार नाही.''

ज्या जागी खून झाला होता, ती जागा खेड्यापासून नदीच्या बाजूला दोन-अडीच फर्लांगावर होती. तिथं जिल्हा न्यायाधीशांची डोक्यावर लाल दिवा असलेली गाडी येऊन थांबलेली होती. त्यांचा आडवा लाल पट्टा घातलेला शिपाई भलताच स्मार्ट होता. सूट, टाय घातलेले पँटच्या खिशात हात घालून बोलणारे सरकारी वकीलही न्यायाधीशांच्या गाडीतूनच आले होते.

नरेंद्रनं आपली गाडी बाजूला लावली अन् तो शालनला म्हणाला, ''तू थांब गाडीतच. मी एक अर्ध्या तासात तिकडचं काम संपवून येतो.''

न्यायाधीश नरेंद्रला पाहताच म्हणाले, ''या मिस्टर टाकळकर, आम्ही तुमचीच वाट पाहतोय.''

सरकारी वकील इंग्रजीत म्हणाले, ''सिन्स हिज एंगेजमेंट ही इज ऑलवेज लेट.'' (लग्न ठरल्यापासून प्रत्येक ठिकाणी यायला त्यांना वेळच होतोय!''

त्यावर सेशन जज्ज बाजूला उभ्या असलेल्या गाडीकडं पाहत म्हणाले, ''गाडीत कोण आहे?''

''माय ब्राइड!'' नरेंद्र म्हणाला.

''आय सीऽऽ, सो वॉट मिस्टर प्रॉसीक्यूटर सेज इज करेक्ट!''

त्यावर नरेंद्र म्हणाला, ''आपलं स्पॉट इन्स्पेक्शन संपल्यावर मी तिची ओळख करून देणारच आहे!''

त्यानंतर न्यायाधीश, प्रॉसीक्यूटर आणि नरेंद्र शेताच्या बाजूला असलेल्या बांधाजवळ गेले. गावचा पोलिसपाटील खाकी कोट, धोतर आणि डोक्याला कोशापटका बांधून आला होता. तो पुढे आला. त्यानं न्यायाधीशांना वाकून

मुजरा केला आणि तो सांगू लागला –

"या पांगिऱ्याच्या झाडाखाली बलरामचे प्रेत पडले होते. गुन्हा घडलेला प्रकार साक्षीदारांनी त्या बाजूच्या झोपडीपुढून पाह्यला."

"हे अंतर किती आहे?"

"दीडा फर्लांग असेल अजमासे."

नरेंद्रने आपल्या ब्रीफ केसमधली डायरी काढली आणि त्याने त्या जागेचा स्केच तयार केला. बारीक नजरेने तो चोहोबाजूंचा परिसर न्याहाळत होता. सरकारी वकील मात्र खिशात हात घालून न्यायाधीशांशी इंग्रजीत बोलण्यात मशगूल होते. गावची बरीच माणसं दूर अंतरावर उभं राहून पाहत होती. बंदोबस्ताला आलेला हवालदार उगाचच लोकांवर डाफरत होता. अर्ध्यापाऊण तासात यांचे जागा पाहण्याचे काम संपले. तसा नरेंद्र आपल्या गाडीजवळ येऊन शालनला म्हणाला, "उतर, तुझी साहेबांशी ओळख करून द्यायची आहे."

"आई गंऽऽ, ती कशाला हो? मला बाई भीती वाटते."

नरेंद्र हसून म्हणाला, "त्यात भिण्यासारखं काय आहे? सगळं औपचारिक असतं!"

डोक्यावरची ओढणी सावरीत शालन नरेंद्रच्या मागोमाग जिल्हा न्यायाधीशांच्या गाडीजवळ आली. नरेंद्र त्यांना म्हणाला,

"सर, धिस इज माय वुड बी वाईफ."

शालननं अदबीनं त्यांना वाकून खानदानी पद्धतीनं नमस्कार केला. तेव्हा ते म्हणाले, "अहो, आजकाल कोणी असा नमस्कार करीत नाहीत! यांचं शिक्षण किती झालंय?"

शालन संकोचून काहीच बोलली नाही.

नरेंद्र म्हणाला, "दहावीपर्यंत, पण आता लग्न झाल्यावर ती पुढं शिकणार आहे!"

"दॅट्स गुड." सरकारी वकील खिशातून हात न काढताच पुढं म्हणाले. "मिस्टर टाकळकर, यू मस्ट ॲरेंज ए गुड डिनर टू सेलेब्रेट युवर वेडिंग!"

नरेंद्र त्यावर फक्त हसला. लाल दिव्याच्या गाडीचं दार पट्टेवाल्यानं उघडताच जिल्हान्यायाधीश गाडीत बसले. सरकारी वकीलही त्यांच्या पाठोपाठ आत चढले. पोलिस हवालदारानं टाचा जुळवून खाडकन् सॅल्यूट ठोकला. ड्रायव्हरने गाडी सुरू केली. त्यांची गाडी गेल्यानंतर नरेंद्रने शालनकडं पाहत म्हटलं, "हे न्यायाधीश अतिशय हुशार आहेत!"

"ते सरकारी वकील कोण? त्यांना मराठी बोलताच येत नाही वाटतं?"

त्यावर नरेंद्र हसला आणि म्हणाला, "ते गृहस्थ घरी बायको आणि मुलीबरोबरसुद्धा इंग्रजीतच बोलतात. इतकंच काय पण कामवालीशीसुद्धा ती उशिरा आली तर 'बायाक्काबाय, यू आर टू लेट टुडे!' असं म्हणतात!"

"पण कामवालीला समजतं का इंग्रजी?"

"अंदाजानं ती म्हणते, मुलांना शाळेला पाठवायचं होतं! ती आल्या आल्या ते दुसरं काय बोलणार आहेत! अंदाजानं ती ओळखते झालं!"

"एकेकांच्या तऱ्हाच असतात!" गाडीत नरेंद्रशेजारी बसता बसता शालनने त्याला विचारले, "पण काय हो, कोणाला मारलंय या ठिकाणी?"

"चल, सांगतो नंतर तुला ते सर्व प्रकरण". गाडीत बसून गाडी स्टार्ट करताना नरेंद्र म्हणाला.

कच्चा रस्ता संपताच गाडी मोठ्या रस्त्यावरून धावू लागल्यानंतर तो सांगू लागला–

"उमरी या गावी वीसएक वर्षांपूर्वी बलराम नावाचा एक उत्तर प्रदेशाचा गृहस्थ आला. चांगला पावणेसहा फूट उंच, गोरा, दणकट प्रकृतीचा बलराम दुधाच्या मिठाया चांगल्या बनवायचा. रबडी, बर्फी, पेढे असे पदार्थ बनवण्यात अगदी दर्दी होता. शिवाय हा भाग तसा दुष्काळी असला, तरी उमरी गावी ब्रिटिशांनी जो प्रचंड पाझर तलाव बांधलेला आहे, त्याच्या भोवताली बारमाही हिरवळ असते. एकदा तो तलाव भरला, की तीन वर्षे त्यातलं पाणी आटत नाही. पण असं कधी घडत नाही. दरवर्षी थोडा ना थोडा पाऊस पडतोच. त्यामुळं गावच्या प्रत्येक घरात पाच-दहा गाई, चार-सहा म्हशी लोक पाळतात. तलावाकाठच्या हिरवळीवर जनावरे चरायला जातात. गावी घरोघरी खवा बनवण्याच्या भट्ट्या आहेत. आठवड्यातून

एकदा लातूरचे व्यापारी खवा खरेदी करून नेतात; पण त्याला दरच नसतो.

बलराम गावी आल्यापासून त्यानं स्वत:च तो खवा खरेदी करून मिठाई बनवायला सुरुवात केली. अंगावरच्या कपड्यानिशी उमरीत आलेल्या बलरामने चार वर्षांत पंधरा एकर जमीन खरेदी केली. यूपीमधून बायको घेऊन आला. ती अतिशय देखणी होती. तिला इथली एप्रिल-मेमधील हवा नाही मानवली. वर्ष-दोन वर्षांतच ती मरून गेली. मग बलराम लातूरवरून एक बाई घेऊन आला. तीही पळून गेली. बलरामकडं पैसा खूप होता. प्रकृती धडधाकट होती. त्याला एक विकृती होती. तलावावर पाणी आणायला निघालेल्या एकट्या-दुकट्या स्त्रीला गाठून तो तिच्याशी लगट करण्याचा प्रयत्न करी. बायकांना पैशाचं अमिष दाखवत असे. असे एक दहा-पंधरा प्रकार घडल्यानंतर उमरीचे गावकरी एकत्र जमले. त्यांनी बलरामला गाव सोडून जायला सांगितले; पण बलराम त्यांना दाद देईना. उलट, आत्मसंरक्षणासाठी त्यानं कलेक्टरकडून डबलबारी बंदूक खरेदी केली. लोकांनी फौजदाराकडे तक्रारी केल्या. फौजदार पुरावा मागू लागला. उमरीच्या विवाहित स्त्रिया पुरावा द्यायला पुढे येईनात. ग्रामस्थांच्या तक्रारी 'फाईल' झाल्या. त्यामुळे बलरामला अधिकच चेव चढला. त्याने गावच्या सरपंचाच्या सुनेची जेव्हा छेड काढली, तेव्हा सरपंचांनी गावातल्या तालमीत कुस्त्या खेळणारी चार तरुण मुलं जमवली आणि बलराम जेव्हा शेताकडं येईल, तेव्हा त्याच्यावर अचानक हल्ला करण्याची योजना आखली.

"सुमारे सहा महिन्यांपूर्वी गुन्हा घडलेल्या दिवशी सकाळी, बलराम खांद्याला बंदूक अडकवून शेताकडे चालला होता. तेव्हा पाणंदीत लपून बसलेल्या एका तरुणाने मागून येऊन फरशी कुऱ्हाडीने त्याच्या उजव्या खांद्यावर जोराचा वार केला. तो खाली कोसळला; पण तशाही अवस्थेत त्यानं डाव्या हातानं बंदुकीचा बार उडवला. पण तो कोणालाच लागला नाही. नंतर पाणंदीत लपलेल्या तिघांनी त्याच्यावर सपासप कुऱ्हाडीचे वार केले. त्या पांगिऱ्याच्या झाडाखालीच तो मरून पडला."

"तुम्ही कोणाच्या बाजूने केस लढवणार आहात?"

"अर्थातच आरोपी पोरांच्या बाजूनं."

"याला पुरावा काय मिळाला पोलिसांना?"

"तीच तर गम्मत आहे. पंचायत निवडणुकीत पराभूत झालेल्या उमेदवाराने आपण व आपल्याकडे मुक्कामाला आलेल्या पाहुण्याने तो प्रकार प्रत्यक्ष पाहिल्याचे पोलिसांपुढे सांगितले आहे!"

"अहो, मग ते आरोपी सुटणार कसे? फासावरच जातील ना?"

"मुळीच नाही! ते चौघेही निर्दोष सुटतील!" नरेंद्र आत्मविश्वासाने पुढे म्हणाला,

"आता प्रत्यक्ष केस सुरू झाल्यानंतर तू ते बघशीलच!"

"मला कोर्टात येऊन ऐकता येईल ती केस?"

"होऽऽ, का नाही येणार? आता खूप मुली वकील होऊन कोर्टात येतातच की?"

"पण मी...?"

बोलता बोलता गाडी नरेंद्रच्या पक्षकाराच्या शेताजवळ आली. ते गृहस्थ नरेंद्रची वाटच पाहत होते. त्यांनीच नरेंद्रला दुपारच्या जेवणाचं निमंत्रण दिलेलं होतं.

दहा

उमरीच्या सुभेदारांची केस नरेंद्रने चार-एक वर्षांपूर्वी चालवलेली होती. त्यांचा शेजारी सायबा जाधवर उपद्रवी माणूस होता. सुभेदार हे केवळ आडनावाचेच सुभेदार नव्हते, तर ते सैन्यात सुभेदार मेजर म्हणून भरती झालेले होते. क्रॉसकंट्री परेडच्या वेळी ते उंचावरून पडल्यामुळे काहीसे अधू झाले होते. म्हणून त्यांनी सैन्यातून डिसॅबिलिटी पेन्शन घेतली होती. त्यांनंतर ते ढोकी इथल्या साखर कारखान्यात सिक्युरिटी हवालदार या कामावर रुजू झाले होते. माणूस अत्यंत सुस्वभावी असल्यामुळे त्यांचा शेजारी सायबा वारंवार त्यांच्या शेतात अतिक्रमण करीत असे. शेवटी नाइलाजाने त्यांनी नरेंद्रकरवी त्याच्यावर 'ट्रेसपास'च्या कलमाखाली फौजदारी केस दाखल केली. सैन्यातल्या लोकांना 'सिव्हिलियन्स' असे वारंवार उपद्रव देतात, हे पाहून न्यायाधीश सायबाला शिक्षा ठोठावणार अशी लक्षणं दिसू लागताच, सायबानं ते प्रकरण आपसात मिटवून घेण्याची भाषा सुरू केली होती. नरेंद्रचा त्यात जय झाल्यासारखेच होते. त्यानं त्या केसमध्ये आपसात तडजोड घडवून सुभेदारांना कायमचेच चिंतामुक्त केले होते. त्यामुळे अधूनमधून सुभेदार टाकळीला गेले, की नरेंद्रला भेटून येत. नरेंद्र उमरीला येणार हे समजल्यावर सुभेदारांनी त्याला जेवणाचे आवर्जून निमंत्रण दिले.

नरेंद त्यांना म्हणाला, "सुभेदार, जेवणाचा त्रास कशाला घेता उगाच?

तिकडच्या भागात आलो तर थोडा वेळ तुमच्या शेतात थांबून चहा-सरबत काहीतरी घेऊन जाईन.''

त्यावर सुभेदार म्हणाले, ''साहेब, मी ऐकलंय ते खरं काय? अंजनगावच्या अण्णा खोताच्या लेकीबरोबर तुमचं लग्न ठरलंय म्हणून!''

हसून नरेंद्र म्हणाला, ''अरेच्या! तुम्हाला कसं काय समजलं हे?''

''अहो साहेब, उभ्या जिल्ह्यातल्या पोरींचे बाप तुमच्यावर डोळा ठेवून होते. अण्णानं बाजी मारली म्हणायची सगळ्यावर!''

त्यावर नरेंद्र म्हणाला, ''तसं नाही घडलेलं ते! अण्णा खोतानं यात फारसं काही केलेलं नाही! त्यांनी माझी फक्त चौकशी केली होती. पण अण्णांचा चुलतभाऊ मुरलीधर ठाऊक आहे का? त्यानं हे जमवून आणलंय्.''

''मग लग्नाचा मुहूर्त कधी?''

''बघू, मी ती उमरीची मर्डर केस संपल्यावर लग्नाचा मुहूर्त धरावा म्हणतो.''

''बार जंक्शन उडायला पायजे?''

''जंक्शन?'' हसत हसत नरेंद्र म्हणाला, ''माझं लग्न फारसा गाजावाजा न करता करणार आहे मी! उगाच फालतू खर्च आणि वेळेचा अपव्यय करणं मला पसंत नाही. जे काही तुमच्यासारखे जवळचे आहेत, त्यांना एक जेवण मात्र नक्की देईन!''

त्यावर सुभेदार म्हणाले, ''वकीलसाहेब, माझ्या गरिबाच्या घरी केळवणाला तरी या.''

''केळवण? अहो सुभेदार, या जुनाट प्रथा आता बंद व्हायला हव्यात!''

''असं कसं म्हणता वकीलसाहेब? त्या निमित्तानं आपली माणसं एकत्र येतात. दोन घास खातात. अशा प्रसंगी जेवणाचं महत्त्व नसतं. पण काही करा, तुमची नियोजित वधू घेऊन माझ्या शेतावर येऊन दोन घास तुम्ही खावेत, एवढी माझी इच्छा आहे.'' अक्षरश: हात जोडून सुभेदारांनी नरेंद्रला सांगितलं.

तेव्हा त्यांचे हात धरून नरेंद्र म्हणाला, ''बघू, त्या भागात येणं घडलं तर तुम्हाला पूर्वसूचना देऊन येईनही!''

"पण तुमच्या बायकोलाही सोबत आणायचं बरं का?"

"बायको? अहो अजून लग्न व्हायचं असताना तिला बायको कसं म्हणता?"

"साखरपुडा झाला नव्हं? मग लग्न झाल्यासारखंच आहे असं समजायचं!"

"साखरपुडा?" नरेंद्र मोठ्यानं हसून म्हणाला, "सुभेदार, मी सगळ्याच पारंपरिक प्रथा मोडून टाकलेल्या आहेत. तुमच्यासारख्यांना ते पटणार नाही! असो, पण मी शालनला शक्य झालं तर तुमच्याकडे जेवणासाठी मात्र घेऊन येईन!"

उमरीची ती गुन्ह्याची जागा पाहून नंतर सुभेदारांच्या शेतावर जेवायला जायचं नरेंद्रनं ठरवलं होतं. अनायासे शालनही सोबत आलेली होती.

गाडीतून उतरताच नरेंद्रने शालनची सुभेदारांशी ओळख करून दिली. शालनने त्यांना नमस्कार केला.

शेजारच्या जाधवरावांच्या शेताकडे पाहत नरेंद्रने विचारलं, "शेजारी आता थंड आहे ना?"

हसून सुभेदार म्हणाले, "हिकडं फिरकून बघत नाही. परवा मी दोघांच्या बांधामधून काटेरी तारच मारून घेतली. त्या वेळी मला म्हणाला, 'दादा, ह्याची काय गरज नव्हती. मी काय पुनाच्यान तुम्हाला त्रास दिनार हाय?' मी म्हटलं, "तू देणार नाहीस; पण तुझी पोरं पुढं-मागं देतील. म्हणून आपल्या हद्दी पक्क्या झालेल्या बऱ्या."

"बरं केलं! पण सुभेदार तुम्ही या शेतात द्राक्षं कशी काय लावलीत?"

"काय झालं साहेब सांगतो. आपल्या केसची तडजोड झाली तेव्हा मी लातूरला गेलो होतो. तिथं माझा मिलिट्रीतला जुना दोस्त नारायण पर्बत भेटला. तो मला म्हणाला 'सुभेदार, मी बोअरवेलवर काम करतो. मालकाला सांगून तुझ्या शेतात बोअर मारून देतो थोडक्यात! लागलं तर लागलं पानी! आणि खरंच साठ फुटांवर पाणी लागलं. मोटार बसवली तर तीन तास चालते. मग म्हटलं, एक अर्धा एकर द्राक्षं लावून बघावीत! असा झाला तयार हा छोटा मळा! यंदा फळ धरंल असं वाटतंय!"

"वाऽऽ छान!" नरेंद्रच्या पाठोपाठ शालन शेत पाहत चालली होती. सुभेदाराच्या घरातल्या बाया-पोरी दाराआडून शालनकडे पाहत होत्या. त्यांना पंजाबी ड्रेस घातलेली ती तरुणी पाहून आश्चर्य वाटत होतं.

हातातल्या घड्याळात पाहत नरेंद्र म्हणाला, "बरं सुभेदार, आम्हाला तीन-साडेतीनपर्यंत अंजनगावला परत पोचायचं आहे."

"वाडायला घेतोच!" द्राक्षाच्या मळ्यात दोन सरींमध्ये टेबल लावलेलं होतं. टेबलाच्या दोन्ही बाजूंना दोन खुर्च्या मांडलेल्या होत्या.

शेतातल्या घरातून सुभेदाराचा मुलगा दोन्ही हातांत दोन ताटं वाढून घेऊन आला. नरेंद्र आणि शालन बाजूच्या बादलीतलं पाणी घेऊन हात धुऊन जेवायला बसले.

सुभेदारांनी कोंबडी बनवलेली होती. सुकी अंडी बाजूला लावलेली होती. कांदा-टोमॅटोची कोशिंबीरही वाढलेली होती. प्रत्येक ताटात तीन-तीन चपात्या कापून वाढलेल्या होत्या. ते पाहून नरेंद्र म्हणाला,

"सुभेदार, एवढा चपात्यांचा ढीग आम्ही एका आठवडाभरातसुद्धा खाऊ शकणार नाही. एक मोकळं ताट मागवा!"

त्यावर शालन चिकनची वाटी पाहून म्हणाली, "मलाही थोडं कमी करायला हवंय."

"अहो, काही जास्त नाही ते. खाऊन तरी बघा. माझ्या बायकोनं बनवलीय कोंबडी. मी मिलिट्रीत असताना ती माझ्याबरोबर जोधपूरला येऊन राह्यली होती. तिच्या हाताला राजस्थानी टेस्ट आहे. खाताना जाणवेल ते तुम्हाला."

"ते खरंय काका, पण मी ताटात कधीही उष्टं अन्न टाकत नसते! मला लागलं तर आणखी मागून घेईन. पण अन्नाची नासाडी नको!"

"खरंय तिचं सुभेदार, एक मोकळी वाटी मागवा!" दोघांनीही आपल्या ताटातल्या चपात्या आणि चिकन कमी केलं. त्यावर सुभेदार म्हणाले,

"मग उगीच माझी समजूत काढायला आलात म्हणायचं!"

"अहो, तसं बिलकूल समजू नका! माझासुद्धा आहार अतिशय कमी आहे!"

जेवता जेवता शालन एकदम काहीतरी आठवल्यासारखं करीत नरेंद्रला म्हणाली, "अहो, सगळा घोटाळा झाला की?"

"कसला?" हातातला घास तसाच धरून नरेंद्रनं तिला विचारलं.

"आईने येताना दिलेला शिरा खायचंच विसरलो आपण. गाडीत मागे डबा तसाच आहे!"

"आता आपलं जेवण संपल्यावर 'स्वीट डिश' म्हणून नंतर खाऊ तो थोडाथोडा!"

सुभेदार सारखे आत-बाहेर करीत होते. नंतर त्यांनी शालनला आग्रह करण्यासाठी आपल्या पत्नीलाच बाहेर बोलावलं.

हातावरचं गोंदणं सुभेदारीणबाईंना शोभून दिसत होतं. त्यांच्या कपाळावर रुपयाच्या आकाराचं कुंकू होतं. हातात सोन्याच्या गोठपाटल्या होत्या.

त्यांकडं पाहत नरेंद्र त्यांना म्हणाला, "सुभेदार, तुम्ही असे गावापासून बाजूला शेतात राहता. एखाद्या वेळेस तुमच्या वस्तीवर दरोडा पडण्याची शक्यता आहे!"

त्यावर सुभेदार म्हणाले, "त्याची काहीएक चिंता करत नाही मी. माझी कुत्री आता तुम्ही येणार म्हणून त्या कोपऱ्यातल्या झोपडीत बांधून ठेवल्यात. चोर-चिलट, पारधी-आरधी इकडं कोण कोण फिरकत नाही. आणि कुणी कधी ते धाडस केलंच, तर खुंटीला काडतुसं भरून ठेवल्याली डबलबॅरल बंदूक आहे. झेप्रीलिंकन् कंपनीची! ग्रँडसाहेबानं विलायतेला जाताना मला बक्षीस दिलीय ती! दहा गावच्या लोकांना ते माहीत आहे. अधूनमधून अजून एखादा पळता ससा टिपत असतो मी!" आपल्या करड्या झालेल्या मिशांवरून हात फिरवत सुभेदार म्हणाले.

त्यांची हातवारे करीत बोलण्याची लकब पाहून शालन नरेंद्रला म्हणाली, "ही मिलिट्रीतील माणसं किती मनमोकळी आणि स्पष्टवक्ती असतात नाही?"

"हांऽ, त्या बिचाऱ्यांची सारी हयात सैन्यात गेलेली असते. त्यांना समाजातल्या छक्केपंजे करणाऱ्यांचा वारासुद्धा लागलेला नसतो! पण होतं काय सांगू तुला शालन, ही माणसं ड्यूटीवर असताना आपल्या प्रॉपर्टीची

देखभाल जवळच्या नातलगावर सोपवून देतात आणि अशा लोकांचे बहुसंख्य नातलग बदमाश निघतात. कधी कधी देखरेख करायला दिलेल्या जमिनी स्वत:च बळकावून बसतात!''

ते ऐकून सुभेदार म्हणाले, ''माझं काय झालं? या सायबा जाधवरावाला माझी जमीन करायला सांगितली. त्यांतली दोन एकर त्यानंच नाही का घशात घातली? आणि पुन्हा माझ्या हद्दीतच घुसायला बघतोय! वकील-सायबानी त्याचा पुरता बंदोबस्त केलाय म्हणानासा आता!''

''सुभेदार, खरंच चिकन फारच छान बनलंय हं!'' नरेंद्र म्हणाला.

शालनकडे पाहत सुभेदार म्हणाले, ''ताईसाहेब खातील असं वाटलं नव्हतं! खोतांनी गळ्यात माळ घातलीय ना?''

त्यावर नरेंद्र म्हणाला, ''म्हणूनच हिला अगोदर विचारून घेतलं, तुला नॉनव्हेज चालतं का?''

''मग वडिलांच्या गळ्यात माळ असताना ह्यानला कशी काय परवानगी?''

त्यावर शालन म्हणाली, ''परवानगी कुठली आलीय? मी लहान असल्यापासून तायनीकडं जायची. तिथंच ही आवड निर्माण झाली! माझा भाऊ विलास पुण्यात असतो ना, त्यालासुद्धा हे फार आवडतं!''

नरेंद्र शालनला म्हणाला, ''अण्णांच्या गळ्यात माळ आहे हे मला नव्हतं ठाऊक!''

त्यावर शालन म्हणाली, ''ते काही विचारू नका, माळ तर आहेच आहे; पण त्यांनी देवपूजा करताना तुम्ही पहायला हवंय!''

''का? काय विशेष असतं त्यात?''

''अहो, जिथं जिथं जातील तिथून चार-दोन देवांच्या मूर्ती घेऊन येतील! आता त्या देव्हाऱ्यात देवांची इतकी दाटी झालीय, की सांगता सोय नाही! विलासनं मागच्या खेपेला त्यातले चार-सहा देव गुपचूप विहिरीत नेऊन टाकले, तरी अण्णांना देव कमी झाल्याचा पत्ता लागला नाही! असली त्यांची देवभक्ती!''

सुभेदार थोडे बाजूला गेल्यावर नरेंद्र हळूच शालनला म्हणाला,

"पैशाचे लोभी बरेच लोक देवभक्तीचं सोंग करतात! राग तर नाही ना आला तुला?"

"मुळीच नाही! तुम्ही सत्य तेच बोललात. पण हा त्यांचा स्वभाव या आयुष्यात बदलणार नाही! मला तर लाज वाटते कधी कधी त्यांच्या वागण्याची!"

"पण तू काय करू शकणार आहेस?"

"मी काहीच करू शकत नाही. म्हणून तर लवकरात लवकर अंजनगावातून बाहेर पडायची इच्छा होती!"

"तू घाईघाईनं तर माझी पसंती केली नाहीस ना? होऽऽ, नाहीतर बुजुर्ग लोक नेहमी म्हणतात, लग्न म्हणजे पोरखेळ नव्हे! पूर्ण विचारान्ती निर्णय घ्यावा लागतो!"

"तोच प्रश्न मी तुम्हाला केला तर?"

"मी म्हणेन, थोडा अविचार घडला खरा; पण आता नशिबाला दोष देऊन काय फायदा?" त्यावर दोघेही मोठ्याने हसले.

लग्न व्हायच्या अगोदर शालन आणि नरेंद्र यांच्या स्वभावातील मोकळेपणा पाहून परत त्यांच्या टेबलाकडं येणारे सुभेदार म्हणाले,

"वकीलसाहेब, खरंच नशीबवान आहात. मला दोन मुलं होईपर्यंत माझी बायको माझ्याशी चकार शब्द बोलली नव्हती. कधी कधी वाटायचं, ही मुकी तर नाही ना?"

त्यावर नरेंद्र विनोदानं म्हणाला, "मुलं होण्यासाठी संभाषणाची गरजच नसते!"

डोक्याला हात लावून सुभेदारही खो खो हसत सुटले.

जाताना सुभेदारांनी शालनला जरीची साडी आणि ब्लाउज पीस, नारळ अशा वस्तू भेट दिल्या.

साडेतीनच्या सुमारास शालनला नरेंद्रने अंजनगावला परत आणून सोडले. अण्णा शेतावर गेलेले होते. पंजाबी ड्रेसमधल्या शालनला पाहून सरस्वतीबाई तोंडाला हात लावून म्हणाल्या, "हे काय गं सोंग?"

त्यावर शालन म्हणाली, "नरेंद्रनी खास माझ्यासाठी हा ड्रेस आणलाय."

"तो घालून जेवायला गेलीस की काय?"

"होऽऽ!"

"बाई, बाई, बाई! बरा तुझा नवरा हौशी आहे. लग्नाच्या अगोदरच इतकं करतो, तर नंतर काय करील गं?"

"माझं काही विपरीत तर करणार नाहीत! त्यांच्या घरी वडिलांचं पूर्ण स्वातंत्र्य आहे त्यांना."

"पण तुझे वडील तू बाहेर पडल्यापासून एकसारखे कुरकुरत होते की!"

"कुरकुरायला काय झालं?"

"म्हणे अजून लग्नाचा पत्ता नाही आणि गाडीतून त्याच्या सोबत फिरते! कारण नसताना माझ्यावर खेकसले."

"का?"

"मला म्हणाले, तूच कार्टीला शेफारून ठेवलंस. म्हणूनच ती माझ्या परवानगीशिवाय निघून जाते."

"पण अण्णा त्या वेळी देवघरात होते. त्यांना पूजा चालू असताना मधे कोणी काही बोलल्याचं आवडत नाही म्हणून नाही विचारलं!"

"हो, पण तुला त्यांचा स्वभाव ठाऊक आहे ना?"

"चांगलाच!"

मंजूचा तो प्रकार घडल्यापासून विकासला बाजूच्या खोलीत जवळ जवळ बंदिवासातच ठेवण्यात आलेलं होतं. त्याला आपलं काहीतरी चुकलं आहे, याची अस्पष्टशी जाणीव झालेली होती की काय न जाणे! पण त्याला पोलिसांनी पकडून नेल्यापासून तो थोडासा भेदरल्यासारखा करीत होता. इतक्यात पोस्टमनने 'दिगंबर खोत सावकार' असं म्हणून पुढच्या दारातून पत्र टाकलं.

शालननं ते अण्णाच्या बैठकीत नेऊन टेबलावर ठेवलं आणि ती 'पिया बिन नहीं आवत चैन' या गाण्याची ओळ गुणगुणत माडीवर गेली. ड्रेसिंग टेबलच्या उभ्या आरशासमोर उभं राहून ती स्वतःलाच न्याहाळू

लागली "अय्या, मी या वेषात, माझी मलाच ओळखू येत नाही की! काही नाही, नरेंद्रना आणखी निरनिराळ्या रंगाचे असलेच ड्रेसेस आणायला सांगायचं."

ती तशीच कॉटवर आडवी झाली. तिनं कॉटवरची उशी छातीशी घट्ट कवटाळली. गाडीत नरेंद्राने तिला असंच घट्ट कवटाळून तिचं चुंबन घेतलेलं होतं. ते आठवून ती डोळे मिटून नरेंद्र आपल्या शेजारीच आहे अशी कल्पना करीत राह्यली.

संध्याकाळी सहाच्या सुमारास अण्णा शेतावरून परतले. बैठकीत जाऊन त्यांनी आलेलं टपाल फोडलं आणि वाचत वाचत ते माडीवर शालनच्या खोलीकडं आले.

"कधी आलीस?" माडीवर येऊन त्यांनी विचारलं.

"साडेतीनला आले."

"बरी झाली का ट्रिप? माझ्या ओळखीचं कोणी भेटलं नाही ना?"

"नाही! का बरं?"

"तसं नव्हे. लग्नाअगोदरच अण्णा खोतांची मुलगी नरेंद्रसोबत बाहेर फिरते, हे जगभर व्हायला नको."

त्यावर किंचित क्रोधानं शालन म्हणाली, "अण्णा, मी कोणा अनोळखी तरुणासोबत गेले नव्हते! नरेंद्रशीच माझं लग्न व्हायचंय ना?"

"ते खरंय गं, पण तुझं त्याच्याशी लग्न ठरलंय हे कितीजणांना ठाऊक असेल? त्यात हा नरेंद्र साखरपुडासुद्धा करून घ्यायला तयार नाही! उद्या काही खुसपट निघालं आणि त्यानं लग्नच केलं नाही, तर दुसरं स्थळही तुला मिळणं कठीण होऊन जाईल."

त्यावर शालन उसळून म्हणाली, "काय बोलता तुम्ही हे? शोभत नाही तुम्हाला! अहो, माझं जर नरेंद्रशी लग्न झालंच नाही, तर मी तुम्हाला दुसरं स्थळ शोधण्याची गरजच पडू देणार नाही. जन्मभर अविवाहित तरी राहीन, नाही तर..."

"जन्मभर आणि अविवाहित? या गोष्टी बोलायला सोप्या असतात शालन. व्यवहारी जग फार निराळं असतं!"

"असू दे. मला त्याच्याशी काही कर्तव्य नाही. तुमची बदनामी होईल, असं माझ्या हातून काही घडणार नाही."

"बरं ते जाऊ दे. आज हे तुझ्या मावशीचं पत्र आलंय!"

"काय म्हणते ती?"

"पुण्यात दोन-तीन मानसोपचारतज्ज्ञ डॉक्टर आहेत. विकासला त्यांची ट्रीटमेंट दिली तर बरं होईल म्हणतात. पण त्यासाठी त्याला महिनाभर पुण्यात ठेवावं लागेल!"

शालन आणि विलासनं रचलेल्यां नाटकाची कल्पना यशस्वी होण्याची चिन्हं दिसू लागली.

ती म्हणाली, "मग त्यात अडचण कसली? अनायासे मावशीचं घरही मोठं आहे."

"घर मोठं आहे गं. पण या विकासवर कोणीतरी देखरेख नको का ठेवायला? मला तरी इथून बाहेर पडता येत नाही!"

"मी राहीन त्याच्यासोबत महिनाभर! नरेंद्रना विचारून घेते."

"त्याच्या परवानगीची गरजच काय? अद्याप कुठं तुझं त्याच्याशी लग्न झालंय?"

त्यावर शालन पुन्हा काहीशी गंभीर होऊन म्हणाली, "प्रत्यक्षात जरी त्यांच्याशी माझं लग्न झालेलं नसलं, तरी मी त्यांचीच पत्नी आहे, असं स्वत:ला समजते."

"तू काहीतरी वेड्यासारखं बरळते आहेस." असे म्हणत हातवारे करीत अण्णा जिना उतरून खाली गेले.

अकरा

मृग जवळजवळ कोरडाच गेला. तसा मराठवाड्यातील शेतकऱ्यांना मृगनक्षत्राचा भरवसाच नसतो. तरीही मेघराजाची कृपा झाली आणि जमीन थोडीफार ओली झाली तर तूर, मटकी, मूग, भुईमुगाची शेंग अशी थोडीफार पिकं हाताशी लागत. कुशाबानं त्या साली महाराष्ट्र शासनाने पुरस्कृत केलेली बी-बियाणी घेऊन पेरणी केली होती. मुरलीधर खोताचा खताचा कारखानाही सुरू झालेला होता. दिगंबरअण्णांच्या सल्ल्यानुसार कुशाबाने आपल्या शेतात मुरलीधर खोतांकडून खरेदी केलेले खत घातले होते. जुलैच्या शेवटाला आणि ऑगस्टच्या पहिल्या आठवड्यात जुजबी पाऊसही झाला होता. कुशाबा रोज रानाकडं जाऊन येत होता. पण डोळ्याला कुठं हिरवा कोंबच दिसत नव्हता. तसा कुशाबा अधिकच चिंताग्रस्त झाला.

त्या दिवशी चंदरला तो म्हणाला, "एवढं महागामोलाचं बी इकत घेऊन पेरलं, मुरलीधरपंताकडचं पाचशे रुपयांचं खत आनून रानाला घातलं. पाऊस बी लई नाही तर थोडा झाला, मग रान का असं कोपल्यागतीनं करत आसंल?"

चंदर म्हणाला, "काल सांच्यापारी चावडीजवळ गावकरी बोलत हुते, सरकारनं पुरवलेलं बीबियाणं हलक्या दर्जाचं आहे म्हणं!"

"हलक्या दर्जाचं? पर ते देणारं तर म्हनत हुतं, की बी लई चांगल्या

दर्जाचं है म्हनून!''

"सरकारनं चांगलं बी दिलं आसंलबी, पण ते पुरवणाऱ्या व्यापाऱ्यांनी मधेच काळाबाजार केला असंल!''

"असं कसं हुईल?''

"आबा, आपण अजून लई मागास हाय! मुरलीधरपंतानं खतात बी काळाबाजार केलाय!''

"काय सांगतोस? अरे दिगंबरअण्णानं मला सांगितलं, 'पंताकडनं खत घेऊन घाल. रान मनगंड पिकंल.'''

"दिगंबरअण्णा? आबा, दिगंबरअण्णा मुरलीधरपंताचा चुलतभाऊ! अण्णानं खतविक्रीला मदत केली, तर खताच्या विक्रीतला फायदा अण्णांनाही मिळत असंल.''

"काय तरी बोलू नकोस उगंच!''

"काय तरी कशाला बोलू? एकजात गाववाले काय म्हणतात ते तुला सांगितलं!''

"म्हनजे बी बनावट आणि खतंबी बनावटा? असं कसं करतील रे?''

"परवा मुरलीधरपंताच्या खताच्या कारखान्यावर पोलिसांनी धाड घातलीय. त्या धाडीत विजापूर जिल्ह्यातून आणलेली लालसर वाळूची शे-दीडशे पोती जप्त केलीत.''

"तो वाळू कशाला आनंल?''

"खतात मिसळायला. चार आणे खत आणि बारा आणे वाळू!''

"अगागाऽऽ खरं म्हनतोस चंदर?''

"तू माणसांत कधी मिसळत नाहीस. आपलं रान ते घर! बाहेरचं जग म्हणून तुला ठाऊक नाही! आता तर सावकाराचं तायनीच्या लग्नाला कर्ज घेतल्यापासून सावकाराच्या रानातच राबतोस! आईसुद्धा तिथंच! मलाही अधूनमधून तिथंच नेतोस! काय खरं नाही बघ तुझं हे आबा!''

कुशाबा उकीडवा बसला होता. कपाळ हातात धरून म्हणाला, "जग धा तोंडानं धा बोलतं, ते सगळं खरं धरून कसं चालंल पोरा?''

"असं म्हणूनच आजपर्यंत दरवर्षी सावकारांचं कर्ज घेत राह्यलास! या जन्मात तुझं कर्ज कधीच फिटणार नाही! आता तायनीच्या लग्नाला पंचवीस हजार घेतलेस अण्णांकडून! व्याजाच्या मोबदल्यात आपलं घरदार त्याच्या रानात राबतंय. त्याचं मुद्दल शाबूत हाय ते हैच! पाऊसकाळ ह्यो असा! बी-बियाणं विकणारे फसवतात, खतं विकणारे फसवतात. आम्ही गोरगरीब असंच उपासपोटी टाचा घासून मरून जाणार!"

चंदर थोडाफार शिकलेला होता. तो तालुक्यावरून येणारं वृत्तपत्र अधूनमधून वाचत असे. मराठवाडा, आंध्र आणि कर्नाटक या भागातलं कपाशीचं संपूर्ण पीक हातचं गेल्यानं त्या भागातले शेतकरी हवालदिल झालेले होते. गावोगावी सहकारी सोसायट्या निघालेल्या होत्या. सोसायटीतून घेतलेलं कर्ज हातात पडण्यापूर्वी निम्मं मधल्या मधेच हडप केलं जात होतं. अण्णांसारखे सावकार चोख कर्जपुरवठा करीत, पण कर्जापोटी शेतकऱ्यांना वेठबिगारासारखं राबवून घेत. त्या भागातला संपूर्ण शेतकरीवर्ग हवालदिल होऊन गेला. खरिपाची संपूर्ण पिकं हातची गेली. आता रब्बीच्या हंगामात तरी निसर्गाची कृपा होईल म्हटलं तर गहू, हरभरा, शाळू ही दिवाळीनंतर पेरली गेलेली बियाणीही उन्हानं करपून गेली.

कुशाबा अतिशय चिंताग्रस्त झाला आणि अशातच ती काळीज चिरत जाणारी बातमी आली. तायनीचा नवरा भगवान ट्रक-अपघातात ठार झाला. कुशाबाला 'दे माय, धरणी ठाय' असे झाले. तायनीचं लग्न होऊन जेमतेम सहा-सात महिने झालेले होते. भगवान विश्वासू असल्यामुळे मालक त्याला कधी म्हैसूर-बेंगलोर तर कधी अहमदाबाद, भूज, कच्छ या भागांत ट्रकवर पाठवायचा. तो त्याला पगारही चांगला देई. आपल्या सासऱ्यानं लग्नासाठी पंचवीस हजाराचं कर्ज घेतल्याचं त्याला समजल्यानं तो तायनीला नेहमी म्हणत असे. "पुढंमागं मी तुझ्या बापाचं थोडंफार कर्ज फेडायला मदत करीन." भगवानचा बाप मात्र मोठा चेंगट होता. त्यानं भगवानचा हुंडा- पैन् पै मोजून घेतली होती. तो पैसा त्यानं कुठं ठेवला हेसुद्धा भगवानला ठाऊक नव्हतं. भगवानच्या अंत्ययात्रेला कुशाबा आणि चंदर जाऊन आले. भगवानच्या मृत्यूची बातमी समजल्यानंतर सारा अंजनगाव

कुशाबाचं सांत्वन करायला आला. एकानं त्याला सल्ला दिला, 'भगवानच्या बापाकडून थोडीफार आर्थिक मदत घेऊन दिगंबरअण्णांचे कर्ज भागवून टाक!'

कुशाबाला ते पसंत नव्हतं! तो म्हणाला, "त्यांचा कर्तासवर्ता मुलगा गेला. कोणत्या तोंडानं मी त्यांना मदत मागू? आता आमचा-त्यांचा काय संबंध उरला?" तायनीला कुशाबानं गावाकडं आणली. शालन तिच्या गळ्यात पडून खूपच रडली. नरेंद्रशी शालनचं लग्न होऊन चार-पाच महिने झाले होते.

नरेंद्रही अंजनगावला येऊन गेला. तो शालनला म्हणाला, "शालन, मला वाटतं, तायनीनं दुसरं लग्न करावं! अजून तिने विसावं वर्षसुद्धा ओलांडलं नाही. सारं आयुष्य वैधव्यात कसं काढणार ती पोर?"

"अहो, आमच्या या भागात दुसऱ्या लग्नाचं नावसुद्धा घेत नाहीत! तायनी अशीच मरणार!"

"पण सासरचे लोक तिला काही आर्थिक मदत करू शकणार नाहीत?"

"कसली आलीय आर्थिक मदत? ते म्हणतात, ही पांढऱ्या पायाची कार्टी सून म्हणून घरी आणली आणि आमचा धडधाकट मुलगा गेला. तिचं तोंडही पाहायला ते तयार नाहीत! आणि तुम्ही म्हणता, त्यांच्याकडून तिला काही आर्थिक मदत मिळावी! कसं शक्य आहे ते?"

"फार वाईट झालं तुझ्या या तायनीचं! पण खरं सांगतो शालन, आपण या तायनीला तिच्या पायावर उभं करण्याचा प्रयत्न करू! तुझे वडील तिला काही मदत करू शकणार नाहीत?"

"अण्णा? हंऽऽ! आता मी त्यांच्याबद्दल थोडं स्पष्ट बोलले तर राग मानू नका बरं! आमचे अण्णा पाषाणासारखे आहेत. त्यांना कधीच पाझर फुटणार नाही. परवा अण्णा कुशाकाकाला भेटायला गेले तेव्हा त्याला काय म्हणाले आहे का ठाऊक?"

"काय म्हणाले?"

"'कुशाबा, जावई मेला म्हणून तुझं अलीकडं माझ्या शेतावर कामाला येणं थांबलंय. पण तू कामाला आला नाहीस तर कर्जाचं व्याज मात्र वाढत

राहील, याचा विचार कर.'''

"माय गॉड! त्या वेळी असं म्हणाले ते?"

"होऽऽ! विलास पुण्यावरून आला होता. त्याला मी हे अण्णा बोलल्याचे सांगितलं. तेव्हा तो म्हणाला, 'कधी कधी अण्णा आमचे वडील आहेत हे लोकांना सांगायचीदेखील आम्हाला लाज वाटते!'''

"विलास शहाणा आहे!"

"तो मला म्हणाला, पुण्यात अशा काही पुरोगामी विचाराच्या संस्था आहेत की ज्या तरुण, अपत्यहीन, विधवांच्या पुनर्विवाहास प्रोत्साहन देतात. त्यांच्यासाठी बिजवर किंवा प्रथमवर स्थळंसुद्धा सुचवतात! पण कुशाकाकाला हे मान्यच होणार नाही!"

"आपण असं करू शालन, थोड्या दिवसांसाठी आपण तायनीला धानोरीला तरी घेऊन जाऊ. डॅडींना मी ती शोकांतिका सांगितली तेव्हा ते मला म्हणाले, 'अगोदरच ट्रकड्रायव्हरचं स्थळ कुशाबानं पसंत करायला नको होतं. नव्वद टक्के ड्रायव्हर दारू पितात.'''

"पण भगवान त्यातला नव्हता. तो पान-तंबाखूदेखील खात नसे! तुम्ही लग्नात त्याला पाह्यलंत ना?"

"हो, फार स्मार्ट वाटला होता मला तो! आपल्या देशातले रस्ते जोपर्यंत एकेरी वाहतुकीचे होत नाहीत. तोपर्यंत असे समोरासमोर वाहनं धडकण्याचे अपघात होतच राहणार! परवा आपण पुण्याला गेलो होतो, तेव्हा वाटेत चाकं वर होऊन पडलेली किती वाहनं मोजलीस?"

"अपघात झालेली नऊ वाहनं पाह्यली. तीन-चार अपघातांत तर ड्रायव्हरच खलास झाले असतील!"

"असंच आहे! आपल्या देशात अशीच किड्यामुंग्यांसारखी माणसं मरत राहणार! पण ते काही असो, तायनीला एक महिना-पंधरा दिवसांसाठी आपण धानोरीला घेऊन जाऊ!"

तायनीला अंजनगावला आणल्यापासून ती कोणाशीही बोलत नव्हती. तिला रडूही येत नव्हतं. ती निर्विकार चेहऱ्यानं तिला भेटायला येणाऱ्याकडं पाहत रहायची. भगवान ज्या वेळी शेवटी तिचा निरोप घेऊन ट्रकवर

निघाला, तो दिवस तिला अजून आठवत होता.

त्या वेळी तो तिला म्हणाला होता. ''तायनी, मला एकदा तुला म्हैसूर-बेंगलोर दाखवायचं आहे.''

त्यावर तायनी म्हणाली होती, ''काय बघण्यासारखं आहे तिकडं?''

''खूप बघण्यासारखं आहे. वृंदावन गार्डन आहे, म्हैसूरचे संग्रहालय आहे. चंदनापासून अगरबत्या आणि साबण बनवतात ती फॅक्टरी बघण्यासारखी आहे आणि खास म्हणजे म्हैसूरच्या परिसरातली कोरीव काम केलेली देवळं बघण्यासारखी आहेत.''

''पण तुम्ही मला नेणार कसं?''

''माझ्याबरोबर ट्रकमधून! सोबत एक क्लीनर असतो. तो बारक्याही स्वभावानं फार चांगला आहे. आमचं दोघांचं फार जमतं! मलाच तो मालक म्हणतो!''

''पण ट्रकच्या मालकासमोर तुम्हाला तो मालक म्हणत नाही ना?''

''नाही नाही. त्याच्यासमोर तो मला भगवानदादा म्हणतो! बघ तरी एकदा माझ्यासोबत येऊन आपला देश किती मोठा आहे! लोक कसे राहतात, काय खातात-पितात! तुला इडली-सांबार आवडतं?''

''होऽऽ, उडीदवडा आणि डोसाही आवडतो!''

''मी त्या मुलखात गेल्यावर त्याच्याशिवाय काही खातच नसतो. पुढच्या खेपेला आपण नक्की जाऊ, मजा करू.''

''पण तुमचा ट्रकमालक मला सोबत न्यायला परवानगी देईल?''

''त्याच्या परवानगीची गरजच काय? एकदा ट्रकमधे माल भरला आणि व्हाउचर माझ्या हातात पडलं, की परत येईपर्यंत मीच ट्रकचा मालक!''

''म्हणजे तुमचा बारक्या म्हणतो ते खरं आहे तर?''

''होऽऽ, पण तुला या खेपेला काय आणू सांग.''

''काही नको! तुम्ही ट्रकवर गेलात की सुखरूप परत येईपर्यंत माझ्या जिवात जीव नसतो. मी तुमच्या वाटेकडं डोळे लावून बसलेली असते. जेवणाखाण्यात कशाकशात माझं लक्ष नसतं!''

तिची हनुवटी उचलून तिच्या ओठांवर ओठ टेकवून भगवान म्हणाला, "तायने, एवढं प्रेम करू नको माझ्यावर!'

"का?"

"अशा प्रेमाला दृष्ट लागती म्हणतात."

किंचित रागावून तायनी म्हणाली होती, "असं काहीतरी अभद्र बोलू नका!"

घरून जाताना भगवाननं देवाला नमस्कार केला. तायनीनं हातावर ठेवलेली दही-साखर खाऊन तो गेला होता.

चौथ्या दिवशी गावातल्या जालंदरतात्यांना पोलिसांचा फोन आला. दावणगिरीजवळ ट्रक आणि ऑइलटँकरची समोरासमोर टक्कर होऊन भगवान पाटीलड्रायव्हर ठार झाला. क्लीनर बारक्या त्या धक्क्याने बाहेर फेकला गेल्याने बचावला.

गावचे चार-सहाजण जीप घेऊन दावणगिरीला गेले आणि पोस्टमॉर्टेम झालेलं डोक्यापासून पायापर्यंत कापडात गुंडाळलेलं छिन्नविछिन्न झालेलं भगवानचं शव घेऊन गावी आले. भगवानच्या आईला शोक आवरता आला नाही. ती बेशुद्ध पडली. भगवानचा बाप डोकं हातात धरून रडत होता. तायनी मात्र स्तब्ध पुतळ्यासारखी बसून होती. इतका प्रचंड दुःखाचा आघात तिच्यावर झालेला होता, की दुःखातिशयाने तिच्या तोंडून शब्दही फुटत नव्हता, ना डोळ्यांतून अश्रू ओघळत होते! पुतळ्यासारखी ती बसून होती.

गावाबाहेरच्या स्मशानात भगवानचे प्रेत दहन करून मंडळी परतली. अंजनगावावरून कुशाबा, कौशी आणि चंदर आले होते. ते बिचारे तायनीचं आता कसं व्हायचं, या विचाराने व्याकूळ झाले.

भगवानची आई रडत रडत म्हणाली, "कुटल्या मुहूर्तावर ही पांढऱ्या पायाची कार्टी घरात सून म्हणून आली, कुनास ठावं? माजा धडधाकट ल्योक हिनंच घालिवला!"

त्यावर चंदर म्हणाला, "आई, असं का म्हणता? काय केलं माझ्या बहिणीनं?"

"करायला कशाला पायजे? सटवीचा पायगूनच वाईट!"

मराठवाड्याच्या त्या भागात भयानक अंधश्रद्धा आजही आढळते. कोणा अपत्यहीन स्त्रीला बरीच वर्षं मूल होत नसलं, तर दुसऱ्या लेकुरवाळीच्या लहान निरपराध बालकाचा बळी देण्यापर्यंत मानवतच्या घटना घडल्या होत्या. देवदेवस्की, भानामती, प्राणी आणि कधी कधी माणूस बळी देणे, असे प्रकार अधूनमधून घडत होते. भगवानच्या अपघाती मृत्यूला तायनीच जबाबदार असल्याचा सासरच्या लोकांनी आरोप केल्यामुळे तिसऱ्याच दिवशी कुशाबा तायनीला घेऊन अंजनगावला आला.

लागोपाठ दोन साल दुष्काळ. आभाळाकडं पाहून पाहून कुशाबाची नजर शिणू लागली होती. एकदा तर त्यानं भर दुपारच्या सूर्याकडं टक लावून पाह्यलं आणि म्हणाला होता, "असा काळीज नसल्यासारखा निर्दय झालास गां?" सूर्याकडे टक लावून पाहिलेल्या क्षणापासून कुशाबाच्या नजरेत दोष निर्माण झाला. त्याला अंधूक अंधूक दिसू लागलं. त्याला कोणाचा तरी आधार घेऊन चालावं लागे.

कौशीलाही काय करावं समजेना.

दिगंबरअण्णांना कुशाबाची नजर मंदावल्याने तो आपल्या शेतावर कामाला येत नाही असं समजल्याने ते कुशाबाच्या वस्तीवर आले. सोप्यातल्या लोखंडी खाटेवर बसले. डोक्याची टोपी मांडीवर ठेवून कुशाबाला म्हणाले,

"अशी अचानक नजर कशानं मंदावली रे तुझी?'

"देवाला ठावं?" हवेत हात उडवून कुशाबा म्हणाला.

"का जावाई अचानक गेला म्हणून जास्त रडलास?"

कुशाबाच्या दुःखावरची खपली काढताच कुशाबा म्हणाला, "सावकार, असं का बोलता? अगुदरच देव आमच्या मागं हात धून लागलाय!"

"मला त्याच्याशी काही सोयरसुतक नाही बघ कुशा! पंचवीस हजार माझे कर्ज घेऊन त्या भगवानशी तायनीचं लग्न करायची गरजच काय होती? तिला कोणातरी गरिबाला, मजुरी करून खाणाऱ्याला देता आली नसती? पाटीलघराणं पाह्यजे होतं ना तुला?"

चंदर आणि तायनी आतल्या खोलीतून ते संभाषण ऐकत होते.

तायनीला दिगंबरअण्णांचे शब्द सहन न झाल्याने ती झटकन बाहेर येऊन म्हणाली. "अण्णा, माझ्या नशिबात होतं ते झालं. तुमच्या कर्जाचा हवाला म्हणून तुम्ही आमचं शेत लिहून घेतलंय ना? मग तुमच्या कर्जवसुलीसाठी काय करायचं ते करा. आमचा बाप यापुढं तुमच्या शेतात मजुरी करायला नाही येणार!"

"व्याज कोण भरणार?"

"आमची जमीन लिलाव करून घ्या तुमचं मुद्दल आणि व्याजसुद्धा!"

"चार बुकं शिकलीस म्हणूनच तुझी जीभ अशी वळवळते. पण लक्षात ठेव तायने, मोठ्या माणसासमोर असं बेमुर्वतीनं बोलणं बरं नव्हे!" दिगंबरअण्णा आवाज चढवून म्हणाले.

"कोण मोठा माणूस? तुम्ही स्वत:ला लाख मोठे समजत असाल, पणा जगात तुम्हाला कवडीची किंमत नाही!"

"कुशा, आज फारच बेताल झालीय रे तुझी लेक?"

"सावकार, मी हात जोडतो. नवरा मेल्यापासून असं तिचं डोस्कं झालंय्."

"तसं नाही ते कुशा. ही तुझी लेक फार माजोरी आहे म्हणूनच देवानं असं केलं तिचं."

"करू दे! मी काय तुमच्या दारात हात पसरून भीक मागायला येणार नाही. आज शालन इथं पाह्यजे होती, म्हणजे दाखवलं असतं तुम्हाला."

"तिचा-माझा आता काही संबंध उरलेला नाही. लग्न झालेल्या दिवशी तिचा संबंध तुटला."

दिगंबरअण्णा तणतण करत उठले. जाताना कुशाबाला म्हणाले, "इतके दिवस तुझ्याकडे बघून गप्प राहिलो. यापुढं जे काय करायचं आहे, ते मी कायद्यानंच करीन!"

दिगंबरअण्णा निघून गेल्यावर कुशाबा तायनीला म्हणाला, "कशाला उगं सावकारास्नी नको ते बोललीस? व्यवहाराला धरून होतं का?"

"अशा तुझ्या बोटचेप्या वागण्यानंच हा अण्णा शेफारलेला आहे.

समजलं?''

"अगं पन् पोरी, आपून गरीब मानसं. ते सावकार हैत गावचं! त्यास्नी असं बोलायचं नसतं.''

कुशाबा त्या प्रसंगापासून अधिकच अस्वस्थ झाला. त्यात लागोपाठ तिसऱ्या वर्षीही दुष्काळानं आपला अक्राळविक्राळ जबडा पसरला होता. कुशाबाला कुठेच आशेचा किरण दिसेना.

कुशाबाच्या घरून तणतणत निघालेल्या दिगंबरअण्णा खोतांना कुशाबाच्या सुखदुःखाशी कसलंही सोयरसुतक नव्हतं. त्यांच्या डोक्यात एकच विचार होता, 'कुशाबाला दिलेल्या पंचवीस हजार कर्जाच्या वसुलीसाठी आज ना उद्या आपल्याला त्याच्यावर दावा ठोकावाच लागणार आहे.'

गावाकडे चाललेल्या अण्णांचे अंजनगावच्या परिसरात धगधगणाऱ्या उन्हाकडे अजिबात लक्ष नव्हते. त्यांनी दूरवर नजर फेकली असती, तर त्यांना भोवतालच्या क्षितिजावर 'मृगजळ' दिसले असते.

बारा

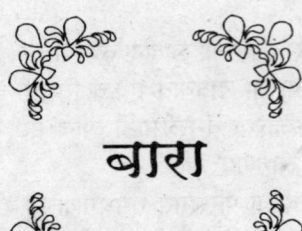

दिगंबरअण्णांचा विकास पुण्याला जाऊन आल्यापासून भलताच शांत झालेला होता. आताशी तो तासन् तास सोप्यातल्या झोपाळ्यावर बसून एका पायाने झोका घ्यायचा. सरस्वतीबाईंनी जेवायला बोलावले, की निमूटपणे उठायचा. घरी कामासाठी येणाऱ्या बायकांच्याकडे पूर्वीप्रमाणे निरखून पाहीनासा झाला. त्याच्या बाबतीत विलास, शालन आणि राधामावशी या तिघांनी मिळून केलेली योजना यशस्वी झाली होती. दिगंबरअण्णांना मात्रा वाटत होते, की पुण्यातल्या मानसोपचारतज्ज्ञाने केलेल्या उपाचाराचा हा परिणाम. पण प्रत्यक्षात शल्यविशारद डॉक्टरांनी त्याच्यावर जी शस्त्रक्रिया केली होती, त्यामुळे त्याची लैंगिक वासनाच नाहीशी झाली होती.

नरेंद्रच्या सांगण्यावरून शालन थोड्या दिवसांसाठी म्हणून तायनीला धानोरीला घेऊन आली.

विठ्ठलराव तिला पाहून शालनला म्हणाले, ''शालन, तू म्हणत होतीस तोच मार्ग मला उचित दिसतो! अजून वीस वर्षसुद्धा उलटलेली नाहीत या पोरीची! वैधव्यात आयुष्य कंठावं लागणं, हा तिच्यावर अन्याय होईल!''

''पण बाबा, हीच पुन्हा लग्न नको म्हणते!''

''तिला कल्पना नाही शालन. परवा नरेंद्र मला म्हणाला की, त्याच्या

आढळात एक-दोन तरुण आहेत. त्यांना त्याने हिच्या बाबतीतली सर्व कल्पना दिलेली आहे. जमलं तर बरंच होईल. पण काय गं, हिच्या सासऱ्यानं हिला अशी वाऱ्यावर सोडायला नको होती! ते हुंड्याचे घेतलेले पैसे तरी त्यानं हिच्या नावावर ठेवायला हवे होते. निदान त्याचं व्याजतरी हिला मिळालं असतं.''

त्यावर शालन म्हणाली, ''बाबा, या तायनीच्या बाबतीत माझ्या डोक्यात एक निराळीच योजना आहे. ती जर यशस्वी झाली, तर कुशाकाकावर आमच्या अण्णांनी आजपर्यंत केलेले सर्व अन्याय नाहीसे होतील आणि तायनीच्याही जन्माचं कल्याण होईल.''

''कोणती योजना आहे तुझ्या डोक्यात?''

''तिची आत्ताच वाच्यता नाही करणार मी. नरेंद्र माझ्याशी त्या बाबतीत सहमत आहेत. ते म्हणाले, 'तुझी योजना चांगली आहे, पण ती सहजासहजी अंमलात येणं थोडं कठीण आहे.'''

त्यावर विठ्ठलराव म्हणाले, ''तुम्ही तरुण पिढीतले लोक आमच्यावर सवाई निघणार. तुझ्या मतिमंद भावावर तू आणि तुझ्या भावाने केलेला उपचार मला परवा नरेंद्रनं सांगितला. असलं धाडस सहजासहजी कोणाच्या हातून होणार नाही.''

हसत हसत शालन म्हणाली, ''त्याशिवाय दुसरा काही पर्यायच नव्हता.''

त्यावर विठ्ठलराव म्हणाले, ''परवा आमचे शरदराव मतिमंद मुलींचे गर्भाशय काढावे असं एका व्याख्यानात म्हणाले, तेव्हा पुण्यातल्या तथाकथित मानवतावादी संघटनांनी त्यांच्यावर टीकेची झोडच उठवली.''

''मला काही ठाऊक नाही ते प्रकरण!''

''ते प्रकरण असं काही नाही. पण मतिमंद मुली वयात येतात, तेव्हा समाजातले काही बदमाश लोक त्यांचा उपभोग घेतात. त्या गरोदर राहिल्याचेही त्या पोरींना समजत नाही. आजकाल गर्भपात करणे कायद्याने गुन्हा होत नाही. पण तेही ज्ञान त्या मतिमंद मुलींना नसते. म्हणून मानवतेच्या दृष्टिकोनातून शरदराव तसं बोलून गेले. पण केवळ त्यांना विरोध करायचा

म्हणून त्यांचे हितशत्रू त्यांच्यावर तुटून पडले. ते म्हणाले, 'त्या मतिमंद मुलींना मातृत्वाच्या सुखापासून वंचित करणे हे अन्यायकारक आहे.' अरे बेट्यांनो, मातृत्व म्हणजे काय हे ज्या दुर्दैवी मतिमंद मुलींना समजत नाही, त्यांच्याकडून त्या बालकांचं संगोपन तरी कसं होणार? आपल्या देशात सगळा मूर्खांचा बाजार आहे. शहाणे लोकसुद्धा लोकसंख्येचा हा भस्मासुर रोखण्याची भाषा करीत नाहीत. त्यात या मतिमंद मुलींच्या अपत्यांची भर! म्हणजे हळूहळू रसातळाला चाललेला हा देश एकदमच खड्ड्यात जाणार!''

विठ्ठलराव टाकळकर पहिल्यापासूनच पुरोगामी विचारसरणीचे होते. त्यामुळे शालनची अन् त्यांच्या स्वभावाची रास जमली होती. सर्वसाधारण रीत्या घरी नव्याने आलेल्या सुना आपल्या सासऱ्याशी ज्या गोष्टींची चर्चा करण्यास भीत, अशा अनेक विषयांची चर्चा शालन विठ्ठलरावांशी करीत असे.

लग्नाच्या बाबतीत नरेंद्रनं स्वत:च निर्णय घेतला होता. सर्व परंपरागत पद्धतीला फाटा दिलेला होता. त्याला विठ्ठलरावांचीच संमती होती. पण नरेंद्रनं बलराम मिठाईवाल्याच्या खुनाची केस चालवून झाल्यानंतरच शालनशी लग्न करण्याचा घेतलेला निर्णय मात्र विठ्ठलरावांना खटकत होता. त्यात असं झालं, उमरीच्या बलराम मिठाईवाल्याच्या खुनात सापडलेला प्रमुख आरोपी शामा चाळके जामिनावर सुटल्यानंतर फरारी झाला होता. त्यामुळं ती केस पुढं ढकलावी लागली होती. शाम चाळके सापडल्याशिवाय ती केस चालवू नये, असा सरकारी वकिलांनी अर्ज दिला होता. कारण खुनाच्या केसमध्ये एक जरी आरोपी फरारी झाला, तरी सरकारचे साक्षीदार त्याच्या भीतीने इतर आरोपींच्या विरुद्धही साक्ष देण्यास घाबरतात. या सर्व प्रकरणामुळं शालन आणि नरेंद्रचं लग्नही पुढं ढकललं जात होतं. तिकडं अंजनगावला दिगंबरअण्णांचा शालन आणि नरेंद्रनं लग्नाच्या अगोदर एकत्र फिरण्यासही कडवा विरोध होताच. त्यात विठ्ठलरावांनासुद्धा ती गोष्ट खटकू लागली.

तेव्हा ते नरेंद्रला म्हणाले, ''नरेंद्र, ज्या पद्धतीने तू तुझं लग्न ठरवलंस, ते कोणत्या पद्धतीनं करायचं याचा निर्णय तू घेतलास, याबाबत मला काही

बोलायचं नाही. पण त्या खटल्याचं कारण पुढं करून तू आणखीन किती दिवस शालनशी लग्न करण्याचं पुढं ढकलणार आहेस?''

त्यावर नरेंद्र म्हणाला, ''बघू, तो शामा सापडेल लवकर!''

''तो सापडणार, मग तुझी केस तू चालवणार, आणि मग निकाल झाल्यावर लग्न करून घेणार हे काही मला तर्कसंगत वाटत नाही बुवा! हे बघ, कालच मला दिगंबर खोतांचा सांगावा आलेला आहे. नरेंद्रचा शालनशी लवकरात लवकर विवाह व्हावा, असं त्यांचंही म्हणणं आहे.''

''जुनाट विचाराच्या माणसांना असंच वाटणार! इंग्लंड-अमेरिकेत वर्ष-दोन वर्षं डेटिंग करतात.''

''पण भारतात ते चालत नाही! डेटिंगची कल्पना ठीक आहे, पण आपल्या संस्कृतीला ती कधीच मानवणार नाही! दिगंबर खोतांना लोक नावे ठेवत असणार!''

''लोकांना काय वाटतं याची कदर करून जगणारे कधीच सुखानं जगू शकत नसतात.'' नरेंद्र म्हणाला होता.

''छेऽऽ, याला पुढारलेपण म्हणत नाहीत नरेंद्र! त्या केसचं काय व्हायचं ते होऊ दे, तू चार-आठ दिवसांत तुझ्या पद्धतीनं लग्न करून मोकळा हो कसा!''

नरेंद्र हेकेखोर नव्हता. बऱ्याच वेळा तो विठ्ठलरावांचा सल्ला मान्य करी.

त्या दिवशीही तो म्हणाला, ''ठीक आहे बाबा, एक आठ-दहा दिवसांत तुमच्या इच्छेप्रमाणे होईल!''

''अरे, पण जवळचे चार नातेवाईक नको का बोलवायला? आपण काही बेटावर राह्यलेलो नाही! माझी वृद्ध बहीण आहे, भाचे आहेत, ते अमरावतीवरून येणार. कॅप्टन किल्लेदार माझे मेव्हणे आहेत. ते वारंवार नरेंद्रचं लग्न कधी म्हणून विचारतात. तेव्हा तू निश्चित तारीख सांग ना. का उगाच आठ-दहा दिवसांनी तुझं लग्न होणार आहे अशी पत्रिका छापता येईल का मला? मुहूर्त पाहायला हवा! माझा जरी मुहूर्तावर विश्वास नसला तरी पाहुणेरावळे यांच्या समाधानासाठी तरी मुहूर्त पहावा लागेल!''

"ओ.के.!"

त्याच दिवशी नरेंद्रनं शालनला फोन केला.

"शालन, वुई आर गेटिंग मॅरीड. वुई हॅव ऑलरेडी मॅरीड, बट् फॉर द पब्लिक सॅटिसफॅक्शन वुई आर फॉर्मली परफॉर्मिंग द् वेडिंग सेरिमनी. बी प्रिपेअर्ड फॉर दॅट."

हसत हसत शालन पलीकडून म्हणाली, "पण केव्हा ते सांगा ना?"

हॉलमध्ये कॅलेंडर होतं. कॅलेंडरकडे पाहत नरेंद्र म्हणाला, "ऑन सीक्स्टीन्थ!"

"ओ.के.! पण तुला समजलं का?"

"काय?"

"आमच्या मुरलीधरकाकांवर पोलिसांनी बनावट खतं तयार केल्याबद्दल खटला भरलेला आहे! जामिनावर सुटल्या सुटल्या ते इकडं अंजनगावला आलेत. त्यांची इच्छा आहे, तुम्ही त्यांचं वकीलपत्र घ्यावं आणि त्यांचा बचाव करावा."

"शालन, दोन-तीन महिने माझ्या सहवासात तू वावरतेस. हेच मला ओळखलंस तू? मी मुरलीधर खोतांची केस मुळीच चालवणार नाही!"

"पण आमच्या अण्णांचीच तशी इच्छा आहे, तुम्हीच मुरलीधरकाकांची केस चालवावी अशी."

"सॉरी! अण्णांना सांग, तुम्ही तुमची मुलगी मला नाही दिली तरी चालेल; पण मी गोरगरीब शेतकऱ्यांना फसवणाऱ्या आणि समाजाशी गद्दारी करणाऱ्याचं वकीलपत्र घेणार नाही! भले त्यांनी मला लाख-दोन लाख फी दिली तरीही!"

"यात मला कशाला गोवता? माझी काय चूक आहे यात? म्हणे मुलगी नाही दिली तरी चालेल!"

"होऽऽ, त्यांनी सरळपणे नाही दिली, तर तुला उचलून घेऊन जाईन!" असं म्हणून नरेंद्र मोठ्याने हसू लागला. एकदम थांबून तो म्हणाला, "खरंच शालन, माझी काही तत्त्वं आहेत. त्यांपासून मी बिलकूल ढळणार नाही! सामाजिक बांधीलकी न मानणाऱ्यांचा, फसवाफसवी करून

धन जोडणाऱ्यांचा, सत्तेसाठी अनेक क्लुप्त्या करणाऱ्यांचा मला मनस्वी तिरस्कार आहे! मी मुरलीधरपंतांच्या विरुद्ध सरकारी वकिलाला एक वेळ मदत करीन; पण त्यांचा बचाव मात्र मुळीच करणार नाही. खरं म्हणजे मला हे सर्व स्पष्टपणे तुला सांगण्याची गरजच भासायला नको होती.''

त्यावर शालन म्हणाली, ''अहो, तुम्ही येऊन अण्णांना आणि मुरलीधरकाकांना भेटून तुमचा विचार सांगा!''

''काय म्हणालीस?''

''तुम्ही त्यांची केस चालवणार नाही, असं सांगून टाका!''

''ओ.के.ऽऽ डार्लिंग, मग येत्या सोळा तारखेला आपण आम जनतेच्या समजुतीसाठी विवाहबद्ध होणार तर!''

हसत हसत शालन म्हणाली, ''मला काय त्यात नावीन्य नाही, तुम्हाला बघितल्या क्षणीच मी तुमचा स्वीकार केलेला आहे.''

''आणि मी तरी काय दुसरं केलं म्हणतेस? वुई आर बॉर्न फॉर इच आदर.''

असं म्हणून नरेंद्रनं रिसीव्हरचं चुंबन घेऊन तो स्टँडवर ठेवला.

सोळा तारखेला मोजक्याच नातेवाइकांच्या उपस्थितीत नरेंद्र आणि शालन विवाहबद्ध झाले. विठ्ठलराव टाकळीकरांनी आपल्या द्राक्षाच्या मळ्यात विवाहाला उपस्थित असणाऱ्यांसाठी जेवण ठेवलं. नातेवाइकांकडून नरेंद्रनं वा विठ्ठलरावांनी कसलाच आहेर स्वीकारला नाही.

तेव्हा अमरावतीचा त्यांचा भाचा त्यांना म्हणाला, ''मामा, हे कसलं बाहुलाबाहुलीच्या लग्नासारखं लग्न! आम्हाला क़ानठळ्या बसवणारा बँड, ताशा ऐकण्याची सवय, शिवाय लग्नात होणारा सावळा गोंधळ, मानापानासाठी रुसणं, फुगणं असले काहीच प्रकार पाहायला न मिळाल्यामुळे हे लुटूपुटीचं लग्न वाटलं आम्हाला.''

त्यावर विठ्ठलराव त्याला म्हणाले, ''चंद्रसेन, तुम्हा सर्वांना या लग्नाला निमंत्रण आले हेच मोठं समजा! नरेंद्र म्हणत होता, लग्न झाल्यावर सर्वांना आम्ही विवाहबद्ध झालो म्हणून कार्ड टाकतो!''

''त्याचीतरी काय गरज होती नरेंद्रला?''

नरेंद्र बाजूला उभा होता. तो शालनला सोबत घेऊन त्यांच्या जेवणाच्या टेबलाजवळ येत म्हणाला, “खरंच चंदूदादा, कार्ड पाठवावी लागली असती.”

“ती कशासाठी?” जेवता जेवता चंद्रसेननं विचारले.

“गेली दोन-तीन वर्षं शेकडो मुलींचे बाप माझ्यावर डोळा ठेवून होते. त्यांना समजण्यासाठी! द हॉर्स इज नाऊ टाइड टू द व्हॅन.”

“हॉर्स? स्वत:ला घोडा कशाला म्हणवून घेतोस?”

त्यावर हसत हसत नरेंद्र म्हणाला, “माझ्या बायकोबद्दलच्या अपेक्षा, मुलगी पाहण्याची विचित्र तऱ्हा आणि लग्न करण्याची जगावेगळी पद्धत या सर्व गोष्टींची ज्यांना ज्यांना म्हणून कल्पना होती, ती मंडळी मला कुचेष्टेनं म्हणत, वय वाढत चाललंय, एवढा मोठा घोडा झाला तरी याला काडीचा व्यवहार नाही! मला त्या लोकांनी दिलेली घोड्याची उपमा फार आवडली! म्हणून म्हणालो, घोड्याला आता गाडीला जुंपलाय.”

त्यावर चंद्रसेन वरमला. तो विठ्ठलरावांना म्हणाला, “मामा, तुमची खरी कमाल आहे! याचा विक्षिप्तपणा आजवर तुम्ही कसा खपवून घेतला असेल?”

त्यावर विठ्ठलराव शांतपणे म्हणाले, “आमच्या जुन्या पिढीतल्या लोकांनी अनुसरलेल्या साऱ्याच प्रथा काही नव्या पिढीने अनुसराव्यात, अशी परिस्थिती आज उरलेली नाही. चंद्रसेन, पण मला समाधान वाटतं ते एकाच गोष्टीचं!”

“कोणत्या?”

“नरेंद्रला त्याच्या विचारांशी मिळत्याजुळत्या विचारांचीच पत्नी लाभली!”

त्यावर शालननं किंचित स्मित केलं.

चंद्रसेन तिला म्हणाला, “भाभी, तुम्ही नरेंद्रला घेऊन आमच्याकडं अमरावतीला कधी येता?”

“यांना कोर्टकामातून केव्हा सवड मिळते ते विचार ना?”

त्यावर नरेंद्र म्हणाला, “नक्की येऊ, पण मला तशी चार-आठ दिवसांची सवड मिळणंच कठीण झालंय. एकामागून एक नवे खटले माझ्याकडं येऊ लागलेत. हा बलराम मिठाईवाल्याचा खटला संपला, की

अमरावतीला येईन म्हणत होतो. पण परवाच आणखी एक मारामारीची मोठी केस आलीय माझ्याकडं!"

त्यावर विठ्ठलराव म्हणाले, "तुझ्या सासऱ्याच्या चुलतभावाचीही केस तुझ्याकडं येईल चालवायला!"

त्यावर नरेंद्र म्हणाला, "कोणाची? त्या मुरलीधर खोतांची? मी तीं केस मुळीच स्वीकारणार नाही. लोकांची फसवणूक करणाऱ्यांचा मी कधीच बचाव करणार नाही!"

"पण वकिलानं एकदा तो व्यवसाय स्वीकारल्यावर असा पक्षपात करता कामा नये." चंद्रसेन म्हणाला.

"यात कसला आलाय पक्षपात? या मुरलीधर खोताच्या खताच्या कारखान्यातून दीडशे तांबड्या वाळूची पोती पोलिसांनी जप्त करून ताब्यात घेतलीत!"

"पण ते खरं कशावरून?" चंद्रसेनने विचारले.

"खरं कशावरून? चंदूदादा, पोलिसांनी दीडशे पोती कोठून तरी आणून ती या मुरलीधर खोतांच्या खताच्या कारखान्यात सापडली असा खोटा पंचनामा करण्याचं कारणच काय? तो काय पोलिसांचा शत्रू आहे?"

"शत्रू नाही, पण तो नात्याने तुझा सासरा लागतो."

"सासरा असो नाहीतर आणखीन कोणीतरी असो! उघड उघड तो गुन्हेगार आहे असं स्पष्ट दिसत असल्यावर केवळ फी मिळते म्हणून मी कोणाही बड्या धेंडाचं काम स्वीकारणार नाही! भले माझी वकिली नाही चालली, तरी मला त्याची पर्वा नाही."

"पण तुझ्या बायकोला काय वाटलं असेल, तू मुरलीधरची केस न स्वीकारल्यामुळं?"

"त्याचा खुलासा ऐकायचा आहे का तुम्हाला? तो ऐकव गं शालन यांना?"

शालन शांतपणे म्हणाली, "यांनी जो निर्णय घेतला आहे तो योग्यच आहे! मुरलीधरकाकांना पोटापुरती जमीन आहे. राहायला मोठं वडिलार्जित घर आहे. मग इतक्या लटपटी खटपटी करून तो खताचा कारखाना

काढायची गरजच काय होती? पण समजा, हौस म्हणून काढलाच तर गरीब शेतकऱ्यांना वाळूची भेसळ केलेली खतं विकायची गरजच काय होती? केवळ नातेवाईक म्हणून कोणालाही पाठीशी घालणं, त्याचं समर्थन करणं मला पसंत नाही. बरं झालं नरेंद्रनी ती केस स्वीकारली नाही!''

विठ्ठलरावांना आपल्या सुनेनं दिलेलं उत्तर ऐकून समाधान वाटलं!

लग्नासाठी आलेली पाहुणेमंडळी निघून गेली. त्यानंतर बलराम मिठाईवाल्याची ती केस सेशन कोर्टात चौकशीला लागली. त्या खटल्यातला फरारी आरोपी शामा चाळके याला पोलिसांनी उस्मानाबाद जिल्ह्यात ढोकी इथं पकडला होता.

त्या दिवशी कोर्टात पाय ठेवायला जागा नव्हती इतकी दाटी झाली होती. बरोबर अकरा वाजता शाम चाळकेसह चार आरोपींना पोलिसांनी निळ्या रंगाच्या व्हॅनमधून कोर्टात आणले. नरेंद्र त्या दिवशी दहा वाजताच कोर्टात आला होता. आदल्या रात्री अकरा-साडेअकरा वाजेपर्यंत त्यानं केसची तयारी केलेली होती. त्या भागात बलराम मिठाईवाला सर्वांना परिचित होता. उत्तर प्रदेशातून तो उमरीला आला, तेव्हा त्याच्याजवळ अंगावरच्या कपड्यांशिवाय काहीही नव्हते. पण हातात पेढे, बर्फी, कुंदा, रबडी, कोहळ्याचा पेठा असे पदार्थ बनवण्याचे कसब होते. उमरी गावातच त्याने स्थायिक व्हायलाही तसे सबळ कारण होते. गावात शे-चारशे गाई-म्हशी होत्या. यांचे सर्व दूध गावात खपणे अशक्य होतं. त्यात गावाचे रस्ते चांगले नव्हते. त्यामुळं आजूबाजूच्या गावांना दूध घेऊन जाणेही कठीण होते. म्हणून गावकरी घरोघरी भट्ट्या लावून त्या दुधाचा खवा बनवीत. पंढरपूर, लातूरकडचे मिठाईवाले महिन्या-पंधरा दिवसाला येऊन खवा खरेदी करून घेऊन जात. ही सर्व परिस्थिती पाहून बलरामने उमरी गावात स्थायिक होऊन तिथंच राहून खव्यापासून मिठाई करण्याचा निर्णय घेतला. बघता बघता तो गावातला एक बडा असामी बनला. पण लवकरच गावकऱ्यांना त्याच्यातल्या लैंगिक विकृतीची जाणीव व्हायला सुरुवात झाली. त्याची बायको तिथलं हवामान न मानवल्यामुळं मरण पावली. म्हणून त्याने लातूरवरून एक बाई आणून ठेवली. तीही त्याच्या लैंगिक विकृतीला

कंटाळून पळून गेली. तेव्हापासून तो अधिकच बिघडला. गावकऱ्यांच्या एकट्यादुकट्या मुली-बायकांना तो आडबाजूला अडवून त्यांच्याशी लगट करण्याचा प्रयत्न करू लागला. खुद्द सरपंच दयाराम नांगरे यांच्या सुनेचीच जेव्हा त्याने छेड काढली, तेव्हा सरपंचानेच त्याचा काटा काढायचा कट रचला होता.

"निवृत्ती जालंधर चाळकेऽऽ." हे नाव पट्टेवाल्याने पुकारताच उमरी गावचा पंचायतसदस्य निवृत्ती कोर्टातल्या गर्दीतून वाट काढत पुढे आला. त्याने न्यायाधीशांना अदबीने नमस्कार केला.

पन्नास-पंचावन वर्षांच्या निवृत्तीचे डोळे अतिशय मिचमिचे आणि बारके होते. भिवयाही तुरळक होत्या. गुलाबी रंगाचा पटका आणि नेहरू शर्ट, धोतर असा त्याचा वेष होता.

नरेंद्रनं त्याला आपादमस्तक न्याहाळले. शामा चाळके आणि इतर तीन आरोपींनी बलराम मिठाईवाल्याला ठार मारल्याचे आपण प्रत्यक्ष पाहिले आहे, असे सांगण्यासाठी हाच निवृत्ती कोर्टात आय विटनेस म्हणून हजर होता. नरेंद्रच्या मागे खुर्चीवर दोन नवीन वकील झालेल्या मुली होत्या. त्यांच्याच शेजारी शालन बसली होती. तो खटला ऐकण्यासाठी ती कोर्टात हजर होती. आजपर्यंत तिने कोर्टात कधीही पाय ठेवलेला नव्हता. त्यामुळं भोवतालचं वातावरण न्याहाळत होती. डायसवर बसलेल्या जज्जांनी शालनला ओळखले. हेच सेशन जज्ज गुन्हे-ठिकाणची जागा पाहायला उमरीला आलेले होते.

ते केस सुरू होण्यापूर्वी नरेंद्रला म्हणाले, "मिस्टर टाकळकर, आज तुम्ही दोघेही कसे काय कोर्टात?"

त्यावर नरेंद्रनं उठून अदबीनं उत्तर दिलं, "युवर ऑनर, शी वॉन्टेड टू ऑबझर्व्ह द प्रोसिडिंग्ज ऑफ धिस केस!"

"ओह! आय सी!"

इतक्यात जज्जांच्या सूचनेवरून शिरस्तेदाराने निवृत्ती चाळके याला शपथ देवविली. त्याने शपथ घेतल्यानंतर सरकारी वकील उठून उभे राहिले. याच सरकारी वकिलांना दिसेल त्या माणसाशी इंग्रजीत बोलायची

खोड होती. त्या दिवशी कोर्टातही त्यांनी नकळत तोच प्रकार केला.

"लुक हिअर निवृत्ती, यू नो ऑल द फोर ॲक्यूज्ड बिफोर द कोर्ट?"

त्यावर सेशन जज्ज हसून म्हणाले, "मिस्टर प्रॉसीक्यूटर, साक्षीदाराचा वेष तरी पहा? त्याला इंग्रजी समजत असेल का?"

सरकारी वकील लागलीच भानावर आले आणि म्हणाले, "आय ॲएम सॉरी युवर ऑनर. बरं हे पहा निवृत्तीराव, तुम्ही कोर्टासमोरच्या या चार आरोपींना ओळखता?"

"होय साहेब, चौघेही आमच्या गावातलेच आहेत."

"हा आरोपी नं. १ कोण आहे?"

"हा शामा चाळके!"

"हा तुमचा कोण लागतो?"

"हा माझ्या चुलतभावाचा मुलगा आहे."

"बरं, हा आरोपी नं. २ कोण आहे?"

"हा त्याचा मावसभाऊ आहे?"

"नं ३ कोण आहे?"

"नं. ३ व ४ शामाच्या मावसभावाचे दोस्त आहेत!"

"ही मुलं काय करतात?"

"ही मुलं गावाच्या तालमीत कुस्त्या खेळतात, एका बैठकीतली आहेत."

"बरं, सुमारे सहा महिन्यांपूर्वी सकाळी ८॥-९ च्या सुमारास तुम्ही कुठं होता?"

"मी पश्चिम बाजूच्या पाणंदीतून वाडीकडे निघालो होतो. त्या वेळी भोकरे मळ्याजवळ मला बलराम मिठाईवाला भेटला. तो ओढ्याकडच्या महादेव मंदिराकडे निघाला होता. रोज न चुकता तो सकाळी महादेवाला जात असे."

"तुमचं त्याचं त्या वेळी काय बोलणं झालं."

"काय कसं काय, एवढं झालं!"

“मग काय म्हणाला तो?”

“तो मला म्हणाला, एवढ्या सकाळी सकाळी कुठं? मग मी त्याला सांगितलं, वाडीला निघालो म्हणून!”

“मग काय झालं?”

“तो मला ओलांडून एक दहा-पंधरा पावलं पुढं गेला असेल नसेल, तोच पाणंदीतून हा आरोपी नंबर १ शामा चाळके झटकन पुढे आला आणि त्यानं बलरामाच्या खांद्यावर कुऱ्हाडीचा वार केला. त्यासरशी तो खाली पडला. तोच त्याच पाणंदीत लपून बसलेल्या या आरोपी नं. २, ३, व ४ यांनी बलरामवर विळ्यानं वार केले!”

“त्या वेळी कसला आवाज आला का?”

या सरकारी वकिलांच्या प्रश्नावर नरेंद्रने तात्काळ उठून हरकत घेतली. तो म्हणाला, “आय ऑब्जेक्ट टू धिस लीडिंग क्वश्चन सर! सरकारी वकिलांना पुढं काय झालं एवढंच विचारता येईल!”

“यस, ऑब्जेक्शन अपहेल्ड! मिस्टर प्रॉसीक्यूटर, सूचक प्रश्न तुम्हाला विचारता येणार नाहीत.”

“यस युवर ऑनर! बरं, मग पुढं काय झालं?” सरकारी वकिलांनी आपला सरतपास पुढे चालू ठेवला.

“बलरामनं तेवढ्यातूनही आपल्या बंदुकीतून एक बार काढला!”

“बंदूक कुठं होती?”

“तो बाराही महिने बंदुकीशिवाय बाहेरच पडत नसे! बंदूक त्याच्या उजव्या हातातच होती!”

“बरं, मग पुढे काय झालं?”

“बंदूक त्यानं उडवली, पण गोळी कोणालाच लागली नाही!”

“बरं पुढं?”

“पुढं काय, बलराम हातपाय झाडून पडल्या जागीच मेला की!”

“मग तुम्ही काय केलं?”

“मी वाडीला निघून गेलो. नंतर संध्याकाळी गावात परत आलो, तेव्हा पोलिसांनी माझा जबाब घेतला!”

"पोलिस केव्हा आले?"

"कधी दुपारी आले होते म्हणे!"

"दॅट्स ऑल युवर ऑनर." असं म्हणून सरकारी वकील आपल्या खुर्चीवर स्थिरावले.

लागलीच नरेंद्र निवृत्ती चाळकेचा उलटतपास करण्यासाठी उभा राहिला.

"हे पहा निवृत्तीराव, मघा तुम्ही सांगितलंत की, त्या दिवशी सकाळी ८॥-९ च्या सुमारास तुम्ही वाडीला निघाला होता. ही कोणती वाडी? निर्मळवाडी की भोकरेवाडी?"

"भोकरेवाडी!"

"तिथं कोणाला भेटायला गेला होता?"

"भेटायला म्हणून नाही. शेतावर कामाला तिथले मजूर मिळतात का, याची चौकशी करायला गेलो होतो!"

"मग केली का चौकशी?"

"केली की!"

"कोणाकडं केली? त्यांची नावं सांगता येतील का?"

"नावं कशी सांगणार? चार-पाच घरांत केली!"

"म्हणजे ज्यांच्याकडं तुम्ही शेतमजूर मिळतील की नाही याची चौकशी केलीत, ते लोक तुमच्या ओळखीचे नव्हते?"

"नव्हतेच. परगावचे लोक कसे ओळखीचे असतील?"

त्यावर न्यायाधीशांनी आपल्या टिपणात काहीतरी लिहून ठेवले.

"नेक्स्ट पॉइंट सर." नरेंद्रनं पुढं निवृत्ती चाळकेला विचारले, "हे पहा निवृत्तीराव, या आरोपी नं. १ चे आडनाव चाळके, तुम्हीही चाळकेच. तेव्हा हा तुमचा भाऊबंद तर नव्हे ना?"

"नव्हे कसा? सख्ख्या चुलतभावाचाच मुलगाच आहे तो!"

"म्हणजे गोविंदा चाळके हा तुमचा सख्खा चुलतभाऊ?"

"होय!"

“तुमचे त्याचे संबंध बरे आहेत?”

“बरे कसे असतील? माझ्या शेताला त्याचे शेत लागून आहे. दरवर्षी पेरणीच्या वेळी आणि सुगीच्या वेळी तो माझ्याशी कुरबुर करतोच की?”

“अशी तुमची आणि त्याची कुरबूर किती वर्षं चाललीय?”

“असंल की एक सात-आठ वर्षांपासून.”

“ठीक. आता मला सांगा, तुम्ही या आरोपींनी बलरामला मारताना पाह्यलं, तेव्हा तुम्हाला आरडाओरडा करावा, बलरामला या चौघांच्या हल्ल्यापासून वाचवावं असं नाही वाटलं?”

“म्हणजे मी बघितलं म्हणून बलरामला सोडून माझा जीव घेऊ द्यात?”

“हांऽऽ म्हणजे, तुमचा जीव वाचवण्यासाठी तुम्ही आरडाओरडा केला नाहीत असंच ना?”

“हो, तसंच की?”

“बरं, तिथं भोकरेवाडीत तरी तुम्ही कोणाला हा प्रकार पाह्यल्याचं सांगितलं का हो?”

“तिथं कोण ओळखीचं नव्हतं, तर त्यांना कशाला काय सांगू? मी गेलो होतो शेतमजूर मिळतात का पाहायला!”

“ठीक आहे! हे पहा तुम्ही मागच्या ग्रामपंचायत निवडणुकीत निवडून आलात?”

“होय!”

“त्यानंतर तुम्ही गावची सरपंचाची निवडणूक लढवलीत. त्यात तुम्ही पराभूत झालात आणि दयाराम नांगरे हे सरपंच म्हणून निवडून आले.”

“बारा भानगडी केल्यावर निवडून नाही येईल तर काय होईल?”

“कसे का असेना, ते सरपंच म्हणून निवडून आल्यापासून तुमचा त्यांच्यावर रोष आहे?”

“रोष कशाला धरायचा? एका गावात ऱ्हायचं! रोज एकमेकांचं तोंड

बघायचं तर रोष धरून कसं चालेल?''

''मला तत्त्वज्ञान शिकवू नका. फक्त माझ्या प्रश्नांची उत्तरं द्या!'' नरेंद्रनं निवृत्तीला थोडं आवाज चढवून म्हटलं, तेव्हा कोर्टात थोडी खसखस पिकली. न्यायाधीशही गालातल्या गालात हसले.

त्यावर नरेंद्रने त्यास विचारले. ''हे पहा निवृत्तीराव, तुमचे आणि नांगरे सरपंच यांचे संबंध बरे नाहीत. हा आरोपी नं. १ शामा नांगरेंच्या बहिणीचा मुलगा आहे. त्याच्या बापाचे आणि तुमचे शेताच्या बांधावरून वाकडे आहे. म्हणून तुम्ही आरोपी शामा आणि आणि त्याचा आतेभाऊ, त्याचे मित्र अशा या चारही आरोपींविरुद्ध खोटी साक्ष द्यायला कोर्टात आलात. तुम्हाला बलरामवर कोणी हल्ला केला, हे मुळीच ठाऊक नाही!''

''नाही कसं! त्याशिवाय का देवाची शप्पथ घेऊन मी साक्ष दिलीय?''

उलटतपास संपवून आपल्या खुर्चीवर बसता बसता नरेंद्र म्हणाला, ''आजकाल तुमच्यासारखे देवाला वेठीला धरणारे बरेच लोक कोर्टात साक्ष द्यायला येतात.''

दुसरा साक्षीदार आला. तो उमरीचा पोलिसपाटील! हणमंतराव!

साठ वर्षांचे हणमंतराव पाटील खाकी कोट, कोशा पटका, धोतर नेसून कोर्टात आले होते. साक्षीदाराच्या पिंजऱ्याबाहेर आपल्या वहाणा काढून त्यांनी आत प्रवेश केला. न्यायाधीशांना लवून मुजरा केला.

तेव्हा न्यायाधीश नरेंद्रला म्हणाले, ''मिस्टर टाकळकर, सम स्टाइम्स आय फाइन्ड ओल्ड विटनेसेस इन धिस एरिया बिफोर एंटरींग इन्टू द विटनेस डॉक बो डाऊन ॲण्ड सॅल्युट मी! वॉट इज द रीझन बिहाइंड धिस?''

त्यावर नरेंद्र उठून अदबीनं म्हणाला, ''युवर ऑनर, ही जुन्या जमान्यातील माणसं आपणाला वाकून मुजरा करतात याचं कारण असं आहे, की पूर्वी हा भाग निझामशाहीत होता. निझामाच्या अमदानीत न्यायखात्यातल्या अधिकाऱ्यांना गावकरी अदबीनं वाकून मुजरा करीत. अजूनही जुन्या पिढीतले लोक तोच रिवाज पाळतात.''

"आय सीऽऽ, यस् प्रॉसेक्यूटर, कमेन्स युवर इक्झामिनेशन इन्चीफ्!" न्यायाधीश सरकारी वकिलांना उद्देशून म्हणाले.

सरकारी वकिलांनी पोलिसपाटलांना विचारायला प्रारंभ केला, "हे पहा हणमंतराव, उमरीला पोलिसपाटील म्हणून किती वर्षांपासून काम पाहता आहात?"

"सव्वीस वर्षं झाली, मी पोलिसपाटील आहे."

"अस्सं? तुम्हाला बलराम मिठाईवाला ठाऊक आहे?"

"होता, आता तो नाही."

"काय झालं त्याचं?"

"खून झाला!"

"तुम्हाला कसं समजलं?"

"भोकरेवाडीला माळावर गाई-म्हशी घेऊन गेलेली चार-पाच पोरं गावात ओरडत आली, की बलराम पाणंदीत मरून पडला आहे म्हणून!"

"मग काय झालं?"

"सनदी भूपाल आणि मी पाणंदीकडं जाऊन पाह्यलं. बलराम रक्ताच्या थारोळ्यात मरून पडला होता. बाजूला त्याची बंदूकही पडलेली होती. त्याच्या अंगावर कुऱ्हाड आणि विळ्याने वार केलेल्या जखमा दिसत होत्या."

"मग काय केलंत तुम्ही?"

"सनदी भूपालला तिथंच थांबायला सांगितलं आणि तालुक्याला येऊन पोलिस ठाण्यात फिर्याद दिली. दुपारी पोलिसांच्या गाडीतूनच उमरीला आलो. पोलिसांनी प्रेताचा पंचनामा केला. प्रेत पोस्टमॉर्टेमसाठी तालुक्याला पाठवलं."

सरकारी वकिलांनी सरतपास संपवला. त्यानंतर पोलिसपाटलांचा उलटउपास करण्यासाठी नरेंद्र उठून उभा राहिला. त्यानं त्यांना विचारायला प्रारंभ केला,

"काय हो, या बलरामचा खून कोणी केला याबद्दल तुम्हाला प्रत्यक्ष

काही माहिती आहे?''

''नाही, पण बलरामनं अलीकडं वागण्याचा ताळतंत्रच सोडला होता. एकटीदुकटी बाई दिसली, की तिला तो अडवायचा. त्यामुळं सगळा गाव त्याच्यावर चिडून होता. तशात कलेक्टरनी त्याला बंदुकीचा परवाना दिला. त्यामुळं त्याचं नाव काढायला कोणी धजत नव्हतं.''

''तो बायकांना अडवायचा अशा तक्रारी तुमच्या कानावर जर आलेल्या होत्या, तर पोलिसपाटील या नात्यानं तुम्ही काय केलंत?''

''मी त्याला एक-दोन वेळा सामोपचारानं सांगून पाह्यले, की बाबारे, गावात ऱ्हायचं तर सरळ वाग! बायामाणसांशी तू जे वागतोस ते बरं नाही.''

''मग तो काय म्हणाला?''

''गावच्या बायका चहाटळ आहेत म्हणाला. काहीतरी खोटंनाटं सांगतात तुम्हाला. बायकांना पोलिसात माझ्याविरुद्ध कंप्लेट द्यायला सांगा म्हणाला.''

''मग?''

''मग काय, गावातल्या बायकांना चावडीत यायची भीती वाटते, त्या तालुक्यात फौजदारांसमोर कशा जातील?''

''तुमच्या गावात सध्या सरपंच कोण आहेत?''

''दयाराम नांगरे!''

''गृहस्थ कसे आहेत!''

''सरळ आहेत. त्यांना वावगं खपत नाही!''

''शाम चाळके हा त्यांचा कोण लागतो?''

''भाचा!''

''निवृत्ती चाळके आणि गोविंद चाळके या दोघांत शेताच्या हद्दीवरून वाद आहे?''

''होय, तो निवऱ्या दरवर्षी काहीतरी कुरापत उकरून काढतो. पिऊन काहीतरी बडबडतो झालं!''

''अरे, हे आम्हाला नवीन कळलं! म्हणजे निवृत्ती चाळकेंना पिण्यांचाही

छंद आहे तर?''

त्यावर हणमंतराव पाटील म्हणाले, ''पाच-सहा वर्षांमागं घराच्या माळजावर निवऱ्या आणि गावचा वड्डर रुद्राप्पा दारू पीत बसले होते. रुद्राप्पा त्याला म्हणाला, 'फार कडेला जाऊन बोलू नको.' तर निवऱ्या म्हणाला 'मी काय घाबरतो का काय? हाय का शर्त, वरनं खाली उडी मारून दाखवतो.'''

''आणि मग?'' नरेंद्रनं हसत हसत विचारले.

''मारली की त्यानं उडी! डावा पाय घोट्यातून मोडला. दोन महिने सरकारी दवाखान्यात पडून होता. तेव्हापासून त्याची दारू सुटली!''

ही हकीगत ऐकून न्यायाधीश नरेंद्रला म्हणाले, ''मिस्टर टाकळकर, तुमच्या क्लायंटनं तुम्हाला ही माहिती दिलेली दिसत नाही?''

''नाही सर, ती जर अगोदर मिळाली असती, तर मला अधिक काही त्यांना विचारता आलं असतं! पण आता प्रॉसीक्यूशनचा जबाबदार साक्षीदारच 'सो मोटो' सांगतो आहे, त्यावर विश्वास ठेवायलाच हवा!''

''यस, एनीथिंग मोअर?''

''हे पहा पाटील, बलरामनं गावातल्या बऱ्याच प्रतिष्ठित बायकांची छेड काढलेली होती. त्या बायका लेखी फिर्याद गुदरायला तयार नव्हत्या. पण गावच्या पुरुषवर्गात बलरामबद्दल त्वेष होता. त्यांपैकीच कोणीतरी त्याच्यावर हल्ला करण्याचं धाडस केलेलं आहे. हे माझं म्हणणं बरोबर आहे की नाही?''

हणमंतराव पाटील यांना नेमकं काय उत्तर द्यावं हे समजेना. 'हो' म्हणावं तर सरकारविरोधी साक्ष दिल्यासारखं होईल. 'नाही' म्हणावं तर बलरामचा खून झालेलाच आहे. तेव्हा ते बराच वेळ काहीच उत्तर न देता उभे होते.

त्यावर न्यायाधीशच त्यांना म्हणाले, ''हं, बोला हणमंतराव, काय म्हणायचंय तुम्हाला?''

हात हवेत उडवून हणमंतराव पाटील म्हणाले, ''साहेब, मला काय

उत्तर द्यावं, हेच समजत नाही!''

''ठीक आहे.'' साक्षीदार या प्रश्नाला उत्तर देऊ शकत नाही अशी न्यायाधीशांनी नोंद करून घेतली. कोर्टाची वेळ संपल्याने न्यायाधीश उठून चेंबरकडे जाता जाता म्हणाले, ''रेस्ट ऑफ द विटनेसेस टुमॉरो.''

तेरा

कोर्टाची वेळ संपल्याने सर्व श्रोते उठून बाहेर आले. नरेंद्रनेही आपले कागदपत्र ब्रीफकेसमधे भरले आणि मागे केस ऐकण्यासाठी आलेल्या शालनला तो म्हणाला, "चला!" बाहेर आल्यावर आरोपींच्या नातेवाइकांनी नरेंद्रभोवताली कोडाळं केलं.

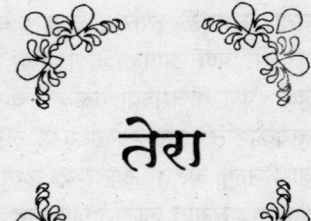

शामा चाळकेच्या वडिलांनी नरेंद्रला विचारलं, "कसं काय झालं वकीलसाहेब?"

"उत्तम झालं! निवृत्ती चाळकेच्या साक्षीला आता कोर्ट फारशी किंमत देण्याची शक्यता नाही!"

"पण तो तर म्हणाला, शामानं आणि बाकीच्या तिघांनी बलरामवर वार केल्याचं आपण प्रत्यक्ष बघितलं म्हणून!"

"सांगू दे ना! त्याच्या उलटतपासात त्यानं जी उत्तरं दिलेली आहेत, त्याचा आपल्याला निश्चित फायदा मिळणार आहे."

"आणखीन एकजण मारल्याचं बघितलेलं सांगायला येणार आहे."

"मी वाचलाय तो जबाब. संदीपान ना?"

"होय तोच! निवृत्तीचा पाठीराखा आहे तो."

"असू दे हो! तुम्ही कसलीच चिंता करू नका. या चारही पोरांना निर्दोष ठरवून या केसमधून बाहेर काढतो की नाही पहा."

गाडी हॉटेलवर आली. नरेंद्रने टायची गाठ सोडली. काळा कोट

काढून हँगरला लावला. आणि तो म्हणाला, "इतकं उकडलं आज दुपारी पण सांगायचं कोणाला? इंग्रज लोकांनी जाताना आपल्या लोकांसाठी ज्या काही त्रासदायक गोष्टी मागे ठेवल्या, त्यांतला हा काळा कोट एक आहे बघ!"

"पण हा काळाच का घालण्याची सक्ती? पांढरा, करडा का नाही."

"हे बघ, इंग्लंड हा थंड देश आहे. काळा रंग हा उष्णता शोषून घेतो. त्यामुळं त्यांच्या देशात कोर्टात हा काळा कोट वापरण्याची प्रथा पडली. पण आपला देश उष्ण कटिबंधातला. आपण ही प्रथा मोडायला हवी. पण मांजराच्या गळ्यात घंटा बांधणार कोण? तिकडं सुप्रीम कोर्टात, हायकोर्टात जज्ज लोक एसी लावून बसतात. त्यांना या काळ्या कोटाचा त्रास नाही वाटत. आता या लातूरला किंवा सोलापूरला काळा कोट घालून भर उन्हाळ्यात कोर्टात जाणं म्हणजे एक दिव्यच आहे! शुद्ध वेडेपणा आहे हा! मी आंघोळ करून घेतो. तुला चहा मागवायचा असला तर मागव!"

"चहा नको, मी काहीतरी कोल्ड्रिंक मागवते!"

नरेंद्र बाथरूममधे गेला आणि त्यानं थंड पाण्याचा शॉवर सुरू केला, तो काहीतरी आठवल्यासारखं करून, दार किंचित उघडून म्हणाला, "शालन, तूही थंड पाण्यानं करतेस का आंघोळ?"

"तुमचं होऊ द्या अगोदर!"

"अगोदर आणि नंतर कशाला. ये ना? दोघे मिळूनच करू की आंघोळ? घरी आपल्याला अशी एकत्रित आजपर्यंत आंघोळ करता आलेलीच नाही."

"काहीतरी चावटपणा करता झालं! आता या वयात आणि या पेशात तुम्हाला शोभतं का?"

"यात शोभण्याचा सवाल कुठं येतो?"

"बरं बरं, आवरा तुमचं स्नान."

गाणं गुणगुणत नरेंद्रने आंघोळ उरकली. हॉटेलचा पोऱ्या कोल्ड्रिंकच्या बाटल्या घेऊन आला.

नरेंद्र तिला म्हणाला, "शालन, तुझी हरकत नसेल तर मला आज

थोडी थंडगार बिअर प्यायची इच्छा आहे!''

''माझ्या इच्छेचा प्रश्न येतोच कुठे?''

''तसं नव्हे गं! मद्यपानाच्या दुष्परिणामावर तू एखाद्या वेळेस मला एखाद्या सर्वोदयवाद्यासारखं लेक्चर सुनावशील याची भीती वाटते मला.''

नरेंद्रकडं बारीक नजरेनं पाहत शालन म्हणाली, ''तुम्ही दिसता तितके भोळे मुळीच नाही.''

''म्हणजे? दिसतो तसा नाही वागत? खरं सांगू शालन, मला बाबांची अजूनही फार भीती वाटते. म्हणून असा बाहेर पडलो, की थोडं स्वच्छंदी वागण्याचा मोह होतो मला कधी कधी!''

''तुम्ही कॉलेजात असल्यापासून हे घेत असला पाहिजे!''

''नोऽ नोऽऽ! मुळीच नाही! कारण बाबा कोणत्याही वेळी माझ्या खोलीवर यायचे.''

''पण काय हो, काय होतं बिअर प्याल्यानं?''

''ते सांगणं कठीण आहे. त्यासाठी तुलाच एकदा ती चाखावी लागेल!''

''नको रे बाबा! आमच्या गावात जर कोणाला समजलं, तर डोकं वर काढणं कठीण होईल. नकोच तो अनुभव मला.''

''पण मी तर म्हणतो, आपल्याला जगातले सर्व अनुभव याच वयात घ्यायला हवेत. एखादं मूल व्हायच्या अगोदर एकदा युरोपचा दौरा करून यावा म्हणतो.''

''मग या. तुम्हाला कोणी अडवलं आहे?''

''मी एकटा नव्हे. तुला सोबत घेऊन!''

''मला? नको गं बाई!''

''शालन, आपल्या लग्नाच्या वेळी तू इतकं धाडस दाखवलंस, मी म्हणालो तसं वागलीस! लग्नाच्या अगोदर आपण एकत्र हिंडलो-फिरलो, त्या वेळची तू निराळी होतीस आणि आता लग्न झाल्यापासून अशी एकदम 'काकूबाई' कशी झालीस?''

''तेव्हा जबाबदारीची जाणीव नव्हती! आता ती व्हायला लागलीय!''

''ते जाऊ दे. तुझा भाऊ विलास तरी बिअर घेतो की नाही?''

"तो काय करतो याची मी कधीच चौकशी केलेली नाही. करणारही नाही."

"सख्ख्या भावाची चौकशी करत नाहीस?"

"नाही. तो माझ्यापेक्षा फार वेगळा आहे."

"वेगळा म्हणजे कसा?"

"तो मावशीकडं बरीच वर्षं पुण्यात राहिल्यामुळे त्याच्या अन् माझ्या आचार-विचारांत फरक पडलेला आहे. त्याला माझ्यापेक्षा निराळेच अनुभवविश्व पाहायला मिळाले. आता मला दुसरीच एक चिंता आहे!"

"कोणती?"

"तायनीचं पुढं कसं होईल याची!"

"मला वाटतं, तिनं पुढं शिकावं. प्राथमिक शाळेत शिक्षिकेची नोकरी मिळाली, तरी ती स्वतःच्या पायावर उभी राहू शकेल!"

"पाहूया, पण तिच्या आईवडिलाची तिला पुढं शिकवण्याची ताकद नाही. शिवाय मुळात ती तयार व्हायला हवी ना?"

"हो. ते तर आहेच, पण आपण आता धानोरीला गेलो, की त्या दृष्टीनं थोडाफार प्रयत्न जरूर करू. माझे बाबासुद्धा परवा मला म्हणाले, 'एवढ्या गुणी मुलीवर लहान वयात वैधव्याचा आघात व्हायला नको होता.'"

दुसऱ्या दिवशी कोर्टात संदीपान थोरावत याची साक्ष सुरू झाली. हा निवृत्तीच्या दूरच्या नात्यातला होता. काळासावळा, बारीक डोळ्यांचा संदीपान साक्षीदाराच्या पिंजऱ्यात आल्यापासून भेदरलेल्या नजरेनं नरेंद्रकडे पाहत होता. त्यानं शपथ ग्रहण केल्यानंतर सरकारी वकिलांनी त्याचा सरतपास सुरू केला.

"हे पहा संदीपान, तुझं गाव कोणतं?

"नागापूर!"

"कुठं आलं हे नागापूर?"

"उमरीच्या मावळतीला तेरा मैलांवर आहे."

"तू उद्योग काय करतोस?"

“मी खेडोपाडी जाऊन कारंजी खरेदी करतो!”

“कारंजी म्हणजे काय?”

“कारंजी म्हणजे कारंजीच्या बिया. कडू असतात, त्यांचं तेल काढतात!”

“बरं, मग तू गावोगावी हिंडतोस तर सहा महिन्यांपूर्वी तू उमरीला आला होतास?”

“होय, आलो होतो!”

“त्या दिवशी काय प्रकार बघितलास हे आठवतं?”

“होय आठवतं की!”

“काय बघितलंस?”

“मी पहिल्यांदा भोकरवाडीला गेलो, तिथं थोडी कारंजी विकत घेतली. मग उमरीला निघालो. उमरीच्या भागात कारंजीची बरीच झाडं आहेत. गुराख्यांची मुलं त्या बिया गोळा करतात. नंतर त्या बिया व्यापाऱ्यांना विकतात.”

“उमरीत त्या दिवशी तू घेतल्यास का?”

“नाही, भोकरेवाडीवरून पाणंदीनं मी उमरी गावाकडं निघालो होतो. तेव्हा मला ‘ठोऽऽ’ असा मोठा आवाज आला.”

“कशाचा होता तो आवाज?”

“कशाचा होता ते त्या वेळी समजलं नाही. पण आवाज आल्यानंतर त्या पाणंदीतून चौघेजण ओढ्याकडं पळत जाताना बघितले.”

“कोण होते ते?”

आरोपींच्या पिंजऱ्यात बसलेल्या चौघा आरोपींकडं बोट दाखवून संदीपान म्हणाला, “हेच ते चौघेजण होते.”

“त्यांच्याकडं काय होतं?”

“या आरोपीकडे फरशी कुऱ्हाड होती.” शामाकडं बोट दाखवून संदीपान म्हणाला.

“आणि या बाकीच्या तिघांकडं काय होतं?”

“त्यांच्या हातांत विळे होते.”

“त्या हत्यारांना काय लागलेलं होतं?”

''रक्त लागलेलं दिसलं!''

''आणि काय पाह्यलंस?''

''ते चौघे पळून गेल्यानंतर मी हातात सायकल धरून पाणंदीनं आणखीन थोडं पुढं गेलो, तेव्हा वाटेत रक्ताच्या थारोळ्यात बलराम मिठाईवाला मरून पडल्याचं दिसलं!''

''आणखीन काय दिसलं तिथं?''

''त्याच्या उजव्या हाताजवळ बंदूक पडलेली दिसली.''

''मग तू काय केलंस?''

''तो प्रकार पाहून मी फार घाबरलो आणि पुढं उमरी गावात न जाता तसाच मागे परतलो.''

''त्यानंतर?''

''त्यानंतर मी नागापूरला आलो. सकाळी बघितलेल्या प्रकारामुळं मी त्या दिवशी घरातून बाहेरच पडलो नाही. पुढं दोन-तीन दिवसांनंतर पोलिस नागापूरला आले. त्यांनी माझा जबाब घेतला. मी त्यांना घडलेला सर्व प्रकार सांगितला.''

''ठीक आहे!''

सरकारी वकील आपला सरतपास संपवून खाली बसतात न बसतात, तोच नरेंद्र उठून उभा राहिला. त्यानं संदीपानचा उलटतपास घ्यायला प्रारंभ केला.

''हे बघ संदीपान, मघाशी तू सांगितलंस की त्या दिवशी 'ठोऽऽ' असा आवाज आल्यानंतर या आरोपींना हातात रक्तानं माखलेली कुऱ्हाड आणि विळे घेऊन पळून जाताना पाह्यलंस. ही गोष्ट तू गावी नागापूरला गेल्यानंतर कोणाला बोललास का?''

''नाही!''

''का नाही बोललास?''

''भीतीनं बोललो नाही!''

''कुणाची भीती वाटली तुला?''

''या चौघांची! आपण जर यांना गुन्हा करून पळून जाताना बघितल्याचं

कोणाला सांगितलं, तर हे आरोपी लोक आपल्यावर दात धरतील असं वाटलं!''

''मग आज कोर्टात यांच्याविरुद्ध साक्ष देताना तुला ती भीती नाही वाटत?''

''आता कसली आलीय भीती? पोलिसांनी त्यांना पकडलं ना?''

''बरोबर आहे! हे बघ संदीपान, तू जेव्हा बलराम मरून पडला होता तिथं, तेव्हा गेलास तिथं तुला दुसरा कोणी माणूस दिसला का रे?''

''नाही!''

''बघ, आठवण करून बघ!''

''कोण दिसलाच नाही!''

''बरं मग आता मला सांग, तुला त्या ठिकाणी दुसरा कोणी माणूस दिसला नाही. शिवाय गावीही तू कोणाला बोलला नाहीस. मग पोलिसांना तू हा प्रकार पाह्यला होतास, हे कसं काय समजलं?''

हात हवेत उठवून संदीपान म्हणला, ''काय ठाऊक नाही!''

''पोलिसांना तुझं घर दाखवायला निवृत्ती चाळके आले होते हे खरं की नाही?''

''होय आले होते!''

''निवृत्ती चाळकेशी तुझे नाते काय?''

''नातं कसं असेल?''

''कसं आहे ते सांगतो! निवृत्तीची धाकटी बहीण मंजुळा तुझ्या थोरल्या भावाला दिलीय, बरोबर आहे की नाही?''

नरेंद्रच्या त्या प्रश्नामुळे संदीपान गोंधळून गेला. त्याला काय उत्तर द्यावं हे समजेना.

त्याच वेळी न्यायाधीश त्याला म्हणाले, ''बोल. कोर्टाचा अधिक वेळ घेऊ नकोस. काय सत्य असेल ते सांग. खोटी साक्ष देणं हा गुन्हा असतो, याची तुला कल्पना आहे का?''

स्वत: कोर्टानेच हा प्रश्न विचारल्यामुळे संदीपानच्या तोंडाला कोरड पडली. तो 'तत पप' करू लागला. त्यानं गुन्हा घडताना प्रत्यक्ष काहीच

बघितलेलं नसावं, असं त्याच्या वर्तनावरून न्यायाधीशांना जाणवू लागल्याने ते सरकारी वकिलांना म्हणाले.

"मिस्टर प्रॉसीक्यूटर, व्हाय डू यू एक्झामिन सच् विटनेसेस?"

"त्याचं काय आहे सर, हा आहे खेड्यातला. आजवर कधीच तो कोर्टाची पायरीही चढलेला नाही. त्यामुळं इथं बोलताना थोडा घाबरला!"

"तो मुद्दा नाही मिस्टर प्रॉसीक्यूटर. या साक्षीदारानं कोर्टासमोरचे हे चारही आरोपी गुन्हा घडल्यानंतर पळून जाताना पाह्यल्याचं कोणालाच सांगितलं नसताना साक्षीदार निवृत्ती हा पोलिसांना त्याचं घर दाखवायला कसा काय घेऊन येतो?"

न्यायाधीशांच्या त्या शंकेचा सरकारी वकील समाधानकारक खुलासा करू शकले नाहीत. त्यानंतर गुन्हेठिकाणचे पंच, प्रेताचे पोस्टमॉर्टेम करणारे डॉक्टर, जागेचा नकाशा काढणारा सर्कल इन्स्पेक्टर असे साक्षीदार तपासले गेले. त्यानंतर सरकारचे शेवटचे साक्षीदार फौजदार बोरकर कोर्टासमोर आले. त्यांनी शपथ ग्रहण केल्यानंतर सरकारी वकिलांनी त्यांचा सरतपास करायला प्रारंभ केला.

"आपण किती वर्षांपासून फौजदार आहात?"

"अकरा वर्षे झाली."

"तालुक्यात येऊन किती वर्षे झाली?"

"अडीच! या गुन्ह्याचा तपास करून तुम्ही कोर्टात चार्जशीट पाठवले आहे?"

फौजदारांनी होकारार्थी उत्तर दिल्यावर नरेंद्र त्यांचा उलटतपास करू लागला, "हे पहा बोरकर, तुमच्या हद्दीतील गावांना अधूनमधून भेटी देऊन तुम्ही तिथली कायदा अन् सुव्यवस्था याची पाहणी करीत होता?"

"होऽऽ!"

"उमरी गावचा बलराम मिठाईवाला हा बायापोरींची छेड काढतो हे तुमच्या कानावरच आलेलं नव्हतं?"

"आलं होतं, पण तसा पुरावा द्यायला कोणी पुढं येत नव्हतं!"

"तुम्ही स्वत: एक जबाबदार पोलिस अधिकारी म्हणून तसा पुरावा

मिळवण्याचे काही प्रयत्न केले का?''

"तसं शक्य होत नाही!''

"का होत नाही?''

"शासकीय अधिकाऱ्यानं नि:पक्षपाती वृत्ती बाळगावी लागते!''

"ज्या माणसाविरुद्ध स्वत: गावचा पोलिसपाटील येऊन तुम्हाला सांगतो, की बलराम मिठाईवाल्याचे वर्तन आक्षेपार्ह आहे, तरीही तुम्ही त्याची दखल घेत नाही. यालाच तुम्ही नि:पक्षपातीपणा म्हणता का?''

"असंच काही नाही; पण ज्याच्याविषयी वारंवार अशा तक्रारी होतात, त्याच्या वर्तनावर आम्ही 'वॉच' ठेवून असतो.''

"अस्सं? या बलराम मिठाईवाल्याला बंदूक परवाना देण्यास हरकत नाही, असा रिपोर्ट तुम्हीच केला होता?''

"होऽऽ.''

"अशा माणसाला शस्त्रसज्ज करणं धोकादायक आहे, असं नाही वाटलं तुम्हाला?''

"वाटलं. पण त्याच्याकडून त्या शस्त्राचा गैरवापर कधीच झाला नाही. शिवाय वरून त्यास परवाना द्यावा, असा आदेश आला होता.''

"तो लेखी होता की तोंडी?''

"ते आठवत नाही!''

त्यावर नरेंद्र न्यायाधीशांना म्हणाला, "युवर ऑनर, आपण ही पोलिसखात्याची उडवाउडवीची उत्तरं देण्याची वृत्ती पाहावी! मिस्टर बोरकर, गुन्हेगारांना पाठीशी घालता म्हणून तुमची बीडवरून बदली झालेली होती, हे बरोबर आहे की नाही?''

"नाही. मीच बीडवरून बदली व्हावी अशी वरिष्ठांना विनंती केलेली होती.''

"का केली होती?''

"स्थानिक लोकांच्या राजकारणाला कंटाळून.''

"तसं घडलेलं नाही ते मिस्टर बोरकर. तुम्ही बेकायदा दारूविक्री करणारे, जुगार घेणारे यांच्याकडून भरमसाट हप्ते घेता, गुन्हेगारांना पाठीशी

घालता म्हणून तुमच्याविरुद्ध बीडला अनेक तक्रारी झालेल्या होत्या. माझ्याकडे रेकॉर्ड आहे.''

ब्रीफकेसमधले चार-पाच कागद उचलून त्यांना दाखवत नरेंद्र शेवटी म्हणाला, ''हे पहा, निवृत्ती चाळके या गावच्या सरपंचाच्या निवडणुकीत पडलेल्या ग्रामपंचायत सभासदाच्या सांगण्यावरून तुम्ही या आरोपी नं. १ ते ४ यांच्यावर ही खोटी केस दाखल केलेली आहे, असं माझं म्हणणं आहे.''

''आपलं म्हणणं चूक आहे.''

घामाघूम झालेले बोरकरफौजदार न्यायाधीशांना सॅल्यूट ठोकून कसेबसे साक्षीदाराच्या पिंजऱ्यातून बाहेर पडले. नरेंद्रच्या मागे बसलेल्या शालनने फौजदारांची नरेंद्रने उडवलेली भंबेरी पाहिली होती. तिला नरेंद्रच्या समयसूचकतेचं आणि व्यवहारज्ञानाचं कौतुक वाटू लागलं.

कोर्ट संपल्यावर नरेंद्र आणि शालन हॉटेलकडे परत निघाले असताना शालन त्याला म्हणाली, ''नरेंद्र, काय त्या फौजदाराची तुम्ही फजिती केलीत! बिचारा घामाघूम झाला होता. पण काय हो, बीडला त्याच्याविरुद्ध झालेल्या तक्रारीचे कागद तुमच्याकडे कसे आले?'

''कुठले कागद? दुसरेच कागद उचलून त्याला दाखवले!''

''बापरे, पण तो ते बघू म्हणाला असता तर?''

''तो तसं म्हणणारच नाही, याची खात्री होती ना मला?''

''कमाल आहे बाई तुमची! मला ठाऊक नव्हतं, की कोर्टात असं काही घडतं!''

त्यावर नरेंद्र म्हणाला, ''खरं सांगू शालन, फौजदारी खटला चालवताना मला मजा वाटते! यात सूक्ष्मनिरीक्षण असणारा आणि व्यवहारचतुर वकील नेहमीच यशस्वी होतो. ज्याला इंग्रजीत Strong commonsense and prudence म्हणतात, तेच हवं असतं.''

हॉटेलवर परतल्यावर नरेद्रनं नेहमीप्रमाणे थंड पाण्याने स्नान केले. मलमलीचा पांढरा शर्ट आणि विजार घालून आरशासमोर उभं राहून तो भांग पाडता पाडता आरशातून पाहत शालनला म्हणाला, ''चल, तुझंही

आवरून घे. बाहेर जायचंय आपल्याला?''

"कुठं?''

"अगं, वकिलांचे अनेक ठिकाणी नात्यागोत्याचे संबंध असतात! आपण उमरीला हवालदारांच्याकडे जेवायला नव्हतो का गेलो? तसेच माझे इथं चन्नबसाप्पा महंत नावाचे एक पक्षकार आहेत. त्यांच्याच घरी जेवायला जायचंय! पण ते हवालदारासारखं नॉनव्हेज नाही खात बरं! शुद्ध शाकाहारी!''

"मेनू काय आहे?''

"मेनू? त्यांची मोठी आमराई आहे. त्यात आता आंब्याचा सीझन चालू आहे. बहुतेक आमरसपुरी किंवा आमरस-चपाती असा मेनू असणार! पण काय गं शालन, तू कधी तिवईवर थाळी ठेवून जेवलीस का?''

"नाही. तिवई हा काय प्रकार आहे?''

"या महंतांच्या घरी जेवणाची थाळी तिवईवर ठेवतात. फार छान वाटतं जेवायला. शिवाय त्यांच्या घरी कांद्याची भजी, तळलेल्या भातवड्या, कुरवड्या, लोणची, पापड असे अनेक पदार्थ असतात. आज प्रत्यक्षच अनुभव घे!''

शालन तयार झाली. तिने पंजाबी ड्रेस घालण्यासाठी काढला तेव्हा नरेंद्र म्हणाला, "अगं, हा ड्रेस नको त्यांच्या घरी! ते मला म्हणतील कुठली ही पंजाबी पोरगी वकिलांनी करून घेतलीय! जुन्या वळणाची माणसं आहेत ती!''

"मग काय घालू?''

"स्वच्छ पांढरी साडी नेस आणि पांढरा ब्लाउज घाल. मी बघ कसा हा पांढरा मलमलचा शर्ट आणि विजार घातलीय. याला मॅचिंग असू दे ना तुझा ड्रेस!''

शालन त्याच्याकडे पाहत पाहत पांढरी साडी बॅगेतून घेऊन बदलण्यासाठी बाथरूममध्ये निघाली तेव्हा नरेंद्र म्हणाला, "मला एका गोष्टीचं आश्चर्य वाटतं!''

"कोणत्या?'' थांबून शालननं विचारलं.

"पती-पत्नी एकान्तात काय वाट्टेल ते करतील; पण पत्नी नवऱ्यासमोर

साडी का बदलत नसेल?''

शालन म्हणाली, ''स्त्रियांना काही तत्त्वं, मुरवती असतात. त्या कधी उल्लंघायच्या नसतात! तुमची इच्छा आहे तर इथंच बदलते साडी.''

''बरं बरं, आवर. साडेसात वाजायला आले. महंतांच्या घरी 'व्हास' असतो!''

''व्हास म्हणजे?''

''दिवस मावळायच्या आत जेवण उरकावं लागतं!''

''का बरं?''

''त्यांचं धार्मिक कारण फारसं कोणाला माहीत नाही; पण खरं कारण असं आहे, की रात्रीच्या वेळी आपल्या ताटांत 'किडामुंगी' जाऊ नये, यासाठी उजेड असतानाच रात्रीचं जेवण उरकून घ्यावं. ती तिवई ठेवायचं कारणसुद्धा तेच असू शकेल!''

गाडी स्टार्ट करताना नरेंद्र म्हणाला, ''जरा मोठ्यापैकी जनरल स्टोअर दिसलं तर सांग!''

''कशाला?''

''महंतांच्या घरी बरीच चिल्लीपिल्ली आहेत. त्यांच्यासाठी बिस्किटाचे पुडे, चॉकलेट्स असं काहीतरी खायला घेऊ.''

शालनला नरेंद्रच्या तारतम्याचे कधीकधी कौतुक वाटत असे. कोणाच्या घरी जाताना कसले कपडे वापरावेत, सोबत काय वस्तू घेऊन जाव्यात, हे त्याला नेमकं समजत असे. वकील म्हणून तो लोकप्रिय होताच; पण एक व्यक्ती म्हणूनही समाजातल्या अनेक स्तरांतले लोक त्याच्यावर का प्रेम करीत होते, हे तिला हळूहळू समजत होतं.

पंचावन-साठ वर्षांचे चन्नबसप्पा महंत आपल्या वाड्याच्या दारासमोर उभे राहून नरेंद्रची वाट पाहत होते. गाडी दारात येऊन थांबताच त्यांनीच पुढे येऊन नरेंद्रच्या गाडीचं दार उघडलं. त्या वेळी नरेंद्र म्हणाला. ''फार उशीर नाही ना झाला?''

''नाही नाही. अगदी वेळेत आलात!''

पलीकडच्या बाजूने उतरलेल्या शालनने पुढे येऊन चन्नबसप्पांचे पाय

स्पर्शून नमस्कार केला, तेव्हा ते संकोचून मागे सरत म्हणाले, "अहो, हे असं कसं करता? तुमच्यासारख्यांची पायधूळ आमच्या घरी लागणं हेच आमचं भाग्य!"

त्यावर नरेंद्र म्हणाला, "उगाच आम्हाला एवढं मोठेपण देऊ नका महंत! खरं म्हणजे तुमच्यासारख्या समाजसेवकाच्या घरी भोजनाला येण्याची संधी मिळणं, हेच आमचं भाग्य!"

"कसली आलीय माझी समाजसेवा?"

"कसली? शालन, तुला सांगतो या महंतांनी आजपर्यंत लाखो रुपयांची मदत गोरगरिबांना दिलेली आहे. या गावात त्यांनी मोफत आयुर्वेदिक दवाखाना काढलेला आहे. त्यांचा स्वत:चा आयुर्वेदाचा अभ्यासही गाढा आहे. त्यांच्याकडे आयुर्वेदावरचे जुने दुर्मिळ असे ग्रंथ आहेत. यांच्या वडिलार्जित जमिनीत जी कुळं राबतात, त्यांना वर्षाला लागेल तितकं धान्य मोफत देतात. स्वत:च्या घरी गरजेपुरतंच धान्य ठेवून घेतात."

"म्हणजे आमच्या अण्णांच्या अगदी विरुद्ध टोकच म्हणा ना?"

हसत हसत नरेंद्र म्हणाला, "तुला काय म्हणायंच ते बेशक म्हण; पण मी नाही तसं म्हणणार!"

बैठकीत लावलेल्या सूट-टाय घातलेल्या तरुणासोबत असलेल्या आंग्ल युवतीच्या फोटोकडे पाहत शालननं विचारलं, "हा कोणाचा फोटो?"

नरेंद्र म्हणाला, "तुला या फोटोत ह्या तरुणात आणि महंताच्या चेहऱ्यात साम्य नाही आढळलं?"

"आढळलं ना? यांचे चिरंजीव तर नव्हेत!"

महंत हात चोळत हसले आणि म्हणाले, "हो. एकच मुलगा आहे मला. वीरभद्र त्याचं नाव."

"पण त्याच्या पत्नी भारतीय नाहीत वाटत?"

"बरोबर ओळखलंत. ती व्हॅलेंटिना फ्रेंच आहे. वीरभद्र ॲग्रीकल्चर कॉलेजला होता. त्या शाखेत पदवीधर झाल्यानंतर तो द्राक्षाचे बायप्रॉडक्ट्स या विषयाचा अभ्यास करण्यासाठी तीन वर्षे फ्रान्समध्ये होता. ज्यांच्या फार्मवर राहून तो अभ्यास करीत होता, त्यांचीच ही कन्या! मला त्यानं

तिकडून पत्र टाकून विचारलं, 'व्हॅलेंटिनाशी मी लग्न करू इच्छितो. आपली परवानगी असावी!'''

"मग? तुम्ही हरकत नाही घेतली?"

"हरकत कशाबद्दल घेऊ? फ्रेंच झाली तरी आपल्यासारखी माणसंच ना? आपल्याला आनंद झाला तर आपण हसतो, दुःख झालं तर डोळ्यांत अश्रू येतात. फ्रेंच माणसाचं यापेक्षा काही वेगळं असतं का?"

"पण त्यांचा धर्म, रीतीरिवाज, रूढी, आहार यांत आपल्यापेक्षा फरक असतो ना?"

"धर्म, रीतिरिवाज हे सर्व जन्मल्यानंतर मागे लागतात. जे जन्मतःच सोबत नसतात. हे सर्व भेदाभेद कृत्रिम असतात. कुठल्याही नवजात बालकांवर सतत ठरावीक संस्कार घडवले, तर मोठेपणी त्याच्यावर त्यांचाच पगडा बसतो! मी वीरभद्रला माझी सम्मती कळवून टाकली."

"सध्या कुठं असतात ते?"

"सध्या दोघेही कलकत्त्याला शॉ वालेस कंपनीत काम करतात!"

"आश्चर्य आहे!"

"सगळ्यांना तसंच वाटतं, पण मला मात्र त्यात काही आश्चर्य वाटत नाही!"

"यांना मुलं?"

"दोन मुलं आहेत. एक मुलगा, एक मुलगी!"

"मुलं कुठली भाषा बोलतात?"

"हिंदी बोलतात, बंगाली बोलतात आणि शिकतात इंग्रजी शाळेत!"

बोलता बोलता महंत उठले आणि त्यांनी कपाटातून एक रंगीत फोटोचा अलबम काढून त्यातल्या आपल्या नातवंडांचे फोटो दाखवले. त्या अलबममधले फोटो न्याहाळत शालननं विचारलं,

"यांची नावं काय?"

"मुलाचं नाव आहे रवींद्र आणि मुलीचं नाव आहे पल्लवी!"

कौतुकानं त्या मुलांकडं पाहत शालन म्हणाली, "आता आम्ही आलो, तेव्हा आमच्याकडं कुतूहलानं बघणारी मुलं ती कोणाची?"

“ती माझ्या मुलीची मुलं. चार आहेत!”

“त्या कुठं असतात?”

“ती इथं माझ्या जवळच असते. नवऱ्यानं घटस्फोट दिलाय तिला. त्या कामातच मला वकीलसाहेबांनी खूप मदत केली!”

ती हकीगत ऐकून शालन म्हणाली, “तुमच्यासारख्या सात्त्विक आणि पुरोगामी विचाराच्या व्यक्तीला हे सारं सहन करावं लागणं, हा दैवदुर्विलासच की!”

हात हवेत उडवून महंत म्हणाले, “याला नियती म्हणतात ताई! मी कोणाला दोष देत नाही!”

नरेद्रनं त्या मुलांना पुढे बोलावून त्यांना बिस्किटचे पुडे आणि चॉकलेट्स दिली.

चौदा

महंतांच्या घरी जेवण करून हॉटेलकडं परत जाताना शालन नरेंद्रला म्हणाली, "काय एकेकाचं आयुष्य असतं नाही? मला जगात असं काही घडत असेल, याची यत्किंचितही कल्पना नव्हती!"

त्यावर नरेंद्र म्हणाला, "मी मात्र वयाच्या बाराव्या वर्षापासून बाहेरचं जग पाहत आलो आहे. लहान असताना मला वडिलांनी पाचगणीला शिकायला ठेवलं. तिथून बाहेर पडलो ते सरळ मुंबईत! त्यामुळंच माझ्या विचारांत-आचारांत लहानपणापासून असे फरक पडत गेले. रूढी आणि परंपरा यांचा माझ्यावर कधीच परिणाम झाला नाही. आता साधी गोष्ट घे– लग्नाआधी मुलगी बघण्याचा तो कार्यक्रम! मला ही जुनी प्रथा बिलकूल मान्य नाही! लग्नाची मुलगी म्हणजे बाजारातली शेळी किंवा मेंढी नव्हे! कोणीही यावं आणि चाचपून पाहावं आणि खरेदी करावी किंवा नापसंत करावी! माझ्या वडलांना मी कसा आहे याची जाणीव झाली, म्हणूनच त्यांनी माझ्या विवाहाच्या बाबतीत मला संपूर्ण स्वातंत्र्य दिले."

"तुम्ही दोघेही 'ग्रेट' आहात." नरेंद्रच्या सहवासात आल्यापासून शालनही अधूनमधून इंग्रजी शब्द वापरू लागली होती.

शालनच्या इच्छेखातर तायनी शालनकडे धानोरीला राहायला आली होती. विठ्ठलरावांना तायनीच्या वागण्यातली विनम्रता, शालीनता पाहून वाटायचं, 'या बिचारीच्या वाट्याला असं अकाली वैधव्य यायला नको

होतं. तिच्यासाठी आपण काहीतरी करायला हवं.'

पुण्यात मोटारसायकलवरून पडल्यामुळं विलास जखमी झालेला आहे आणि त्याला संचेती हॉस्पिटलमध्ये ॲडमिट केलेला आहे, असा नरेंद्रला फोन आला. फोन येताच ते दोघे सरळ पुण्याला आले. तिथं हॉस्पिटलमधेच त्यांना दिगंबरअण्णा, मुरलीधर भेटले. त्यांच्याकडं नरेंद्रनं अपघात कसा झाला, याची चौकशी केली. मित्राकडं कोथरूडला जेवायला जाऊन परत मावशीच्या घरी येत असताना प्रभात रोडच्या कोपऱ्यावर त्याला रिक्षानं समोरून येऊन धडक दिली. त्यात रिक्षाच्या धडकेनं त्याच्या उजव्या पायाला फ्रॅक्चर झाले. मोटारसायकल बाजूला कलंडल्याने त्याच्या डाव्या पायाचा तळवाही मोडला होता.

विलासचे दोन्ही पाय प्लॅस्टरमधे होते. हातालाही खरचटले होते.

दिगंबरअण्णांची सारी भिस्त विलासवर होती. कारण मंदबुद्धीचा विकास असून नसल्यासारखाच होता. शालन लग्न होऊन गेल्यापासून अण्णांना विलासचं शिक्षण केव्हा एकदा संपतं आणि तो अंजनगावला येतो आणि त्यांचं लग्न करून मोकळे होतो, असं वाटत होतं. त्यातच ही अपघाताची वार्ता आल्यामुळे अण्णा अस्वस्थ झाले. नुकतीच बजरंग कुंभारानं डिझेलची मर्सीडीस गाडी खरेदी केली होती. त्या गाडीतूनच ते मुरलीधरला घेऊन पुण्यात येऊन दाखल झाले होते.

नरेंद्र आणि शालन बाहेर व्हरांड्यात अण्णांना भेटून विलासला ठेवले होते, त्या रूममधे आले.

प्लॅस्टरमध्ये दोन्ही पाय असलेल्या विलासला पाहताच शालनच्या डोळ्यांत अश्रू आले. नरेंद्र त्याच्या कॉटशेजारी बसला.

"काय त्या मिठाईवाल्याचा खटला संपला की नाही?" विलास आपल्याला एवढा मोठा अपघात होऊनही एरव्ही बोलल्यासारखाच बोलत होता.

"अजून नाही संपला. सरकारतर्फेचा पुरावा संपला. आता परवा आरोपींचे सी.पी.सी. ३१३ प्रमाणं जबाब देतील आणि मग दोन्ही बाजूंचे आर्ग्युमेंट्स होतील!"

“मग निकाल केव्हा लागणार?”

“आर्ग्युमेंट्स झाल्यानंतर निकाल!”

“काय होईलसं वाटतं? पेपरमधून रोज खटल्याची हकीगत छापून येतीय. इकडच्या लोकांनासुद्धा निकाल काय होणार, याची उत्कंठा लागून राह्यलीय!”

“इकडच्यापेक्षा तिकडच्या लोकांना फारच उत्कंठा आहे!” शालन म्हणाली.

“तू जाणार होतीस ना खटला ऐकायला?”

“हो, अगदी शेवटचा साक्षीदार होईपर्यंत रोज जाऊन ऐकत होते.”

त्यांची चर्चा चालू असतानाच बाहेर व्हरांड्यात मुरलीधरशी बोलत थांबलेले अण्णा आत आले आणि म्हणाले, “विठ्ठलराव आलेत!”

नरेंद्र आणि शालन दोघेही उठून उभे राहिले. विठ्ठलराव एकटे आले नव्हते. ते सोबत तायनीलाही घेऊन आले होते. तायनीला तिथं आलेली पाहताच शालनला आश्चर्य वाटलं.

विठ्ठलराव म्हणाले, “काल रात्री मला हे घडल्याचं समजलं. तायनीला बोलावून मी सांगितलं, की पुण्याला जाऊन येतो. पण ती म्हणाली, ‘मीही येते!’ मग आणलं झालं तिलाही सोबत.”

“बरं झालं.” शालन म्हणाली, “नाही तरी ती एकटीच धानोरीला कशी राहणार?”

“हो, म्हणून तर तिला सोबत घेऊन आलो.”

“किती दिवसांचं प्लॅस्टर आहे?”

“अडीच महिने!” विलास नरेंद्रला पुढं म्हणाला, “नरेंद्र तुमच्या पिनल कोर्टात ‘सॉलीटरी कन्फाइनमेंट’ नावाची एक शिक्षा असते ना हो? तशीच ही शिक्षा झालीय मला, आणि तीही कसलाच गुन्हा न करता!”

“रात्री-अपरात्री या पुण्यात टू व्हीलरवरून फिरणं म्हणजे उघडउघड धोक्याला निमंत्रणच!” नरेंद्र म्हणाला.

“पण अजूनही एवढी माणसं स्कूटर्स, मोटारसायकल्स चालवतातच

ना?''

"हो, इलाजच नाही ना?'' शालन आणि तायनी बाजूला जाऊन बोलत उभ्या होत्या. बोलता बोलताच शालनला चक्कर आली. तिला तायनीनं सावरलं नसतं, तर ती खाली जमिनीवरच कोसळलीच असती. मुरलीधरनं ड्यूटीवर असलेल्या डॉक्टरांना तात्काळ बोलावून आणलं. डॉक्टरांनी शालनला तपासलं आणि हसत हसत म्हणाले, "शी इज गोइंग टू हॅव ए बेबी!'' (यांना दिवस गेलेत!)

कॉटवरचा विलास टाळी वाजवून म्हणाला, "काँग्रॅच्युलेशन्स नरेंद्र! आम्ही 'मामा' होणार! आजपर्यंत ही शालन अनेकवेळा उगाचच माझा 'मामा' करायची; पण आता आम्ही प्रत्यक्षातच मामा होणार!''

दिगंबरअण्णांना शालनला चक्कर आली म्हटल्यावर थोडी काळजी वाटली होती; पण डॉक्टरांनी ती शुभवार्ता सांगितल्यावर त्यांनी सुटकेचा नि:श्वास सोडला. विलासला दवाखान्यातून आठव्या दिवशी डिस्‌चार्ज देण्यात आला. तरीही दोन्ही पाय प्लॅस्टरमध्ये अडीच महिने राहणार होते.

बाकीच्या कालावधीत राधामावशींच्या घरीच त्याला पुण्यात ठेवायचं ठरलं. विलासला पाहायला आलेला नरेंद्र शालनला घेऊन परत निघाला. तेव्हा प्रश्‍न निर्माण झाला, की विलासची देखभाल करण्यासाठी घरचं असं पुण्यात कोणाला ठेवावं?

त्यावर तायनी म्हणाली, "मी मोकळीच आहे. मी राहीन की पुण्यात!''

दिगंबरअण्णांना तायनीनं विलासची शुश्रूषा करण्यासाठी पुण्यात राहणं प्रशस्त वाटलं नव्हतं. कारण तिकडे त्यांनी तायनीच्या लग्नासाठी कुशाबाला जे कर्ज दिलं होतं, त्याची ठरल्याप्रमाणे सहा महिन्यांत परतफेड होणं अशक्य होतं. आज ना उद्या दिगंबरअण्णांना कुशाबा आणि चंदरविरुद्ध दावा लावावाच लागणार होता. त्यामुळं विलासच्या देखभालीसाठी तायनीला पुण्यात ठेवायला दिगंबरअण्णा तयार नव्हते. पण हा सर्व खुलासा ते आपल्या जावयासमोर करू शकणार नसल्याने गप्प बसून राह्यले. विलासच्या शुश्रूषेसाठी तायनी पुण्यात मावशींच्या घरी राह्यली.

नरेंद्रची केस अद्याप संपली नसल्याने त्यास लागलीच लातूरला परत यावं लागलं.

कोर्टात त्या दिवशी प्रथम आरोपींचे जबाब झाले. चारही आरोपींनी आपण बलराम मिठाईवाल्याचा खून केल्याच्या आरोपाचा इन्कार केला. त्यानंतर सरकारी वकील आपला युक्तिवाद करायला उभे राहिले. त्यांनी सुरुवात केली.

"मे इट प्लीज युवर ऑनर, या खटल्याची हकीगत थोडक्यात मी आपल्यापुढे मांडणार आहे आणि त्यानंतरच इतर पुरव्यांबाबत ऊहापोह करणार आहे.

"उमरी या गावी ८-१० वर्षांपूर्वी बलराम हा उत्तर प्रदेशातला तरुण मिठाईवाला वास्तव्य करण्यासाठी आला. त्यानं तिथं स्थायिक होण्याचं कारण असं, की गावाच्या पूर्वेला ब्रिटिश अमदानीत बांधलेला प्रचंड तलाव आहे. या तलावाभोवताली जवळजवळ बाराही महिने हिरवळ असते. मराठवाड्याच्या या भागात हा तलाव म्हणजे गावकऱ्यांना एक प्रकारचे वरदानच होते. गावात प्रत्येक घरटी चार-सहा गाई, चार-सहा म्हशी आहेत.

"उमरी हे गाव तालुक्याच्या शहरापासून तीस-पस्तीस किलोमीटर अंतरावर असल्याने गावात उत्पादन होणारं दूध रोजच्या रोज तालुक्याला घेऊन जाणं अशक्य असल्याने गावकरी त्या दुधाचा खवा बनवीत. हा खवा पंढरपूर, पुणे, सोलापूर येथील मिठाईवाले येऊन खरेदी करीत. पण घरोघरी खव्याच्या भट्ट्या असल्यामुळं त्यांच्या खव्याला योग्य दर मिळत नसे. ही गोष्ट महाराष्ट्रात कुठंतरी स्थायिक होण्यासाठी आलेल्या बलरामच्या निदर्शनाला आली आणि त्याने उमरीत स्थायिक होऊन खव्यापासून मिठाई बनवण्याचा व्यवसाय सुरू केला."

"वॉज ही बॅचलर?" न्यायाधीशांनी तो अविवाहित होता काय, असं विचारलं.

त्यावर सरकारी वकील उतरले, "नो सर, ही वॉज मॅरीड, बट ॲज

द क्लायमेट डिड नॉट सूट हिज वाईफ, द पुअर लेडी डाईड अॅट उमरी.''

''आय सीऽऽ. पुढं सांगा.''

''युवर ऑनर, पुढे या बलरामनं लातूरवरून एक बाई 'कंपॅनियन' म्हणून आणली, तीही फार काळ राह्यली नाही. या बलरामनं सिमेंट-काँक्रीटचं छोटं घर बांधलं. चार-सहा एकर जमीन खरेदी केली. त्याची मिठाई तालुक्यात आणि जिल्ह्याच्या ठिकाणीही विकली जाऊ लागली. आता उत्तर प्रदेशासारख्या परक्या मुलखातून आपल्या गावी येऊन श्रीमंत झालेल्या बलरामबद्दल गावकऱ्यांना असूया वाटू लागली. त्यांनी त्याच्याविरुद्ध खोटेनाटे आरोप करायला सुरुवात केली, असे की तो एकट्यादुकट्या बाया-मुली पाहून त्यांची छेड काढतो. पोलिसांपर्यंत हे प्रकरण गेलं. पण त्याच्याविरुद्ध प्रत्यक्ष पुरावा द्यायला कोणीही पुढं न आल्यानं पोलिसांनी बलरामविरुद्ध कसलीही कारवाई केली नाही. बलरामबद्दल गावकऱ्यांत कमालीचा मत्सर निर्माण झाला आणि त्याचे पर्यवसान म्हणजे हा प्रस्तुतचा गुन्हा!

''या कोर्टासमोरील चारही आरोपींनी संगनमत करून गुन्हा केला. त्या दिवशी सकाळी बलराम नित्यनियमाप्रमाणे ओढ्यावरच्या मंदिराकडे पूजेसाठी निघाला असताना, त्याच्यावर कुऱ्हाड आणि विळ्याने वार करून त्याचा खून केला.

''आता त्याबाबत सरकारतर्फे आपल्या समोर दोन 'आय विटनेसेस' प्रत्यक्ष गुन्ह्याचा प्रकार पाहिलेले साक्षीदार तपासण्यात आले आहेत. त्यातला पहिला आहे, निवृत्ती जालंदर चाळके!'

''द मॅटर्नल अंकल ऑफ अॅक्यूज्ड नं. वन?''

''हां, तसं साक्षीदाराचं आणि आरोपी नं. १ यांचं नातं आहे; पण ते फार जवळचं असं नाही. आता आरोपीतर्फे साक्षीदार निवृत्तीस विचारण्यात आलं, की आरोपी शामा चाळके याचा बाप आणि निवृत्ती या दोघांत जमिनीच्या हद्दीवरून वितुष्ट आहे. पण त्या बाबतीत विश्वास ठेवण्यासारखा दुसरा कोणताच पुरावा आपल्याला उपलब्ध नाही. या निवृत्तीनं गुन्ह्याच्या

ठिकाणी या कोर्टासमोरील चारही आरोपींना दिवसाढवळ्या सूर्यप्रकाशात स्पष्ट ओळखलेलं आहे.

"बलरामनं बरेच गावकरी आपल्याविरुद्ध आहेत हे पाहून आत्मसंरक्षणासाठी बारा बोअरची बंदूक खरेदी केलेली होती. माननीय जिल्ह्याधिकाऱ्यांनी त्याला तसा परवानाही दिलेला होता. ती बंदूक त्याच्या खांद्याला असतानाच या आरोपी नं. १ ने त्याच्यावर मागून येऊन कुऱ्हाडीचा वार केला. बलराम हा शरीरानं धष्टपुष्ट होता. वार झालेल्या अवस्थेतही त्यानं आपल्याजवळील बंदुकीतून बार उडवला. पण तो कोणालाही लागला नाही. या आवाजामुळं त्या वेळी कारंजी खरेदी करण्यासाठी उमरीला निघालेल्या संदीपान थोरावतचे लक्ष वेधले गेले. त्यानंही या आरोपींना त्या ठिकाणावरून हातात कुऱ्हाड व विळे घेऊन पळून जाताना पाह्यलेलं आहे. शिवाय आरोपींना अटक केल्यानंतर त्यांच्या घर-झडतीत, कुऱ्हाड आणि विळे जप्त करण्यात आलेले आहेत."

"वॉज देअर ह्यूमन ब्लड ऑन द वेपन्स?" न्यायाधीशांनी सरकारी वकिलांना त्या हत्यारावर मानवी रक्त होतं का, असं विचारलं.

त्यावर सरकारी वकील म्हणाले, "अन्‌फॉर्च्युनेटली नो ह्यूमन ब्लड वॉज डिटेक्टेड ऑन दोज वेपन्स. त्यावर मानवी रक्त नव्हतं, पण रक्तसदृश काहीतरी दिसलं होतं, असा केमिकल ॲनलायझरचा अभिप्राय आहे.

"शेवटी यात गुन्ह्याचा तत्परतेने तपास करणारे फौजदार बोरकर यांची साक्ष घेण्यात आली आहे. त्यांनीही सुसूत्रपणे या चारही आरोपींविरुद्ध प्रत्यक्ष गुन्हा करताना बघणारे साक्षीदार व परिस्थितिजन्य पुरावा पुरेसा असल्यामुळे कोर्टात आपल्यापुढे चार्जशीट पाठवल्याचे सांगितले आहे. शिवाय या केसमधला एक आरोपी नं. ४ हा गुन्हा घडल्यानंतर जामिनावर सुटला व नंतर फरारी झाला हाही पुरावा विचारात घेतला जावा, असं सरकारपक्षाचे प्रतिपादन आहे.

"तेव्हा या चारही आरोपींनी सामुदायिक इराद्याने, योजनाबद्ध अशा तऱ्हेने बलराम मिठाईवाल्याचा खून केलेला आहे हे सिद्ध झालेलं आहे,

असे मानून चारही आरोपींना जास्तीत जास्त सजा द्यावी, ही नम्र विनंती.''

सरकारी वकील आपले प्रतिपादन संपवून स्थानापन्न होताच नरेंद्र आरोपींची बाजू मांडण्यासाठी उभा राहिला. त्यानं सुरुवात केली.

''मे इट् प्लीज युवर ऑनर, मी या खटल्यातील 'फॅक्ट्स' बाबत अधिक काही न सांगता या चारही आरोपींच्या विरुद्ध सरकारतर्फे सादर करण्यात आलेला पुरावा कसा अग्राह्य आणि खोटा आहे, याचे विवेचन करीन!

''युवर ऑनर, सरकारचा 'स्टार विटनेस' म्हणून कोर्टासमोर आलेला निवृत्ती चाळके याच्या जबाबातील ठळक विसंगती विचारात घेण्यासारख्या आहेत.

''प्रथम असं पहावं– हा निवृत्ती गुन्हा घडलेला प्रकार काही फूट अंतरावरून पाह्यल्याचं सांगतो. भोकरवाडी या गावात शेतमजूर मिळतात का, हे पाहायला निवृत्ती गेला होता. तिथं कोणाकडे त्याने शेतमजुरांची चौकशी केली, त्यांची नावं सांगत नाही. गावात परतल्यानंतर गुन्हा घडल्याचे तो गावच्या पोलिसपाटलासही सांगत नाही. या झाल्या ठळक विसंगती. आता त्यानंतर हा निवृत्ती चाळके हा सरपंच चाळकेचा चुलतभाऊ आहे. भावाभावांत जमिनीच्या हद्दीवरून वाद आहे. आरोपी नं. १ हा सरपंच दयाराम नांगरे यांचा भाचा आहे. दयाराम सरपंच झाल्यापासून निवृत्ती चाळकेचं आणि त्याचं बरं नाही. तेव्हा सूडानं प्रवृत्त होऊन निवृत्ती कोर्टात खोटी साक्ष द्यायला आला, असं मानावं लागेल!

''तीच गोष्ट साक्षीदार संदीपान थोरावत याची! हा कारंजीच्या बिया गावोगावी जाऊन खरेदी करणारा व्यापारी. हा म्हणतो, बंदुकीच्या आवाजामुळे माझे पाणंदीकडे लक्ष गेले. त्याच वेळी हे चारही आरोपी रक्तानं माखलेली हत्यारे घेऊन पळून जाताना यानं पाह्यलं! युवर ऑनर, पन्नास-शंभर फुटांवरून या साक्षीदाराला हत्यारावर रक्त दिसणं हीच मोठी विसंगती आहे! या संदीपानला काहीही ठाऊक नसताना हा साक्षीदार निवृत्ती चाळके यांच्या सांगण्यावरून कोर्टात या आरोपींच्या विरुद्ध खोटी साक्ष देण्यासाठी

आलेला आहे. गुन्हा पाह्यल्याची हकीगत तो कोणालाही बोललेला नाही. याला गुन्ह्याचे ठिकाणी आरोपी दिसतात, पण तेथून दहा-पंधरा फुटांवर हजर असणारा निवृत्ती दिसत नाही, या सरकार पक्षातल्या अत्यंत ठळक अशा विसंगती आहेत. खुनासारखा प्रकार जर एखाद्याने बघितला, तर तो शंभर लोकांना सांगत सुटेल. हा नैसर्गिक असा मानवी स्वभाव आहे. पण तो कोणालाही बोलत नाही. का तर म्हणे आरोपींच्या भीतीमुळे! कोर्टात साक्ष देताना त्याला म्हणे भीती वाटत नाही कारण पोलिसांनी आरोपींना पकडलेलं आहे! युवर ऑनर, हे दोन्हीही सरकारपक्षाचे आय विटनेसेस खोटे बोलतात. यांना गुन्ह्याची कसलीच हकीगत ठाऊक नाही!

"आता फौजदार बोरकर! या महाशयांना बलरामच्या विरुद्ध स्त्रियांच्या छेडप्रकरणाच्या अनेक तक्रारी आलेल्या असतानासुद्धा ते पुरावा मागतात. आता या खेड्यातल्या स्त्रिया! त्या आपल्या अब्रूला प्राणापलीकडे जपतात. कोण घरंदाज आणि प्रतिष्ठित घराण्यातील स्त्री बलरामनं आपली छेड काढली होती म्हणून फौजदारापुढे जाऊन तक्रार करील?"

"देन हाऊ कॅन द पी.एस.आय. शुड टेक कॉग्निझन्स अगेन्स्ट बलराम?" न्यायाधीशांनी शंका विचारली.

त्यावर नरेंद्र म्हणाला, "ज्या वेळी एकाच व्यक्तीविरुद्ध एकाच प्रकारच्या अनेक तक्रारी येतात, तेव्हा फौजदारांनी आपल्या साध्या वेषातील पोलिसांमार्फत किंवा स्थानिक लोकांचे जाळे पसरून त्या तक्रारींची सत्यता पडताळून पाहणं अत्यावश्यक होतं. नेमकं तेच फौजदार बोरकरांनी केलेलं नाही. हेच पोलिसखातं एखादा अनोखा माणूस गावात भटकताना पाह्यला की, त्याला सीपीसी १५१ प्रमाणं अटक करून त्याच्यावर कायदेशीर कारवाई करतं. बलराम गुन्हेगार वृत्तीचा होता, पण सधन होता आणि तो सधन असल्यामुळंच त्याच्याविरुद्ध तक्रारी येऊनसुद्धा फौजदार बोरकर त्याला बंदुकीचं लायसेन्स मिळावं अशी शिफारस करतात! यावरून पोलिस-खात्याची मेहेरबानी ही पैशानं विकत घेतली जाणारी प्रतिष्ठा आहे, हे निर्विवाद सत्य आहे!

''आरोपींच्या घर-झडतीत रक्ताचे डाग असलेले कपडे मिळत नाहीत, त्यांच्या घरांतून जप्त केलेल्या कुऱ्हाड आणि विळ्यांवर रक्त सापडत नाही. पण ते पन्नाससाठ फूट अंतरावरून म्हणे साक्षीदार संदीपानला दिसले!

''युवर ऑनर, धिस इज रियली ए कॉक ॲन्ड बुल स्टोरी! या खटल्यात विश्वासास पात्र असा एकही पुरावा सरकारतर्फे पुढं आलेला नाही.''

त्यावर नरेंद्रच्या शेजारी बसलेले सरकारी वकील म्हणाले, ''देन हू किल्ड बलराम? मग बलरामला कोणी मारलं?''

नरेंद्र ताडकन् म्हणाला, ''दॅट इज नॉट माय रिस्पॉन्सिबिलीटी टू एक्सप्लेन! त्याला कोणी मारलं हे सांगण्याची माझी जबाबदारी नाही. सगळा गाव बलरामच्या विरोधात होता. अनेक तक्रारी होऊनसुद्धा पोलिसखातं त्याची दखल घेत नव्हतं. तो एकटा आहे असं पाहून कोणीतरी त्याला उडवलं असेल! पडेल सरपंच निवृत्ती चाळके यांनी त्या घटनेचा नेमका फायदा आपल्या प्रतिस्पर्ध्याविरुद्ध घेतला. चुलतभावाच्या मुलालाच त्यानं या खटल्यात अडकवला.

''युवर ऑनर, सरकारतर्फे पुढं आलेला हा पुरावा कपोलकल्पित, असंभव आणि विश्वासास पात्र नसल्याने तो अग्राह्य मानावा आणि या चारही आरोपींना दोषमुक्त करावं, ही नम्र विनंती.''

नरेंद्रचा युक्तिवाद चाललेला असताना न्यायाधीश वारंवार त्याचे काही मुद्दे आपल्या टिपणात लिहून घेत होते.

तो युक्तिवाद संपल्यावर न्यायाधीश आसनावरून उठता उठता म्हणाले, ''डिसीजन डे आफ्टर टुमॉरो''

नरेंद्रच्या बचावाच्या भाषणाने कोर्टातले श्रोते अक्षरश: मंत्रमुग्ध झाले होते; पण त्याहीपेक्षा त्याच्यामागे येऊन बसलेली शालन अधिक भारावून गेली होती. प्रकृती बरी नसतानाही ती त्या दिवशी नरेंद्रचे बचावाचं भाषण ऐकायला कोर्टात आलेली होती.

हॉटेलवर परतल्यानंतर नरेंद्र काळा कोटा काढून ठेवीत म्हणाला,

“संपली एकदाची केस! आता केसच्या नावानंच आज आंघोळ!”

त्यावर शालन म्हणाली, “काय निकाल होईल, असं वाटतं?”

त्यावर नरेंद्र हसत हसत म्हणाला, “तो देणार न्यायाधीश. त्यांना जशी बुद्धी येईल तसा तो देतील!”

पंधरा

नरेंद्र आणि शालन केस संपल्यानंतर धानोरीला परतले. विठ्ठलरावांनीही त्याला आल्या आल्या विचारले, "काय म्हणतो खटला?"

"संपला एकदाचा!"

"जिंकणार का तुम्ही?"

"जिंकणार की हरणार, याचा मी विचारच करत नसतो! काम चालवणं आणि तेसुद्धा जिद्दीनं, एवढंच मला ठाऊक!"

त्याच्या पाठोपाठ आलेल्या शालनलाही विठ्ठलरावांनी विचारलं, "बरं, तुला काय वाटतं शालन? तू रोज जात होतीस ना कोर्टात?"

"होऽऽ! एक वेगळाच अनुभव घेत होते."

"बरेच लोक सांगतात की, खटला चालवताना नरेंद्र आपल्या कामाशी अगदी एकरूप होऊन जातो. असंच कुठलंही काम नितान्त निष्ठा असल्याशिवाय पूर्णत्वाला जात नसतं. बरं, तिकडं पुण्यात तायनीचं कसं काय चाललंय? बाकी विलासची शुश्रूषा करायला तायनीपेक्षा अधिक चांगली अशी कोणी परिचारिका भेटलीच नसती, असं मला वाटतं."

त्यावर नरेंद्रने विचारलं, "कशावरून हा अंदाज केलात आपण?"

"अरे, ती महिनाभर इथं धानोरीत होती. तेव्हा मी तिचं अगदी बारकाईनं निरीक्षण करीत होतो. सकाळी उठल्या उठल्या मला कोमट पाणी पिण्याची सवय; ते पाहून कामाची बाई येण्याची वाट न पाहताच ती गरम

पाण्याचा तांब्या घेऊन वर यायची! मला जेवताना थोडी नरम भाकरी लागते. खारट-तिखट फार चालत नाही. माझ्या बारीकसारीक सवयी तिला पाठ झालेल्या होत्या. तू काही म्हण नरेंद्र, घरात जिव्हाळ्याची स्त्री म्हणून कोणीतरी असणं अत्यावश्यक असतं. शालन, तू याच्यासोबत लातूरला गेलीस, म्हणून माझं एकही दिवस पोरीनं काही अडू मात्र दिलं नाही. उलट, तिथं पुण्यातून मी येताना म्हणाली, "अक्का येईपर्यंत आबा, तुमची थोडी गैरसोय होणार! एवढी जाणकार मुलगी माझ्या बघण्यात नव्हती. बरे, मी जाऊन येतो." असं म्हणून विठ्ठलराव बाहेर पडले.

नरेंद्र म्हणाला, "तुझी आणि तिची बालपणापासून गट्टी का जमली होती, हे कोडं मला उलगडलं!"

त्यावर शालन म्हणाली, "काही बाबतीत ती मलासुद्धा सरस आहे. दुसऱ्याशी वागताना-बोलताना तिच्या स्वभावात जी मृदुता जाणवते, ती माझ्यात नाही!"

त्यावर नरेंद्र म्हणाला, "ती तुझ्यात कशी असणार? गावच्या सावकाराची एकुलती एक लाडकी लेक तू! ती बिचारी कष्ट करून खाणाऱ्या कुशाबांच्या घरात लहानाची मोठी झालेली."

"असं काही समजू नका! वेळप्रसंगी तीसुद्धा कोणाची पर्वा करीत नव्हती! आमचे अण्णा कुशाबाला, चंदरला काय वाट्टेल ते बोलतील; पण तायनीला बोलायचं धाडस करीत नव्हते!"

"ते कसं काय?"

"लहानपणापासून तिला अण्णा कसे आहेत हे ठाऊकच होतं ना? कधी कधी ती अण्णांना बेधडक विचारे, 'अण्णा, एवढा पैसा मिळवून शेवटी कुठं नेणार आहात?'"

"एवढं स्पष्ट बोलायची?"

"हो. कधी कधी मलादेखील अण्णांचे दोष दाखवून म्हणायची, 'अक्का लहान तोंडी मोठ्ठा घास घेते असं तुला वाटेल; पण तुझ्या अण्णांची मला खरोखरच कीव येते बघ. वसुलीसाठी लोकांना किती त्रास देतात? झोपतात तरी का रात्री शांतपणे? आमचा बाबा बघ, दिवसभर कष्ट करतो

आणि रात्री जेवल्यावर 'जयजय रामकृष्ण हरी' करीत घोंगड्यावर पाठ टेकताच घोरायला लागतो.' पण अलीकडे एक दोन-तीन वर्षं झाली असतील, कुशाबासुद्धा रात्री-अपरात्री चिंतेनं जागा होतो. अंथरुणावर उठून बसतो. स्वत:शीच काहीतरी बरळत असतो. दुष्काळानं तर त्याची पाठच धरलीय. त्यात तायनीचा नवरा अपघातात गेल्यापासून त्यानं फारच जिवाला लावून घेतलंय! एकसारखा म्हणतो, 'पांडुरंगानं माझी लेक रंडकी करण्यापरीस माजंच का डोळं मिटिवलं नसतील!' मला त्याची खूप दया येते!''

शालननं तायनीच्या काही आठवणी त्यास सांगितल्या, तेव्हा नरेंद्र म्हणाला, ''पण मला पुण्यात तिचं आश्चर्य वाटलं. विलासला दवाखान्यातून डिस्चार्ज दिल्यावर, मी त्याची सेवा करायला थांबते, असं कसं म्हणाली ती?''

''त्याचं काय आहे, मला दिवस गेल्याचं तिनं समक्षच पाह्यलं ना? मी पुण्यात राहू शकणार नाही. दुसरं राहण्यासारखं ज्वळचं कोण तर आमची आई! ती राह्यलीही असती, पण तिकडे विकासचं कोण बघणार? त्याला कधी कधी अजूनही जेवण भरवावं लागतं! मनात असलं तर वाढलेलं ताट स्वत: खाईल; नसलं तर दोन-दोन दिवस उपाशी राहील. त्याला सकाळी जबरदस्तीनं आंघोळ घालावी लागते! आंघोळ करायलाच नको म्हणतो! असं काहीतरी चमत्कारिक वागणं आहे त्याचं. ते सर्व आई म्हणूनच सांभाळते! मग त्याला सोडून आई पुण्यात कशी राहणार?''

''तुझी तायनी मात्र खरोखरच ग्रेट आहे. आबा म्हणतात, तिनं पुढं शिकावं तुझ्या सोबत!''

''ते अशक्य आहे! कुशाकाका तिला घराबाहेर पडायची परवानगीच नाही देणार!''

''का?''

''आता उभा जन्म तिनं चार भिंतींतच काढायचा!''

''मग धानोरीला तरी तिला तुझ्यासोबत कशी काय पाठवली त्यांनी?''

''माझा आग्रह कुशाकाका मोडू शकत नाहीत.''

''तुमच्याकडच्या लोकांच्या वागण्याच्या एकेक तऱ्हा पाहून वाटतं,

की तुम्ही सर्वचजण चमत्कारिक आहात. पण मला वाटतं, महिना-दोन महिने तायनीला पुण्यात राहायची संधी मिळाली, हे एका अर्थी बरंच झालं!''

"हो ना! विलासची देखभाल तायनी जितक्या जिव्हाळ्यानं करील, तितकी पैसे देऊन ठेवलेली कोणी परिचारिका करू शकणार नाही.''

"मला समजत नाही, तुझे अण्णा तिला तिथं ठेवायला नाखूष का होते?''

"अण्णांचा स्वभावच चमत्कारिक! त्यांच्या स्वभावाचा अंतच भल्याभल्यांना लागलेला नाही. कोणाला फुकट दाम देणार नाहीत; पण विलासनं पैसे मागितले रे मागितले, तात्काळ पैसे पाठवतील! पुण्यात पाह्यलंत ना? नर्ससाठी महिना दोन-तीन हजार रुपये खर्च करायला तयार होते. पण फुकट तिथं राहून विलासची शुश्रूषा करणारी तायनी मात्र त्यांना नको होती!''

शालननं स्वयंपाकघरात जाऊन पाह्यलं. तिच्या गैरहजेरीत तायनीनं स्वयंपाकघर लख्ख ठेवलेलं होतं. नरेंद्रच्या वडिलांच्या बैठकीतल्या गाद्या, तक्क्या, लोड यांचे अभ्रेही स्वच्छ दिसत होते. घरात झाडलोट करायला मोलकरीण होती, पण तिला काम आवरून केव्हा एकदा पळतो असं व्हायचं! त्यामुळं महिनाभर आपल्या घरी राह्यलेल्या तायनीची टापटीप, जेवणघरातील स्वच्छता पाहून विठ्ठलराव शालनला म्हणाले, "तो भगवान अकाली गेला; नाहीतर तायनीसारख्या गृहिणीच्या सहवासात तो खरंच सुखानं जगला असता!''

त्यावर शालन म्हणाली, "पुण्यात मावशी मला येताना तेच म्हणत होती. हिनं पुढं शिकावं तरी किंवा योग्य असा जोडीदार पाहून हिचं लग्न तरी करून द्यावं! पण यांपैकी एकही गोष्ट होणार नाही.'' शालन काहीशी निराशेच्या स्वरात उद्‌गारली.

तिकडं पुण्यात तायनी हळूहळू राधामावशींच्या घराशी एकरूप होत चालली होती. राधामावशींचा मुलगा दीपक बँकेत मॅनेजर होता. पण लग्नानंतर बायकोच्या हट्टासाठी त्यानं वेगळं बिऱ्हाड थाटलं होतं. राधामावशींना

नवऱ्याची पोटापुरती पेन्शन मिळत होती. त्यांचे पुण्यातल्या काही सेवाभावी संस्थांशी संबंधही होते. आठवड्यातून एकदा त्या महिलामंडळात जात. मुलगा स्वतंत्र राहिला, म्हणून त्या सुरुवातीला काही दिवस दुःखी दिसल्या; पण जगात कुठल्याही दोन स्त्रिया दीर्घकाळ एके ठिकाणी सुखासमाधानात राहू शकत नाहीत, हे पाहून त्यांनी आपले दुःख आवरले. वाचन, मनन, चिंतन यांत त्यांचा वेळ छान जात होता.

दिगंबरअण्णांनी विलासला पुण्यात शिकायला ठेवायचं ठरवलं, तेव्हा राधामावशी म्हणाल्या होत्या, "बेशक राहू दे माझ्याकडं! आता एवढ्या मोठ्या घरी मी एकटी राहून तरी काय करणार आहे? फक्त त्यानं मला कसली डोकेदुखी निर्माण केली नाही म्हणजे झालं!"

विलास मावशींना तसा कोणताही उपद्रव देत नसे. कधीकधी रात्रीअपरात्री उशिरा यायचा हे पाहून राधामावशी त्याला म्हणाल्या, "हे बघ विलास, यापुढं रात्री दहाच्या आत तुला घरी यायला हवं! हे काय होस्टेल नव्हे. केव्हाही यावं केव्हाही जावं! हो, मला पहिली तीन-चार तास झोप लागते. नंतर झोप लागतच नाही. तेव्हा तुझ्यासाठी रात्री दहानंतर दार उघडायला मी उठणार नाही."

राधामावशींचा स्वभाव सडेतोड होता. त्या कोणाचाही मुलाहिजा न ठेवता योग्य ते निर्भीडपणे बोलत. विलास त्यांच्यात फक्त राहत होता. तो जेवायचा बाहेर. सकाळी माडीवरच गॅसवर स्वतः चहा बनवायचा.

विलासचं मित्रमंडळ अफाट होतं. पण मावशींच्या धाकामुळं त्यानं कधी आपल्या राहण्याच्या जागी मित्रांचा अड्डा जमवलेला नव्हता.

तायनीनं मावशींच्या स्वभावाचं निरीक्षण केलं. तिला मावशींच्या वागण्यात आणि शालनच्या आईच्या वागण्यात खूपच अंतर जाणवलं. सरस्वतीबाई भिडस्त आणि मुखदुर्बळ होत्या. दिगंबरअण्णांच्या पुढंदेखील उभं राहायच्या नाहीत. त्यांना जे हवं असेल, ते त्या शालनकरवी मागून घेत. वर्षातून एकदा दत्तदिगंबर यात्रेतून एखाद् दुसरं तीर्थक्षेत्र मात्र न चुकता करून येत. त्यांच्या गैरहजेरीत शालनवर विकासची देखभाल करण्याचं काम पडे. पण आता शालनचं लग्न झाल्यापासून त्यांना बाहेर पडणंही

अशक्य झालेलं होतं.

विलासला अपघात झाल्याची वार्ता कॉलेजात जेव्हा त्याच्या मित्रांना-मैत्रिणींना समजली, तेव्हा ते त्याला पाहायला येऊ लागले. त्या दिवशी दुपारी तीन-साडेतीनच्या सुमारास दोन तरुणी त्याला पाहायला आल्या. एकीनं हिरव्या रंगाची मॅक्सी घातलेली होती. दुसरीनं चॉकलेटी रंगाचा स्कर्ट आणि टॉप घातलेला.

तायनीनं दारावरची बेल वाजताच पुढं होऊन दार उघडलं होतं.

"कुठं आहेत हीरोऽऽ?" बॉबकट केलेल्या चॉकलेटी स्कर्टवालीनं विचारलं.

"कोण पाहिजे तुम्हाला?" तायनीनं विचारलं.

"के. विलासराव!"

"माडीवर आहेत. त्यांना अपघात झालाय, उठता येत नाही!"

"ते ठाऊक आहे म्हणून तर त्याला पाहायला आलोत आम्ही!"

तायनी त्या दोघींना जिन्यावरून माडीवर घेऊन गेली.

दोन्ही पाय प्लॅस्टरमधे असलेल्या विलासला पाहाताच मॅक्सी घातलेली तरुणी म्हणाली,

"माय गॉड! अरे, तुला एवढा मोठा अपघात झाला असेल असं वाटलं नव्हतं!" असं म्हणत ती त्याच्या कॉटजवळ येऊन बसली आणि त्याचा हात आपल्या हातात घेत म्हणाली,

"तरी मी तुला बजावलं होतं की नाही? गाडी इतक्या जोरात चालवत जाऊ नको म्हणून! अगं लिले, एकदा याच्याबरोबर पौड फाट्याकडं मोटार-सायकलवरून फिरायला गेले. अक्षरश: तुफान वेगात गाडी चालवत होता. मी त्याला मागे घट्ट बिलगून बसले आणि चक्क डोळेच मिटून घेतले. त्या वेळी सांगितलं होतं की नाही तुला मी? एवढी मस्ती करत जाऊ नकोस वाहनाबरोबर?"

त्यावर लिली म्हणाली, "मलाही याचा हाच अनुभव आला बाई. म्हणून मी याला तुझी लिफ्ट नको म्हणायची! अगं, एकदा की नाही रिक्षांचा संप चालू होता. त्या लोकांनी बसेसवर दगडं मारली. मला कॉलेज

सुटल्यानंतर घरी जायला वाहन नव्हतं. हा माझ्याजवळ येऊन म्हणाला, 'चल, तुला घरी सोडून येतो.' दहा मिनिटांत त्यानं पर्वती गाठली. त्या सर्कशीतल्या मृत्युगोलात फिरणाऱ्या मोटार-सायकलवाल्याच्या मागे बसल्यासारखं वाटलं मला!''

त्या दोघींचं म्हणणं शांतपणे ऐकून घेणारा विलास म्हणाला,

''उगाच भंकस असं काही बरळू नका. पुष्पा, आजकाल पुण्यात इतकी वाहनं झालीत, की चाळीसनंसुद्धा गाडी चालवणं अशक्य झालंय!''

''मग कसे पाय मोडून घेतलेस?''

''अगं, मी कोथरुडकडून घरी येत होतो. रिक्षावाला चक्क समोरून रॉंग साइडनं येऊन मला धडकला. मी एका बाजूला पडलो. रिक्षाच्या धडकेनं उजवा पाय फ्रॅक्चर झाला आणि मोटारसायकल डाव्या पायावर पडल्यामुळे हा डावा तळवा मोडला! मी पाच किलोमीटरसुद्धा वेगात नव्हतो त्या वेळी. काय सांगायचं तुम्हा दोघींना?''

लिली त्याचा डावा हात आपल्या हातात घेत म्हणाली, ''तरी बरं थोडक्यात निभावलास! बरं त्या फर्नांडिससारखी तुझी अवस्था झाली नाही!''

''हो ना? फर्नांडिसचा पाय कापावा लागला ना?'' विलास म्हणाला.

तायनी त्या तिघांचं संभाषण ऐकत तटस्थपणे बाजूला उभी होती. तिला त्या दोघींनी विलासशी इतकी जवळीक दाखवल्याचं आवडलं नव्हतं.

''अगं तायनी, अशी बाजूला उभी का? इकडं ये ना! लिली, तुझी ओळख करून देतो.'' विलास म्हणाला. तायनी थोड्याशा नाखुशीनेच पुढे आली.

''लिली, पुष्पा, ही तायनी माझ्या बहिणीची बालमैत्रीण! माझ्या सेवेसाठी इथं राह्यलीय. तायनी, या माझ्या वर्गमैत्रिणी!''

तायनीनं त्या दोघींना नमस्कार केला. तेव्हा पुष्पा तिचं बारकाईनं निरीक्षण करीत म्हणाली, ''लिली, बघितलंस का कसे एकजात रेखीव अवयव आहेत हिचे? आपल्या कॉलेजमध्ये अलका राजे होती बघ, तशीच स्मार्ट दिसते की नाही ही?''

तायनी त्या स्तुतीमुळे काहीशी संकोचली आणि विलासला म्हणाली,

"तुझी औषधं घ्यायची वेळ झालीय. यांना चहा-कॉफी करू?" लिली आणि पुष्पाकडे पाहत तायनीनं विचारलं.

"काय घेणार गं मावश्यांनो तुम्ही?"

"काही नको. आताच आम्ही रिझमधे कॉफी घेऊन आलोत. तिथंच तुझ्याकडं यायची आठवण आली. विल्या, तू कॉलेजात दिसला नाहीस, की चुकल्याचुकल्यासारखं वाटतं बघ!" पुष्पा म्हणाली.

त्यावर विलास म्हणाला, "पण ही कसली शिक्षा गं मला? दीड-दोन महिने पडून रहायची?"

"आता यापुढं मोटारसायकल बंद करून टाक. चारचाकी गाडी घे! एकुलता एक तर आहेस वडिलांना!"

"अगं, एक भाऊ आहे मला. एकुलता एक कसं म्हणता?" तायनीकडं पाहत विलास म्हणाला.

"तायने, सांग यांना. आमचे अण्णा मला गाडी घ्यायला परवानगी देतील का?"

"न द्यायला काय झालं? तू मागशील तेव्हा मनिऑर्डर धाडत होतेच की!"

त्यावर लिली टाळी वाजवून म्हणाली, "बघ पुष्पे, पार्टी मागितली, की हा चक्क खोटं सांगायचा आपल्याला. ह्या महिन्यात कडकी आहे म्हणायचा की नाही? खोटं बोलत होतास म्हणून ही शिक्षा मिळाली बघ!"

तायनीला खाली मावशींनी हाक मारली. तायनी खाली आल्यावर मावशीनं विचारले,

"तायने, कोण आहेत गं त्या पोरी?"

"त्याच्या वर्गमैत्रिणी आहेत. त्याला पाहायला आल्यात!"

"पाहायला आल्यात तर किंचाळतात का एवढ्या मोठ्यानं? इथं घरात त्याच्याशी एवढी सलगी दाखवतात, तर बाहेर काय दिवे लावत असतील? आता उगाच त्याला पाहायला आल्यात म्हणून गप्प बसते. पण काही भीड-मुर्वत मुलींच्या जातीला असावी की नाही?"

तायनीने त्यावर काहीच प्रतिक्रिया व्यक्त केली नाही.

"वुईश यू ए स्पीडी रिकवरी विली." असं म्हणून त्या दोघी जिना उतरून खाली आल्या. तायनी जिन्याजवळ उभी होती. तिला 'हाय' करून म्हणाल्या,

"विलासनं आम्हाला तुझ्याबद्दल सांगितलं. खूप वाईट वाटलं!" त्या दोघींच्या चेहऱ्यांवर तायनीबद्दल अनुकंपा दिसली.

राधामावशींना तायनीचा स्वभाव अतिशय आवडत होता. तशा त्या अधूनमधून बहिणीकडे अंजनगावला आल्या की शालनबरोबर शाळेत जाणारी तायनी त्यांनी पाहिली होती. नंतर तिचे लग्न आणि नवऱ्याचा अकाली मृत्यू झाल्याची हकीकतही राधामावशींना समजली होती. त्यांना तिच्याबद्दल खूप हळहळ वाटली. राधामावशींना तायनीनं दुसरं लग्न करून घ्यावं, असं वाटत होतं. त्या ज्या महिला मंडळात जायच्या, तिथंही त्यांनी तायनीची हकीकत आपल्या समवयस्क मैत्रिणींना सांगितली होती. त्यांनीही तेच सुचवलं होतं.

विलासला अंथरुणावरून उठणंही अशक्य असल्याने त्याचे 'बेडपॅन' साफ करण्यापासून ते त्याला रोज स्पंज करून त्याचे कपडे बदलणे, वेळच्या वेळी त्याला औषधं, गोळ्या देणे ही कामं तायनी तत्परतेनं करीत होती. ज्या कुशाकाकाची लेक आपल्या आजारपणात इतकी निस्सीम सेवा करते, त्या कुशाकाकाच्या कर्जवसुलीसाठी अण्णांनी त्याला त्रास देऊ नये, असे अलीकडे विलासला वाटू लागले होते. पण अण्णांचा स्वभावच चमत्कारिक होता. त्यांना कोणालाही कर्जाऊ दिलेली रक्कम केव्हा एकदा वसूल करीन, असं व्हायचं!

दिवस चालले होते. दोन महिन्यांनंतर विलासला तपासण्यासाठी पुन्हा हॉस्पिटलमधे न्यावं लागलं. त्याच्या दोन्ही पायांची हाडं जुळली होती. डॉक्टरांनी त्याचे प्लॅस्टर काढले, पण इतक्यात त्याला चालायची परवानगी दिली नाही. आणखीन पंधरा दिवसांनी कुबड्या घेऊन हळूहळू त्याला चालायला सांगितलं होतं.

जेव्हा अण्णा विलासला पाहायला आले. तेव्हा त्यांनी तायनीबद्दल

कृतज्ञता व्यक्त करणे तर राह्यलेच दूर, उलट विलासला ते म्हणाले, "एवढं पुणं मोठं, तुझी देखभाल पाहायला एखादी दुसरी नर्स नाही का मिळणार?"

"एक का दहा मिळतील की! पण तायनीसारखी सेवा दुसरी कोणीही करू शकणार नाही! पण मी म्हणतो, तुमचा तायनीनं इथं राहायला विरोध का?"

"अरे सहा महिने होऊन गेले. कुशाबानं हिच्या लग्नाला काढलेले पैसे फेडायचा कसलाच प्रयत्न केलेला नाही! व्याजासाठी आपल्या शेतात राबायला येत होता तो आणि चंदर; पण तेही दोघे आताशी येत नाहीत! मला त्या लोकांच्या विरुद्ध दावा दाखल करायला अडचण होऊन बसलीय ना या तायनीमुळं!"

विलास म्हणाला, "कुशाकाका कशातून तुमचे कर्ज फेडणार अण्णा?"

"कशातून म्हणजे? त्यानं तारण दिलेलं ते वडाचे शेत विक्री करून भागवायला हवे. शेवटी मलाच दावा दाखल करून जप्ती आणायला हवी! तू या तायनीला इथून लवकरात लवकर अंजनगावला पाठवून दे बरं!"

"तायनी आणखीन दोन महिने इथून येऊ शकणार नाही." विलास निर्धाराने म्हणाला.

"येऊ शकणार नाही याचा अर्थ काय?"

"याचा अर्थ एकच. मी कुबड्या सोडून चालायला लागलो, की मगच ती येईल!"

"म्हणजे तोपर्यंत मी कुशाबाविरुद्ध दावा दाखल करायचा नाही?"

"करा ना! तुम्हाला नको कोणी म्हटलंय?"

दिगंबरअण्णांनी राधामावशींना हाक मारली. मावशींना आपली कर्जवसुलीतली अडचण सांगून म्हटलं. "आता तुम्हीच निर्णय द्या. मी जर या पद्धतीनं सावकारी चालू ठेवली, तर लवकरच मला दिवाळं काढावं लागेल!"

राधामावशींना आपल्या मेव्हण्याचा स्वभाव ठाऊक होता. पैशाला प्राणाच्या पलीकडे महत्त्व देणारी त्यांची वृत्ती पाहून अनेक वेळा त्या सरस्वतीबाईंना म्हणाल्याही होत्या, 'बाई सरस्वती, कसा तू या कंजूष

माणसासोबत संसार केलास समजत नाही.' एक एक पायरी चढत त्या दिवशी राधाबाई माडीवर आल्या. तायनी खाली स्वयंपाकघरात होती. तिलाही अण्णा अलीकडे काय म्हणतात, याची कुणकुण लागली होती. मुद्दामच ती माडीवर विलासच्या खोलीकडे गेली नव्हती.

विलास म्हणाला, "मावशी, अण्णा काय म्हणतात ऐक."

"काय म्हणतात?"

"तायनीला ताबडतोब अंजनगावला परत पाठव म्हणतात."

मावशींना अण्णांच्या हेतूची पूर्वकल्पना आल्यामुळे त्या म्हणाल्या, "भावोजी, या बिचारीनं इतकी सेवा केलीय, की रक्ताच्या नात्यातलंसुद्धा कोणी करणार नाही. तुम्ही विलासलाच अंजनगावला का नाही घेऊन जात?"

"आणि तायनीचं काय करता?"

"कुशाबाला विचारून तिला यापुढं माझ्याजवळ ठेवून घ्यावं म्हणते! मलाही एक विश्वासू सोबत होईल."

दिगंबरअण्णा आ वासून कितीतरी वेळ त्यांच्याकडं पाहत राहिले.

सोळा

अंजनगावला सलग तिसऱ्याही वर्षी दुष्काळाचा फटका बसला. केवळ अंजनगावच नव्हे, तर त्याला लागून असलेल्या आंध्र आणि कर्नाटकच्या भागालाही दुष्काळानं ग्रासलं. आंध्रमधलं कापसाचं उभं पीक पाण्याअभावी जळून गेलं. कर्नाटकचा तो भाग तुरीच्या पिकावर अवलंबून असायचा; पण सलग दुसऱ्या वर्षी तुरीचं पीक हाती आलंच नाही. शेतात सर्वत्र फक्त उभ्या तुरकाट्याच दिसू लागल्या. धान्य एक वेळ नसलं तर चालतं; पण पिण्याच्या पाण्याचं काय? तो मोठा प्रश्न निर्माण झाला. एवढा उमरीचा प्रचंड पाझर तलाव, तोसुद्धा एका डबक्यासारखा दिसू लागला. वैरणीच्या अभावी जनावरांची हाडं दिसू लागली; त्या परिसरात पूर्वी हरणांचे कळप दृष्टीस पडायचे. पण पाण्याअभावी तडफडून जागोजागी मरून पडलेली हरणं त्या साली दिसू लागली.

कुशाबा आणि चंदर हवालदिल झाले. त्या दिवशी सकाळी कुशाबा त्याला म्हणाला.

"चंदर, कसं करायचं रं आता?"

चंदर म्हणाला, "मी मुंबईला जातो. गावची बरीच पोरं मुंबईला काम मिळतं, म्हणून गेलीत. कामधंदा मिळाला तर त्यातले थोडे पैसे तुला खर्चाला इकडं पाठवीन."

"नको चंदर, हितंच काहीतरी करायचं बघ. तू माझ्या डोळ्यांसमोर

असलास, की मला जरा आधार वाटतो रे! माझं आता किती दिवस राह्यलं सांग बरं?''

तेवढ्यात कमल उंबऱ्याआडून म्हणाली,

''सरकारनं दुष्काळी कामं सुरू केल्यात म्हणत होती शेजारची पारू.''

''दुष्काळी कामं? मागिंदयाबी अशी कामं निघाली हुती; पर पैसे वाटप करणारा मुकादम रुपयातलं आट आनं घशात घालायचा!''

''घालू दे, पण कसंतरी पोटतरी भरंल! तिकडं मुंबईत राहणार कुठं, जेवणार कुठं?'' कमल म्हणाली.

''ते बी खरंच हाय म्हना! त्यापरास पुण्याला का जात न्हाईस? इलासच्या वळकीपाळकी असतील तिथं!''

''पुण्याला नको, आपली तायनी तिथं दोन वेळ पोट भरून खातीय तेवढं पुरे!''

गावाला पाण्यासाठी दूर अंतरावरून टँकर येऊ लागले. बायापोरांची हंडे, घागरी भरून घ्यायला झुंबड उडू लागली. चार-चार, आठ-आठ दिवस आंघोळीला पाणी मिळत नव्हतं. गावाभोवतालची झाडंझुडपं वाळून गेली. त्यात चक्रीवादळ सुरू झाले. त्या वादळात भोवतालचा पालापाचोळा गरगर फिरत वर आभाळाला भिडू लागला.

जेष्ठ महिना सरला. आषाढ गेला. श्रावणात एकही धार पडली नाही. पौष-माघात पडणारं धुकंही दिसलं नाही. निसर्गाचं ऋतुचक्रच फिरलं होतं.

माळरान अगोदरच उजाड होतं. त्यात रणरणत्या उन्हानं जागोजागी मृगजळ दिसू लागलं.

दिगंबरअण्णांच्यावर या निसर्गाच्या अवकृपेचा यत्किंचितही परिणाम दिसून येत नव्हता. त्यांच्या वाड्यात ज्वारी, गहू, साळी यांच्या पोत्यांच्या थप्प्या लागलेल्या होत्या. साऱ्या गावच्या विहिरी आटत चालल्या होत्या; पण अण्णांच्या मळ्यातल्या विहिरीला अजूनही रोज पुरुषभर पाणी यायचं! भोवतालची गावच्या गावं ओस पडू लागली. आपल्या प्रापंचिक आणि अत्यावश्यक अशा गरजेच्या वस्तू, बरगड्या निघालेल्या जनावरांवर लादून गावकरी जगण्यासाठी स्थलांतर करू लागले.

कुशाबाच्या वडाच्या शेतात वडाखाली विहीर होती. कुशाबानं दुष्काळ संपेपर्यंत वडाच्या शेतात झोपडे बांधून राहण्याची कल्पना काढली. चंदरनं त्याला संमती दिली. कौशी, कमल यांनी पसारा आवरला. अत्यावश्यक असं प्रापंचिक सामान घेऊन कुशाबा बिऱ्हाडासह वडाच्या रानात येऊन राह्यला.

बजरंग कुंभार अण्णांचा गावातला एकमेव दोस्त! तो दुपारी अण्णांच्याकडं आला.

अण्णांनी विचारलं, "काय बजरंग, काय काम काढलंस?"

"काय नाही. मुरलीधरपंताच्या केसचा आज निकाल नाही का? तालुक्याला जाऊन यावं म्हणतो! येता काय?"

"नको, कशाला उगीच जाजा येये!"

"पण अण्णा, पंताचा निकाल उलटा गेला तर त्यांना जामिनावर सोडवून घेतलं पाहिजे?" त्यावर दिगंबरअण्णा हसले आणि टाळूवरून हात फिरवून म्हणाले,

"तसं नाही होणार. परवा मुरलीधर येऊन गेला. त्यानंच सांगितलं मला!"

"काय सांगितलं?"

"निर्दोष सुटणार म्हणाला केसमधनं!"

"ते कसं काय?"

"कोर्टालाच खिशात घातलं म्हणाला. रुपये पन्नास हजार लाच दिलीय कोर्टाला! तेच बरं झालं!"

"कोर्टानं घेतले पैसे?"

"घेतल्याशिवाय मुरलीधर मला खोटं कशाला सांगेल?"

"आणि कारखान्यात गोकाकच्या तांबड्या वाळूची पोती सापडली ती?"

"त्याच्या बांधकामासाठी आणलेली वाळू कारखान्याच्या परिसरात ठेवली होती, असा त्याच्या वकिलानं बचाव केला म्हणे!"

"पण काही म्हणा अण्णा, ही मुरलीधरपंताची केस आपल्या जावयानंच

चालवायला पाहिजे होती. तेवढंच नाव झालं असतं नरेंद्रचं!''

''गेला होता मुरलीधर त्याच्याकडे; पण त्यानं काम चालवायला नकार दिला.''

''ते का?''

''तो म्हणाला, शेतकऱ्यांची फसवणूक करणाऱ्याचा मी वकील होणार नाही.''

''चमत्कारिकच त्यांचा स्वभाव, मी शालनसाठी त्याची चौकशी करून आलो, तेव्हा मला त्याचा स्वभाव असा विचित्र असेल याची कल्पना आली असती, तर आपण त्याला जावई करून घेतलाच नसता! मुरलीधरपंत तुमचे सख्खे चुलतभाऊ नव्हे?''

''होय रे. ते सगळं खरं; पण नरेंद्रच्या डोक्यात व्यवहार नाही. मलासुद्धा सुरुवातीला त्याचा स्वभाव असा विचित्र असेल हे समजलं असतं, तर शालनला मुरलीधरबरोबर देगलूरला पाठवलंच नसतं! पण जाऊद्या. झाल्यागेल्या गोष्टीची चिकित्सा करून काय उपयोग?''

''पण कुशाबा तुमच्या वडाच्या शेतात तळ ठोकून आहे असं ऐकतो, ते खरंय?''

''होय, त्या विहिरीला जिवंत झरा आहे. त्याच्या कुटुंबाला पिण्यापुरतं पाणी मिळतं म्हणून राह्यलाय.''

''तुमची परवानगी घेऊनच राह्यलाय ना?''

''तर, कर्जाच्या मोबदल्यात मला नाही का त्यानं लिहून दिलं ते रान?''

''होय, नाहीतर उद्या कर्जफेड झाली नाही म्हणजे तुम्हाला दावा करून ते वडाचे शेत विक्री करूनच तुमचे पैसे वसूल करावे लागतील.''

''तेच करावं लागणार उद्या. पण...!''

तायनी जोपर्यंत पुण्यात राहून विलासची शुश्रूषा करते आहे, तोपर्यंत दिगंबरअण्णांना कुशाबावर दावा लावणं कठीण जात होतं. विलास मधे पडला असता. पण धूर्त दिगंबरअण्णांनी आपली अडचण बजरंग कुंभारला सांगितली नाही.

बजरंग कुंभारानं सहा वर्षांमागे ओढ्याच्या काठची कुशाबाची अकरा गुंठे जमीन विटांची भट्टी लावण्यासाठी मागितली होती. ती कुशाबानं त्याला दिली नव्हती. म्हणून बजरंग कुंभार मनातून कुशाबावर जळत होता. त्या दिवशीही कुशाबा वडाच्या शेतात राहायला गेला आहे हे समजल्यावर बजरंग कुंभार दिगंबरअण्णांकडे फुणगी टाकण्यासाठीच आला होता.

"अण्णा, घरात खायला अन्नाचा कण नाही, आता दुष्काळी कामावर चंदर आणि त्याच्या बायकोला जायला काय हरकत आहे?" बजरंग बोलला.

"हरकत कसली आलीय बजरंग? कुशा म्हणतो माझी सून उन्हातान्हात राबणार नाही!"

"एवढा कोण मोठ्ठा हा तालेवार लागून गेला?"

"तुला एक म्हण ठाऊक आहे का?"

"कोणती?"

"श्रीमंताच्या अंगात एक मण मस्ती तर गरिबाच्या अंगात नऊ मण मस्ती असते!"

"अगदी बरोबर बोललात अण्णा! आता गावच्या एकूण एक तरुण बाया-पोरी माझ्या भट्टीवर विटा तयार करायला येतात. चिखल तुडवायचा, तो साच्यात घालून विटा पाडायच्या, त्या सुकल्यावर भट्टीसाठी थप्पी लावून ठेवायच्या, ही सर्व कामे बायकाच करतात. रोज पंधरा-वीस रुपये प्रत्येक बाई कमावते. या चंदरच्या बायकोला माझ्या कामावर यायला काय हरकत होती अण्णा? कुशाला वाटतं, आपली सून देखणी आहे. तिला उन्हातान्हात काम करायला लावलं तर जाईच्या फुलासारखी सुकून जाईल. मूर्ख आहे झालं! अण्णा, तुम्हाला एक गोष्ट बोलू?"

"बोल की?"

"तुम्ही तुमच्या पंचवीस हजाराच्या मोबदल्यात कुशाबाचं जे वडाचं शेत लिहून घेतलं आहे, ते मला तेवढं द्या."

"त्यात काही कठीण नाही. कुशाबा काही माझं कर्ज फेडणार नाही. मला त्याच्यावर दावा करून ते शेत कोर्टाकडून लिलाव करूनच माझे पैसे

वसूल करून घ्यावे लागणार आहेत. लिलावाच्या वेळी तू हजर रहा म्हणजे झालं!''

"तेवढं माझ्यासाठी कराच अण्णा! बऱ्याच वर्षांपासून ते शेत माझ्या मनात भरलंय!''

"बजरंग, ते शेत दुसऱ्या कोणीतरी लिलावात घेण्याऐवजी तुला मिळालं, तर मला समाधानच आहे.''

अंजनगावात अण्णांच्या स्वभावाची रास तंतोतंत जुळणारा हा बजरंग कुंभार एकमेव होता. व्यवसाय करताना सुरुवातीला अण्णांनीच त्याला मदत केली होती, त्यामुळं दिगंबरअण्णांना तो आपले दैवत मानत असे.

त्या दिवशी मुरलीधरपंताच्या केसचा निकाल लागला. त्यानं आपल्या कारखान्यात तयार केलेल्या 'किसान उत्कर्ष' या खतात भेसळ आढळली असली, तरी त्यानंच ती आपल्या कारखान्यात केली होती, असं दर्शवणारा खात्रीशीर पुरावा सरकारपक्षाकडे नव्हता. कोर्टाने मुरलीधरला निर्दोष सोडून दिले. सरकारतर्फे 'किसान उत्कर्ष' या खतात गोकाकची लालसर वाळू मिसळलेली होती, असे प्रतिपादन करण्यात आले होते. त्यासाठी त्या खताचे नमुने कलकत्त्यावरून केमिकल ॲनलायझरच्या कार्यालयातून तपासून आणले होते. त्यात पन्नास टक्के लाल वाळू मिसळलेली आहे, असा अभिप्राय आलेला होता. पोलिसांनी कारखान्याची झडती घेतली, तेव्हा कारखान्याच्या परिसरात लाल वाळूची पोती मिळाली होती. याच आधारावर मुरलीधरवर बनावट खते तयार केल्याचा आरोप ठेवण्यात आलेला होता; पण लाचखाऊ कोर्टाने त्याला निर्दोष करून सोडले होते. कोर्टाने आपल्या निकालपत्रात म्हटले होते, की नमुन्यामधे सापडलेली लाल वाळू फुटकळ विक्रेत्यांनी नंतर त्या खतात मिसळली नसेल कशावरून? त्यासाठी कारखानदाराला दोषी धरता येणार नाही. मुरलीधरने अण्णांना सांगितल्याप्रमाणेच तो त्या केसमधून दोषमुक्त झाला.

निकाल ऐकण्यासाठी बरेच प्रतिष्ठित व्यापारी कोर्टात आले होते. तसेच 'किसान उत्कर्ष' खत वापरून फसलेले बरेच शेतकरीही कोर्टात हजर होते. त्यांत कुशाबाचा चंदरही होता. निकाल ऐकून चंदरच्या अंगाचा

जळफळाट झाला. मुळात तो थोडासा तापट डोक्याचा, त्यात सलग दोन वर्षे पडलेल्या दुष्काळामुळे तो कमालीचा संपप्त झाला होता.

न्यायाधीश निकाल देऊन कोर्टातून घरी चालले असताना शेतकऱ्यांच्या जमावाने न्यायाधीशांच्या विरुद्ध जोरदार घोषणा दिल्या. त्या जमावातील एका तरुणाने धावत जाऊन न्यायाधीशाला चप्पलने ठोकले. तो तरुण चंदर होता.

त्या प्रकाराने आरडाओरडा होताच पोलिस धावले. त्यांनी चंदरला अटक केली.

कुशाबाला संध्याकाळी जेव्हा ती वार्ता समजली, तेव्हा तो डोक्याला हात लावून मटकन् खालीच बसला. कौशी रडू लागली. कमलला दुसरा महिना लागलेला होता. तीही घाबरून गेली. कुशाबाला काय करावं समजेना. तो दिगंबरअण्णांच्याकडे गेला. एव्हाना अण्णांनाही तो प्रकार समजला होता.

"काय करू आता!" असं म्हणून कुशाबानं अण्णांच्या पायावर डोकं ठेवलं. त्याला दूर करीत अण्णा म्हणाले,

"अरे मूर्खा, न्यायाधीशाला चप्पलने मारणे हा भारी स्वरूपाचा गुन्हा आहे. साक्षात न्यायदेवतेचा अपमान? शासन कदापिही अशा प्रमादाला क्षमा करणार नाही. मी यात काहीही करू शकणार नाही. चंदर वर्ष-दोन वर्षे तरी खडी फोडायला तुरुंगात जाणार."

"अण्णा, तुमच्याशिवाय मला दुसऱ्या कुणाकुणाचा आधार नाही!"

"अरे, तुला मदत करण्यासारखं माझ्या हाती जेवढं होतं तेवढं आजपर्यंत करतच आलो आहे. मागचे पैसे तू देणं असताना तुला तायनीच्या लग्नासाठी एकरकमेनं पंचवीस हजार दिले. वडाच्या शेतात दुष्काळ संपेपर्यंत राहतो म्हणालास, तेव्हा राहा म्हणून सांगितलं! आता न्यायाधीशावरच तुझ्या माथेफिरू पोरानं हल्ला केला म्हटल्यावर मला या प्रकरणात मात्र काहीच करता येण्यासारखं नाही!"

"खरंच पंताच्या कारखान्यातली खतं बनावट होती!"

"हे तू म्हणून काय उपयोग आहे कुशाबा? अरे, मुरलीधरनं चांगल्या

हेतूने तो कारखाना सुरू केला, तो तुम्हा शेतकऱ्यांना खतासाठी गावोगाव हिंडावं लागू नये म्हणूनच ना? आता त्याच्याकडून खतं खरेदी करून ती विक्री करणाऱ्या फुटकळ व्यापाऱ्यांनी त्यात भेसळ केली असेल म्हणून न्यायाधीशानं मुरलीधरला दोषमुक्त केला, यात न्यायाधीशाची काय चूक? तुझ्या चंदरने असं करायला नको होतं. भोगू दे आता त्याला आपल्या कृत्याची फळं!''

कुशाबा हताश होऊन वस्तीवर परतला, तेव्हा कौशीनं मोठ्या आतुरतेनं विचारले, ''काय म्हणालं अन्ना?''

''काही नाही.'' बराच वेळ कुशाबा नकारार्थी मान हलवत बसला.

दोन महिन्यांची गरोदर कमल दाराआड उभं राहून साडीच्या पदरानं डोळे टिपत होती.

त्या रात्री कुशाबाच्या वस्तीवर चूल पेटली नाही.

वस्तीबाहेर अंगाची मोटकुळी करून बसणारं काळं कुत्रं रात्रभर भेसूर आवाजात रडत होतं.

रात्री साडेबारा वाजता कमलच्या कानावर हाक आली–

''कमल, मी आलोय!'' कमल झोपेतून खडबडून जागी झाली. तिला प्रथम वाटलं, की आपल्याला स्वप्न पडलं असेल. पण तिच्या अंथरुणाशेजारी उभ्या असलेल्या चंदरने तिचा हात आपल्या हातात घेत म्हटलं,

''देवासारखे धावून आले बघ!''

''कोण?''

''नरेंद्रभावोजी! त्यांनीच मला जामिनावर सोडवून घेतलं आणि म्हणाले, 'मी तुझी केस चालवणार आहे.'

त्याचा आवाज ऐकून छपराच्या पलीकडच्या बाजूला रात्रभर तळमळत असलेला कुशाबा आणि कौशीही तिथं आले.

चंदरने आपली पोलिस लॉकअपमधून शालनच्या नवऱ्याने कशी सुटका करून आणली, ते सांगितलं आणि तो म्हणाला,

''भावोजी निकाल ऐकायला कोर्टात आले होते. मुरलीधरपंत खटल्यातून निर्दोष सुटल्यावर म्हणाले, 'हा शेतकऱ्यांवर अन्याय आहे. न्यायाधीशानं

चुकीचा निकाल दिला आहे. आपण त्या बाबतीत सरकारपक्षाला वरच्या कोर्टाकडं अपील करणं भाग पाडू.'''

"पर तू त्या कोर्टाला जोड्यानं कशाला हाणलास बरं? अगोदरच दुष्काळानं आपली पाट धरलीय. तशात तायनीचा धडधाकट नवरा मेला. पाऊस पडस्तवर कसंतरी मुटीत जीव धरून जगत राहणारी माणसं आपण! आता ह्या कोडताचा तू अपमान केलात ते केवढ्यात पडलं बरं आपणाला?"

"आबा, खरं सांगू तुला, माझ्या हातात कुऱ्हाड असती तर त्या न्यायाधीशाचं मुंडकंच मी उडवलं असतं."

"आणि फासावर गेला असतास!" कुशाबा उसासा टाकत म्हणाला.

"केव्हातरी मरायचंच हाय की? त्यापरास असा अन्याय करणाऱ्याला मारूनच मेलो असतो."

"तू मरशील रे, पर या तुझ्या पोटुशा बायकूनं काय करावं?"

कमलला ठाऊक होतं, की चंदरला अन्याय सहन होत नाही. तो काहीसा तापट डोक्याचा आहे. वेळोवेळी ती त्याला समजावून सांगायची, की असा माथेफिरूपणा उपयोगाचा नाही. पण ती बिचारी त्याचा स्वभाव काही बदलू शकली नव्हती.

नरेंद्र टाकळीला परतला तेव्हा रात्रीचे अकरा वाजले होते. शालननं त्याला दारातच विचारलं,

"इतका उशीर का? काय झाला मुरलीकाकाचा निकाल?"

"ते सुटले. पण चंदर अडकला!"

"चंदर? त्याचा काय संबंध त्या खटल्यात?"

"त्या खटल्यात चंदरचा संबंध नव्हता, पण मुरलीधर खोतांची निर्दोष सुटका करणाऱ्या न्यायाधीशाला चंदरनं चप्पलनं मारलं म्हणून पोलिसांनी त्याला अटक केली."

"अरे बाप रे! मग?"

"मग काय, मी त्याच्यातर्फे वकीलपत्र दाखला करून त्याला जामिनावर सोडवून घेऊन अंजनगावला पाठवला."

"काय सांगता?"

“हो. म्हणून तर आज घरी यायला इतका उशीर झाला.”

“मग आता काय होणार चंदरला?”

“न्यायाधीशाला चप्पलनं ठोकल्याबद्दल त्याच्यावर गुन्हा दाखल झाला आहे. आता त्या गुन्ह्याचा तपास होणार, मग चंदरविरुद्ध कोर्टात दोषारोपपत्रक पाठवलं जाईल. त्याच्याविरुद्ध साक्षीपुरावे होतील.”

“मग शिक्षा होणार?”

“नक्कीच. पण मी त्यातून एक मार्ग काढायचं ठरवलं आहे!”

“कोणता?”

“प्रोबेशन ऑफेंडर्स ॲक्टचा फायदा घेण्याचा!”

“म्हणजे काय?”

“ज्या गुन्ह्यात काही नैतिक गुन्ह्यांचे उल्लंघन नसते, आणि जे गुन्हे भावनेच्या भरात एखाद्या तरुणाकडून घडतात, तेव्हा त्याला शिक्षा देण्याऐवजी सोडून देऊन त्याला सुधारण्याची एक संधी देण्याची त्या कायद्यात तरतूद आहे. मी विचार केला, ही केस लढवून काही उपयोग होणार नाही.”

“तसं झालं तर बरं होईल. नाहीतर कुशाकाका पार खचून जाईल.”

सतरा

ज्या दिवशी विलासच्या पायांचे प्लॅस्टर संचेती हॉस्पिटलमधे काढले, त्या दिवशी त्याच्या सोबत तायनीच गेली होती. दोन्ही पाय बरे झाले होते. पण त्याला इतक्यात चालता येणे अशक्य होते. प्रथम सुरुवातीला 'वॉकर' घेऊन घरातल्या घरात चालायला डॉक्टरांनी परवानगी दिली. नंतर हळूहळू त्याला वॉकर सोडून फिरण्याची डॉक्टरांनी परवानगी दिली. या अपघातामुळे जवळ जवळ तीन महिने तो कॉलेजला जाऊ शकला नव्हता. परीक्षा अवघी चार महिन्यांवर येऊन ठेवली. तेव्हा तो तायनीला म्हणाला,

"तायने, अजून महिनाभर तरी मला कॉलेजकडं जाता येईल असं वाटत नाही. पण परीक्षा माझ्यासाठी थांबणार नाही. आपण असं करूया का?"

"कसं?"

"माझ्यासाठी एक फोल्डिंग व्हीलचेअर घेऊ. तू मला रिक्षाने कॉलेजकडं न्यायचं. मी तिथंच स्टडीरूममधे बसून माझा बुडालेला अभ्यास करीन. संध्याकाळी चारच्या सुमाराला आपण परत घरी येऊ. जमेल तुला?"

"न जमायला काय झालं? पण दिगंबरअण्णांना मी इथं जास्त दिवस राहायला नको आहे ना?"

"फर्गेट अबाऊट हिम!"

"फर्गेट करून कसं चालेल रे? त्यांना माझ्या लग्नासाठी आमच्या आबाला दिलेलं कर्ज केव्हा एकदा दावा दाखल करून वसूल करीन, असं झालंय ना?"

"अण्णांचं वागणंच मला समजत नाही. गावात त्या बज्या कुंभाराशिवाय त्यांना दुसरं कोणीही चांगलं म्हणत नाही. माझ्या आईनं उभा जन्म या विक्षिप्त माणसाच्या सहवासात कसा काढला असेल सांग? तरी बरं, अक्कानं धाडस करून नरेंद्रशी लग्न करून घेतलं. नाहीतर अण्णांनी आपल्यासारखाच एखादा कवडीचुंबक जावई तिच्यासाठी पसंत केला असता."

त्या दोघांची चर्चा चालू असताना खालून राधामावशींची हाक आली.

"अरे विलास, तायनीला जरा खाली पाठव. आज पेपरात काय बातमी छापून आलीय तेवढी वाच म्हणावं तिला."

तायनी खाली आली. तिच्याकडे पेपर देत राधामावशी म्हणाल्या, "तुझ्या भावानं काय घोटाळा करून ठेवलाय ते वाच!"

"मुरलीधर खोताला निर्दोष मुक्त करणाऱ्या जज्जालाच चंदरनं चप्पलनं मारलंय!" तायनीनं घाईघाईनं ती बातमी वाचली आणि तिचे डोळे भरून आले. ती तो पेपर घेऊन सरळ विलासकडं धावतच माडीवर आली. त्याला म्हणाली, "विलास, आता आमचा बाप काही जगत नाही!"

"का, काय झालं तरी काय?"

"ही बातमी वाच म्हणजे समजेल."

विलासनं ती बातमी वाचली आणि एक प्रदीर्घ निःश्वास सोडून तो म्हणाला, "चंदरनं अगदी योग्य असंच केलं! भ्रष्ट न्यायाधीशाला अशीच अद्दल घडायला हवी."

"ते खरंय रे; पण आता त्याला पोलिसांनी पकडून नेलाय त्याची काय वाट? अगोदरच सलग दोन वर्षे दुष्काळ, त्यात माझं हे असं झालेलं, आणि त्यातच चंदरनं हा घोटाळा करून ठेवला!"

"थांब, खालून जरा फोन घेऊन ये. आपण नरेंद्रला या प्रकरणात लक्ष घालायला सांगू. अक्कालासुद्धा समजलं तर ती नरेंद्रला सांगेलच."

तायनी खालून फोन घेऊन आली. विलासनं नरेंद्रला ट्रंककॉल जोडला.

“हॅलोऽऽ कोण अक्का का?”

“हो, मीच बोलतेय.” पलीकडून शालन बोलली.

“अगं अक्का, तुला चंदरनं काय केलं ते समजलं का?”

“होऽऽ होऽऽ! काल नरेंद्र स्वत:च कोर्टात गेला होता. त्याच्या समोरच तो प्रकार घडला. त्यानंतर त्यानं स्वत:चे वकीलपत्र त्या प्रकरणात घालून चंदरला रात्रीच जामिनावर सोडवून घेतलंय! तू काहीएक चिंता करू नको म्हणून तायनीला सांग. अजून तिला किती दिवस पुण्यात राहावं लागेल?”

“अगं अक्का, दोन महिने माझा अभ्यास बुडालाय. परीक्षा तर चार महिन्यांवर येऊन ठेपलीय. मी आता तायनीला मदतीला घेऊन रोज कॉलेजच्या स्टडीरूममध्ये जाऊन बसावं म्हणतो! नाहीतर माझं हे वर्षच फुकट जाईल. तू अण्णांना जरा समजावून सांग. त्यांचे दोन-चार निरोप आले, तायनीला ताबडतोब अंजनगावला पाठव म्हणून!”

“त्यांच्याकडं बिलकूल लक्ष देऊ नकोस. तुला हवे तितके दिवस तिला तिथं ठेवून घे. मावशीची काही हरकत नाही ना?”

“ती कसली हरकत घेतेय? उलट, मागे अण्णा तायनीला घेऊन जायला आले होते तेव्हा मावशीच म्हणाली, ‘हवंतर विलासलाच घेऊन जा. मी तिला इथं माझ्याजवळ सोबतीसाठी ठेवून घेणार आहे!’”

“असं म्हणाली मावशी?”

“हो, तेव्हा अण्णा वैतागून निघून गेले! अक्का, तू आणि मी या कुशाकाकाच्या कुटुंबाच्या मागे उभे आहोत, म्हणून तो जिवंत तरी आहे! नाहीतर केव्हाच जीव देऊन मोकळा झाला असता! एकामागून एक अशी संकटं यायची तरी किती बिचाऱ्यावर?”

“अण्णांना आपलं कर्ज वसूल करण्याची घाई झालीय ना?”

“त्यात मी ऐकतो, त्या बजा कुंभाराला ते वडाचं शेत हवं झालंय म्हणे!”

“तरीच अलीकडं बजा एकसारखा अण्णांच्या सोबत असतो. त्याच्या मर्सीडीस गाडीतूनच अण्णा दोन वेळा इकडं आले होते.”

"बरं, आई कशी आहे? काय समजलं का?"

"काही समजलं नाही. एक महिन्यामागे मला उभ्या उभ्या बघायला येऊन गेली तेव्हा म्हणत होती– अमरनाथ यात्रा तेवढी मरण्यापूर्वी घडली असती, तर बरं झालं असतं."

"इतक्यात मरणाची भाषा कशाला करतेय ती?"

"काय करणार रे? अण्णांच्या चमत्कारिक स्वभावाला आजपर्यंत तिनं कशी टक्कर दिलीय, ते तिचं तिलाच ठाऊक! विकासचं लोढणं जर तिच्या गळ्यात नसतं, तर केव्हाच ती ते घर सोडून गेली असती! जिवंत असून नसल्यासारखी अवस्था आहे बिचारीची!"

शालन आणि विलास या दोघा बहीणभावांत कमालीचा विश्वास होता. दोघांनाही आपल्या कद्रू स्वभावाच्या बापाची कल्पना होती. आईबद्दल त्या दोघांनाही भलतीच आत्मीयता वाटत असे.

नरेंद्रने चंदरला सोडवून आणल्याचं समजल्यानं तायनीचा जीव भांड्यात पडला. तरीही ती विलासला म्हणाली,

"विलास, मी एक-दोन दिवस गावाकडं जाऊन येऊ का रे?"

"इथं मला या अवस्थेत सोडून जातेस?"

"आता तुझं प्लॅस्टर निघालंय. हळूहळू बाथरूमपर्यंत जातोस. मग काय हरकत आहे मला जाऊन यायला?"

"हरकत अशी नाही गं, पण आता दोन दिवस तू मला कॉलेजकडं घेऊन जातेस. दोन-तीन तास मी स्टडीरूममधे अभ्यास करीत बसतो. त्यामुळं परीक्षेला बसू शकेन असा आत्मविश्वास वाटू लागलाय. तू आता इथून गेलीस, की मला हाताला धरून कॉलेजपर्यंत कोण घेऊन जाईल?"

"तुझ्या त्या मैत्रिणी आहेत की! मी परत येईपर्यंत या म्हणावं मदतीला त्यांना!"

विलास हसला आणि म्हणाला, "त्या फक्त नावाच्या मैत्रिणीच आहेत. आपला वेळ खर्च करून त्या नाही येणार."

"विचारून तरी बघ?"

"नकोच, तू परत येईपर्यंत मी घरीच अभ्यास करीन झालं! जा तू!"

तायनीची इकडं आड तिकडं विहीर अशी अवस्था झाली. अशा वेळी अंजनगावला जाऊन कुशाबाला धीर द्यायला हवा होता. आई कौशी अतिशय हळव्या मनाची होती. त्यात कमलला दिवस गेलेले होते. तिनेही चंदरवर खटला झाल्याची गोष्ट मनाला लावून घेतलेली असणार!

तिची ती अवस्था पाहून विलास म्हणाला, ''तायने, आपल्या नशिबाने अक्काला नरेंद्रसारखा नवरा मिळालेला आहे. तू काहीएक चिंता करू नको चंदरची!''

''चंदरची चिंता नाही रे करीत. मला माझ्या बापाचीच चिंता आहे. तो माती चिवडीत असेल. तुला कल्पना नाही.''

''मग असं कर!''

''कसं?''

''फक्त दोनच दिवसांसाठी जाऊन येणार असशील तर जा! पण एक लक्षात ठेव, तू तिकडं जास्त दिवस राह्यलीस, की माझं वर्ष बुडालंच असं समज.''

राधामावशींच्या दोन्ही गुडघ्यांना आर्थरायटिस होता. सहसा माडी चढून त्यावर येत नसत; पण त्या दिवशी त्या दोघांची बराच वेळा चर्चा चालल्याचं पाहून रेलिंगला धरून हळूहळू वर आल्या.

''अरे, काय चाललंय तुमचं दोघांचं?''

''मावशी, ही अंजनगावला जाऊन येते म्हणते.''

''मग जाऊ दे ना? अरे, अशा वेळी त्या कुशाबाला आणि कौशीला कुणीतरी धीर द्यायलाच हवा!''

''पण मला स्टडीरूमला ही येईपर्यंत कोण घेऊन जाणार?''

''अजून तुझं प्लॅस्टर काढलेलंच नाही असं समज ना? असं जगात कोणी कोणावर दीर्घकाळ अवलंबून राहू नये!''

राधामावशींच्या मध्यस्थीमुळे तायनी परत पुण्याला यायच्या बोलीवर अंजनगावला गेली. अजूनही कुशाबाचं बिऱ्हाड वडाच्या शेतात बांधलेल्या पाल्याच्या झोपडीतच राहत होतं.

तायनी अचानक आल्याचे पाहून कौशीच्या डोळ्यांत अश्रू आले.

आईच्या कुशीत शिरत तायनी म्हणाली, "पेपरात वाचलं चंदरनं काय केलं ते. मला राहवेना म्हणून आले. कुठं गेलाय चंदर?"

"त्याला सोडवून आणल्यानंतर इथं फक्त दोनच दिवस तो होता. अक्काचा नवरा त्याला धानोरीला घेऊन गेला."

"मग इथं तुमच्या जवळ कोण?"

"कोण असणार? ही कमलच एकटी! रात्रंदिवस रडत असते बिचारी!"

इतक्यात विहिरीच्या कडेला उगवलेला घोळीचा पाला भाजी करण्यासाठी कुशाबा घेऊन आला.

"कधी आलीस बाई तू?" जमिनीवर उकीडवं बसत कुशाबानं विचारलं.

"आता हेच येतेय!"

"तुझ्या भावानं हे काय करून ठेवलं बघितलंस? कसंतरी जगत राह्यलोय. त्यात ह्यो घोटाळा करून ठेवलाय? तिकडं विलासचं कसं हाय?"

"त्याच्या पायाचं प्लॅस्टर काढलंय. पण त्याला रोज अभ्यासासाठी रिक्षातून मला कॉलेजवर घेऊन जावं लागतंय. मला सोडायलाच तयार नव्हता तो. दोन दिवसांतच परत येते म्हणून सांगून आलेय त्याला."

"आणि परत जाणार?"

"होय गेलं पाहिजे. नाहीतर त्याचं वर्ष फुकट जाईल."

"पर ह्या अण्णानं धोशा लावलाय की माझ्या मागं!"

"काय म्हणून?"

"तायनीला हिकडं आण म्हणून. काल बजाबी येऊन सांगून गेलाय. तुझं झोपडं दुसरीकडं हलव म्हणतो!"

"त्याचा काय संबंध?"

"संबंध? अगं अक्का, बजाशिवाय आजकाल अण्णाचं हिकडचं पान तिकडं हलत न्हाई! रातध्याड बजा वाड्यावरच पडून असतो म्हनेनास! चंदर त्यालाच ठोकतो म्हणून बसला होता! त्याच्या हातापाया पडलो. म्हटलं, 'असलं काय करू नको लेकरा! अगोदरच आपलं दिस फिरल्यात. तशात त्या बजाची कळ काढलीस, तर तो हात धून मागं लागंल.'"

तायनी शांत चित्तानं ऐकून घेत म्हणाली, "विलासला इकडं काय चाललंय ते ठाऊक नाही?"

"जाऊ दे गं! तो बिचारा आत्ताच कुठं बरा झालाय. त्याला कशाला आपण त्रास द्यावा?"

"त्रास नव्हे आबा, पण बजा आपणाला इथून वस्ती हलवा म्हणून सांगणारा कोण?"

"अन्नाचा कारभारी झालाय त्यो! मातीच्या इटा करून पैसा बक्कळ मिळालाय म्हणून नाचतंय."

"ठीक आहे. पैशाच्या जोरावर अशी मस्ती फार काळ टिकत नसते."

तायनी कुशाबाच्या वस्तीवर आल्याची कुणकुण अण्णांना लागली. ते तातडीनं वस्तीकडे आले.

तायनीला पाहून म्हणाले, "आलीस एकदाची, बरं झालं!"

"पण मी कायमची इथं राहायला नाही आले. एक-दोन दिवसांत परत जाणार आहे. विलासला स्टडीरूमवर अभ्यासाला घेऊन जावं लागतंय!"

"त्यासाठी दुसरा माणूस नेमतो की मी! तूच ते काम करायला कशाला हवं?"

त्यावर तायनी काहीशी संतप्त होऊन म्हणाली, "अण्णा, मी तिथं जाऊन राहायला उतावीळ झालेले नाही. पण विलासनंच मला त्याची परीक्षा होईपर्यंत राहायचा आग्रह धरला म्हणून राह्यले."

"त्या मूर्खाला काय कळतंय? इकडं लोक तुझ्या बापाच्या तोंडात शेण घालतील की! आपली तरणीताठी विधवा मुलगी पुण्यात माझ्या तरुण मुलाच्या सहवासात ठेवली म्हणून!"

तायनीला आता मात्र आपला संताप आवरणं कठीण झालं. ती उसळून म्हणाली, "माझ्या बापाच्या तोंडात शेण कशाला घालतील? माझ्याबद्दल असं बोलता म्हणून तुमच्याच तोंडात शेण घालतील!"

तायनी असे काही बोलेल याची कल्पना नसलेले दिगंबरअण्णा रागानं म्हणाले, "लहान तोंडी मोठा घास घेतलास तायने! दरिद्री माणसाच्या पोटी जन्म घेणारीला ही भाषा नाही शोभत!"

"तुम्हाला ती शोभते? माझ्या बापाच्या तोंडात शेण घालण्याची भाषा बोललं कोण सुरुवातीला?"

डोक्याला हात लावून बसलेला कुशाबा तायनीला सावरत म्हणाला, "मोठ्या मानसास्नी आसं बोलू नी आपण!"

"का बोलायचं नाही? त्यांनी काही बोलावं आणि आपण निमूटपणं ऐकून घ्यायचं? यामुळंच हा सावकार शेफारला आहे! गाव सोडून जा म्हणावं, कोण कुत्रा तरी पुसतो का बघ तुला?"

दिगंबरअण्णांना उभ्या अंजनगावात आजपर्यंत असं कोणी बोललं नव्हतं. त्यामुळं त्यांना काय करावं हेच समजेना. काहीतरी बोलायचं म्हणून ते म्हणाले, "तरी मला बजरंग म्हणालाच, ती पोरगी अतिशय तोंडगळ आहे! उगाच नाही देवानं तुला लग्न झाल्या झाल्या विधवा केली!"

"मी नसते देव मानत! माझ्या दैवात होतं ते घडलं! पण मला यापुढं तुम्ही पोसा म्हणून काही तुमच्या दारात नाही आले मी! आणि ज्या बज्या कुंभाराचं नाव तुम्ही सांगता, त्याला विचारा की, जाईच्या ओढ्याजवळ तू तायनीची छेड काढलीस तेव्हा तिनं चप्पलांचा प्रसाद दिला होता, ते विसरलास काय म्हणावं?"

तायनी त्या दिवशी भलतीच खवळली होती. कुशाबा आणि कौशी तिला ओढून आत आणण्याचा प्रयत्न करीत होते; पण ती त्या दोघांचे हात झटकावून अण्णांवर हातवारे करीत शब्दांचे प्रहार करीत होती.

दिगंबरअण्णा तावातावाने गावात निघून आले. त्यांनी ताबडतोब बजरंग कुंभाराला बोलावून घेतले. ते बजरंगला म्हणाले,

"काय हरामखोर आहे रे कार्टी?"

"काय झालं तरी काय अण्णा?"

"अरे, काय सांगायचं तुला? आज माझ्या तोंडात शेण घालायची भाषा केली तिनं! एवढंच नव्हे तर तू कधी तिची जाईच्या ओढ्याजवळ छेड काढलीस म्हणून तुला चप्पलनं ठोकल्याचाही उल्लेख केला तिनं. तसं काही घडलं होतं का रे?"

बजरंग खोटं खोटं हसत म्हणाला, "अण्णा, तुम्हाला खरं वाटतं

ते? अहो, जाणूनबुजून अशा अपशकुनी पोरीच्या नादाला कोण लागेल? जिथं जाईल तिथं सत्यानाश करणारी ही?''

''पण आता अवघड झालंय बघ. माझा मुलगा आणि मुलगी दोन्ही या कुशाबाची बाजू घेतात. जावईही त्यांच्याच बाजूचा! आता मी दिलेलं कर्ज परत करायला कुशाजवळ दमडा नाही दमडा! पण विलास त्याआड देईल असं वाटतं.''

''अण्णा, तुमचे कर्ज परतफेड करायची सहा महिन्यांची मुदत आता संपून गेलीय. तुम्ही सरळ दावा ठोका! काय व्हायचं ते होऊ दे! जमीन लिलावाला निघाली, की मीच तो लिलाव धरतो. तुम्ही काही चिंता नका करू!''

''मी चिंता करीत नाही रे! माही पोरंच मला चिंता करायला भाग पाडतात!''

बजरंगच्या गाडीतून दिगंबरअण्णा तालुक्याला शेटेवकिलाकडे गेले. शेटे हा अण्णांचा 'बैत्याचा' वकील होता. आजपर्यंत शेटेवकिलानं अण्णांच्या कर्जवसुलीचे अनेक दावे चालवले होते. अण्णांची कर्जवसुली करून दिली होती.

शेटेवकिलाला अण्णांनी कुशाबा आणि चंदर या दोघांनी सह्या करून वडाचे शेत तारण देऊन पंचवीस हजार रुपयांचं कर्ज घेतल्याचा रजिस्टर स्टँप दाखवला.

बजरंग कुंभार म्हणाला, ''वकीलसाहेब, लवकरात लवकर ह्या दाव्याचा निकाल लागला पाहिजे!''

''का बरं?''

''लिलावात ती जमीन मला धरायची आहे!''

शेटेवकील हसत हसत म्हणाले, ''हा आहे दिवाणी दावा; अगोदरचे दावे फाईलवर पेंडिंग आहेत. त्यांचा निकाल झाल्याशिवाय हा दावा चौकशीला कसा निघेल?''

''पण तो कुशा त्या रानात तळ ठोकून राह्यलाय नव्हं?''

''तुमच्या कबजात ती जमीन नव्हतीच, त्याचाच कबजा होता. तुमच्या

पंचवीस हजारासाठी ती जमीन तारण होती. उद्या दाव्याचा निकाल झाल्याशिवाय त्याला तेथून काढता नाही येणार!''

''असा कसा कायदा हा?''

''या स्टँपवर तुम्हाला कुशाबानं कबजा दिल्याचा उल्लेख नाही!''

''अण्णा, असं कसं केलं तुम्ही?'' बजरंगनं दिगंबरअण्णांना विचारलं,

''झालं ते झालं! तो माझ्या शेतात राबायला येतो म्हणाला, म्हणून त्या वडाच्या शेताचा कबजा नाही मागितला मी!''

बजरंग वकिलांना म्हणाला, ''म्हणजे तुमचा दावा दहा वर्षे रेंगाळला, तर हा कुशा दहा वर्षे तिथंच राहणार?''

''ते पुढचं पुढं बघता येईल!''

बजरंग तीस-पस्तीस वर्षांचा, पण विटांच्या व्यवसायात लाखो रुपयांची कमाई केल्यामुळं स्वत:ला प्रतिष्ठित समजत होता. दिगंबरअण्णा अलीकडं त्याचा शब्द ओलांडत नव्हते. त्यामुळेही तो अति शेफारल्यासारखा करीत होता. त्यात गावपंचायतीच्या निवडणुकीला तो उभा राहिला. पैशाच्या बळावर सरपंच झाला. गावाला अधूनमधून भेट देणारे मुलकी आणि पोलिसअधिकारी पूर्वी आल्याआल्या दिगंबरअण्णांच्या वाड्याकडं चहापाण्यासाठी, जेवणासाठी जायचे; पण आताशी ते बजरंग कुंभाराच्या दोनमजली सिमेंट कॉंक्रीटच्या बंगल्याकडे जाऊ लागले होते.

वकीलपत्रावर सही करून देत दिगंबरअण्णा वकिलांना म्हणाले, ''होता होईल तो आपल्या दाव्याचा निकाल लवकर लागेल असं काहीतरी करा!''

खुर्चीवरून उठता उठता बजरंग कुंभार वकिलांना म्हणाला, ''दाव्याचा निकाल समजा जरी थोडा लांबला, तरी कुशाबाला त्या रानातून काढून टाकायची कारवाई तरी लवकर व्हावी!''

शेटेवकील अनुभवी होते. त्यांना दिगंबरअण्णांची नरेंद्रशी झालेली सोयरीक ठाऊक होती. ते म्हणाले,

''जावईबापू कधी येतात की नाही अंजनगावला?''

''येतात की अधूनमधून!''

"मग त्यांचा सल्ला घेतलात की नाही या कामात?"

त्यावर बजरंग म्हणाला, "ते फौजदारी कामंच घेतात, दिवाणीत फारसे लक्ष घालत नाहीत!"

"ते का? माझ्या विरोधात त्यांनी दोन-तीन मोठे दिवाणी दावेही चालवले होते की!"

"ते असेल. पण ते असल्या किरकोळ प्रकरणात लक्ष घालणार नाहीत, असं वाटल्यानं अण्णांनी त्यांना विचारलं नाही एवढंच."

बजरंग कुंभारनं मखलाशी केली. पूर्वी धोतर, नेहरू शर्ट घालणारा बजरंग आताशी टेरेलीनचा बुशशर्ट, टेरीकॉटची पँट, पायात पंप-शू घालायचा. पण त्या वेषात असला तरी दिवसातून दहा-वीस वेळा पान-तंबाखू चघळायचा. त्याला अफाट पैसा मिळाला, तरी त्याच्या ग्रामीण वागण्या-बोलण्यात फारसा फरक झालेला नव्हता.

अठरा

तायनी विलासला दोन-चार दिवसांत परत येईन म्हणून सांगून गेली होती. इकडं आल्यानंतर तिची अण्णांची वादावादी झाली. त्यामुळं अण्णांना वाटलं, ती परत विलासकडं पुण्याला जायची नाही. पण ती चौथ्या दिवशीच परत पुण्याला गेली. तिला पाहताच विलासनं विचारलं,

"काय तायने, तिकडं सगळं ठाकठीक ना?"

"कसलं ठाकठीक घेऊन बसलास! मी तिकडं गेलेल्या दिवशीच अण्णा आमच्या शेतातल्या वस्तीवर आले. मला म्हणाले, 'आलीस एकदाची, बरं झालं.' मी त्यांना म्हणाले, 'विलासची परीक्षा होईपर्यंत मी पुण्यात रहाणार आहे.' तर त्यांनी फार घाणेरडी भाषा वापरली माझ्या आबाला! विलास, केवळ तुझ्यासाठी म्हणून मला इथं राहावंसं वाटतंय. पण अण्णा माझ्यावर नसते आरोप करीत सुटलेत. काय करू सांग?"

"हे बघ तायने, तू अण्णांचा स्वभाव कसा आहे, ते जवळून पाह्यलंच आहेस. ते काय बडबडले ते विसरून जा. तुला माझं वर्ष बुडावं असं नाही ना वाटत?"

"अरे, तसं कसं वाटेल मला विलास? तुझ्यासाठी तर आजपर्यंत इथं राह्यले."

"मग आणखीन अडीच-तीन महिने असेच काढ. परीक्षा एकदाची होऊ दे. मी तुला स्वत: अंजनगावला परत घेऊन जाईन. मग तर झालं?"

तायनी काहीशी गंभीर होऊन खिडकीतून बाहेर पाहत म्हणाली, "तो बजा कुंभार आमचं बिऱ्हाड शेतातून हलवा म्हणून बसलाय. त्याला ती जमीन हवी आहे ना! अण्णांनी आबावर कर्जवसुलीसाठी दावाही दाखल केलाय, असं इकडं यायच्याच दिवशी मला समजलंय!"

"करू देत, मी अक्काला आणि नरेंद्रला इकडं बोलावून घेतो आणि त्यांना सांगतो, काही झालं तरी कुशाकाकाला ते वडाचं शेत सोडावं लागू नये म्हणून!"

हात जोडून तायनी म्हणाली, "तेवढं झालं तरी तुझे माझ्यावर फार उपकार होतील!"

तायनीने जोडलेले हात आपल्या हातात धरून विलास म्हणाला, "तायने, माझ्याशी असली उपकाराची भाषा कशाला करतेस? तसं पाह्यलं, तर माझ्या आजारपणात तू जी माझी सेवा केलीस, त्याचा या जन्मात मला उतराई होता येणार नाही."

"मी काही केलं नाही असं समज! पण माझ्या आई-आबाला म्हातारपणी निराधार तेवढं होऊ देऊ नकोस!"

"हे बघ तायने, आता तुला स्पष्टच सांगतो. मी लहानपणापासून तुला पाहतोय. अक्काची आणि तुझी मैत्री काय स्वरूपाची आहे, याचीही मला जाणीव आहे. तुझं लग्न झालं आणि तू सासरी निघालीस, तेव्हा तुझा भाऊ चंदन रडला नाही एवढा मी रडलो होतो. अक्का तर तू सासरी गेल्यानंतर दोन दिवस जेवलीसुद्धा नव्हती. नंतर तुझ्या आयुष्यात तो दुर्भाग्याचा दिवस उजाडला. भगवान अपघातात दगावला. अक्का आणि मी तुला भेटायला आलो होतो. पण तुझे सांत्वन कोणत्या शब्दांनी करायचं, ते आम्हाला समजेनासं झालं होतं. त्याच वेळी तुझी सासू तुझ्याबद्दल काय बरळली ते मी आणि अक्कानं ऐकलं होतं. परत येताना अक्का म्हणाली. 'बघितलंस विलास, अडाणी माणसांच्या घरात तायनीला दिली, म्हणून असे शब्द तिला ऐकावे लागले. तिला कुठल्यातरी सुशिक्षित घरात दिली

असती, तर 'पांढऱ्या पायाची सून' असं कोणी बोललंही नसतं!' आता एक लक्षात ठेव, तायनीच्या पाठीशी तुला आणि मला उभं राहावं लागेल. तिला स्वत:ची उपजीविका करता येईल, असं काहीतरी शिक्षण द्यावं लागेल. घरी आल्यावर नरेंद्र मला म्हणाला, 'तायनी दहावी पास आहे. तिला नर्सिंगचा कोर्स द्यावा!' आणि नेमका नर्स म्हणून माझी सेवा करण्याचा प्रसंग तुझ्यावर ओढवला! मला ॲक्सीडेंट झाला. दोन-तीन महिने रात्रंदिवस माझी सेवा-शुश्रूषा करायला कोणाला तरी ठेवावं लागलं असतं; पण तूच ते काम स्वत: होऊन स्वीकारलंस! तेव्हा माझ्याशी असं औपचारिक वागण्याचं, बोलण्याचं बंद कर!''

तायनीला पुण्यात राह्यल्यापासून बाहेरच्या जगाची कल्पना यायला लागली होती. पुण्यात शाळा-कॉलेजात जाणाऱ्या मुली बेधडक स्कूटर्स आणि लूना चालवत होत्या. पण अंजनगावात ती लग्नापूर्वी मैत्रिणीसोबत एकदा सायकलवर बसली होती, तेव्हा लोकांनी काय गहजब केला होता, हे तिला आठवत होतं. त्यात राधामावशींचा स्वभावही चांगला होता. त्यांच्या वयाच्या इतर स्त्रियांप्रमाणे त्या तुळशीबागेत जाऊन वाती वळत बसत नव्हत्या. उलट, काही सुशिक्षित स्त्रियांच्या समवेत अपंगांना, निराधार स्त्रियांना स्वावलंबी करणाऱ्या सामाजिक संस्थांत सक्रिय भाग घेत असत. त्यांनी तायनी विलासची किती मनोभावे सेवा करते, हे पाह्यलं होतं. त्यामुळं तायनीबद्दल त्यांच्या मनात आपुलकी निर्माण झाली होती.

जेव्हा दिगंबरअण्णांचा तायनीला तिथं ठेवण्याला विरोध आहे हे मावशींना जाणवलं, तेव्हा त्या विलासला म्हणाल्या,

''तुझ्या अण्णांचा स्वभाव कधी बदलणार?''

''स्वभाव कधी बदलतो मावशी?''

''पण या पोरीनं त्यांचं काय वाकडं केलंय?''

''वाकडं केलेलं नाही; पण ती इथं राह्यल्यामुळं त्यांना कुशाबाला शेतातल्या वस्तीवरून हुसकून लावायला अडचण येतेय ना?''

''अरे, पण कुशाबाचा आणि तुमचा इतक्या वर्षांचा घरोबा असताना,

अण्णांनी असं का वागावं?''

''का वागावं? पैसा हेच ज्यांचं दैवत, त्यांना माणुसकी काय शिवायची मावशी?''

''अरे, आम्हीही या पुण्यात खूप लक्षाधीश बघितलेत; पण ते ठरावीक वय झालं की आपोआपच विचार करू लागतात, इतक्या पैशांचं मी काय करणार? आणि मग ते सेवाभावी संस्थांना सढळ हातानं मदत करू लागतात. अण्णांची साठी उलटत आली असेल की?''

''मी त्यांना तुमचा षष्ट्यब्दीपूर्ती सभारंभ करू म्हणालो, तर मला म्हणाले, 'उगाच कशाला फालतू खर्च करायचा?' मी म्हणालो, धार्मिक विधी सोडा, निदान पाचशे लोकांना लाडूचं जेवण तरी घालू.''

''मग काय म्हणाले?''

''लागलीच त्यांनी हिशेब केला. लाडूच्या एका ताटाला चाळीस रुपये तर पाचशे ताटांचे किती होतील? डोक्याला हात लावून म्हणाले, 'वीस हजार रुपये निष्कारण खर्च करायला मी वेडा नाही, आजकाल माणसाला एक रुपया मिळवायला किती कष्ट पडतात?'''

त्यावर राधामावशी म्हणाल्या, ''पण यांनी आयुष्यभर जी कमाई केली, त्यासाठी कष्ट कुठं केलेत? सावकारी म्हणजे कष्ट नव्हेत!''

''पण त्यांना ते वाटतात ना? मलादेखील महिन्याला दोन हजार रुपये पाठवताना त्यांचा जीव वरखाली होत असतो. पण मी त्यांचं मुळीच ऐकत नाही. आता माझ्या मागे लागलेत, तुझं शिक्षण पुरे झालं! आता काहीतरी उद्योग करून पैसा कमव म्हणतात मला. पण मला अजून पुढं शिकायचं आहे!''

''पण सरळपणानं ते एखादी गोष्ट का बरं मान्य करत नाहीत?''

''त्यांचा तो स्वभावच आहे. त्यांना विरोध केल्याशिवाय भागत नाही. मागे विकासच्या बाबतीत तू आम्हाला साहाय्य केलंस, म्हणून ते नाटक बेमालूम यशस्वी झालं.''

''आता कसा आहे रे तो?'' मावशीनं विचारलं.

''आता त्याचा काही उपद्रव नसतो. दोन्ही वेळा जेवतो आणि सोप्यातल्या

झोपाळ्यावर बसलेला असतो. घरात पोरी-बायका आल्या तर पूर्वीसारखा त्यांच्याकडे टक लावून पाहत नाही. पूर्वी कधी कधी त्याला स्वत:ला काय होतंय, हेही समजायचं नाही. एकदम कानठळ्या बसेपर्यंत ओरडायचा! पण त्याच्यावर झालेल्या त्या शस्त्रक्रियेपासून अगदी सुतासारखा सरळ झालाय म्हणेनास! त्याशिवाय दुसरा काही इलाजच नव्हता ना?''

"बरं बाबा तू आणि शालननं धाडस करून तो निर्णय घेतलास! पण त्या विकासमुळं सरस्वतीला कुठं बाहेरच पडता येत नाही ना? किती वर्षांपासून ती मला म्हणतेय, की एकदा मरण्यापूर्वी मला अमरनाथची यात्रा घडव. पण त्या घरातून विकासमुळं तिची सुटकाच होत नाही ना? केव्हातरी एकदा तिनं मन घट्ट केल्याशिवाय तिची त्या घरातून कधीच सुटका होणार नाही.''

"तरी पण आता आईच्या हाताखाली एक-दोन बायका कामाला वाड्यात येतात. तशा त्या बायका विश्वासूही आहेत. आई म्हणत होती, विकासला त्यांच्यावर सोपवून दहा-पंधरा दिवसांत अमरनाथची यात्रा करून यावी.''

दिवस चालले होते. विलासची परीक्षा पंधरवड्यावर येऊन ठेपली. मित्रांच्या नोट्स आणि काही गाईड्सच्या साहाय्याने त्याने बराच अभ्यास केला होता. त्यामुळं त्याला परीक्षेला बसण्याइतपत आत्मविश्वास निर्माण झाला होता.

तिकडे अण्णांनी कुशाबा आणि चंदर या दोघांविरुद्ध आपल्या कर्जवसुलीसाठी जो दावा दाखल केला होता, त्याच्या तारखा पडत होत्या. कुशाबाला अण्णांचे कर्ज भागवायचेच होते; पण तो एकदम ती पंचवीस हजारांची रक्कम भागवू शकणार नव्हता. कोर्टाकडून हप्ते मागून घेण्याशिवाय त्याला दुसरा पर्यायच नव्हता. अण्णांना त्या जमिनीतून कुशाबाची वस्ती हलवायची घाई झालेली होती. अण्णांच्यापेक्षा बजरंग कुंभारालाच जास्त घाई झालेली होती.

शालनला नववा महिना लागला, तेव्हा अण्णांना वाटलं, की पहिल्या बाळंतपणासाठी नरेंद्र तिला अंजनगावला पाठवतील. पण नरेंद्रनं तिला

अंजनगावला न पाठवता आपल्याचकडे तिचं बाळंतपण करण्याचा निर्णय घेतला होता. जिल्ह्याच्या ठिकाणी वीस-एकवीस वर्षे मॅटर्निटीत नर्सचं काम केलेल्या मेरी इझॅकल या ख्रिश्चन नर्सबाईंना त्यानं आपल्या घरीच आणून ठेवलं होतं.

विठ्ठलराव टाकळकरांच्या घरात नरेंद्रनंतर दुसरं अपत्यच जन्माला आलेलं नव्हतं. त्यामुळं आपली वंशवेल वाढणार आहे, या कल्पनेनं तेही खुषीत होते. त्या दिवशी नरेंद्र कोर्टाला जाताना शालनला माडीवर जाऊन भेटला. आताशी तिला वर-खालीही करता येत नव्हतं. त्या दिवशी ती त्याला म्हणाली,

"फार उशीर लावत जाऊ नका परत यायला! मला फारच एकाकी वाटतं अलीकडं!"

"एकाकी कसं वाटेल? आता तू एकटी कुठं आहेस?" तिच्या पोटाकडं बोट दाखवून नरेंद्र म्हणाला.

"हो, पण माझी सुखरूप सुटका होईपर्यंत डोक्यावर टांगती तलवार आहे ना?"

"डोंट वरी डार्लिंग! या सिस्टर मेरी आता आपल्या वाड्यात असताना तुला काहीही चिंता करायचं कारण नाही. तुला ठाऊक नसेल, त्या सोळा वर्षांच्या असल्यापासून या व्यवसायात आहेत. शेकडो बाळंतपणं त्यांनी केलीत. शिवाय तशी काही अडचण आलीच तर सोलापूरवरून तज्ज्ञांना बोलावून घेऊ!"

कोर्टात जाताना शालनला जवळ घेऊन तिचे चुंबन घेऊन नरेंद्र तिचा निरोप घेत असे. पुढे चार दिवसांनी शालन बाळंत होऊन मुलगा झाला.

विलासला पहिल्या दिवशी परीक्षेला घेऊन जाताना तायनी म्हणाली, "हे बघ, काही गडबड करू नकोस. शांत चित्तानं पेपर सोडव. वास्तविक हे सांगण्याची माझी पात्रता नाही, तरी पण तू गेले दोन-तीन महिने अगदी एकाग्र होऊन जो अभ्यास केलेला आहे, त्याचे फळ तुला मिळाल्याशिवाय राहणार नाही."

पेंडॉलमध्ये मुलंमुली चालली होती. वॉकर घेऊन हळूहळू आत निघालेल्या विलासच्या डाव्या हाताला धरून तायनी त्याच्या नंबराजवळ घेऊन आली. तोच विलासच्या मैत्रिणी लिली आणि पुष्पा त्याच्या जवळ आल्या. त्याला सदिच्छा देऊन लिली म्हणाली, "बक् अप् विली, आम्हाला वाटत होतं, की तू यंदा परीक्षेला बसूच शकणार नाहीस. पण या तायनीमुळं तुला ते शक्य झालंय!"

त्यावर तायनी नम्रपणे म्हणाली, "मी काही केलं नाही. फक्त याला हाताला धरून स्टडीरूमपर्यंत आणत होते. यानंच निर्णय घेतला म्हणून आज बसतोय परीक्षेला. मी फक्त निमित्तमात्र."

त्यावर पुष्पा तायनीचा गालगुच्चा घेत म्हणाली, "अशी तुझ्यासारखी मैत्रीण याला लाभली म्हणूनच हे शक्य झालं हं तायने."

तायनीनं फक्त मंद स्मित केलं.

ती पेंडॉलच्या बाहेर येऊन बागेत बसली. मनातून ती प्रार्थना करीत होती, "देवा परमेश्वरा, तू आहेस की नाहीस, अशी मला वारंवार शंका येते. पण समज, तू असलासच तर विलासला पेपर सोपा जाऊ दे."

बेल झाल्याबरोबर पेंडॉलमधला गलका कमी झाला. प्रश्नपत्रिकांचा गठ्ठा घेऊन प्राध्यापक आत गेले.

तायनीला आपण दहावीच्या परीक्षेला बसलेल्या वेळचा प्रसंग आठवला. ती एकटीच परीक्षेला गेली होती. तिची जिवाभावाची मैत्रीण शालन तिला सदिच्छा द्यायला कुशाबाच्या घरी येऊन गेली होती. ती तिला म्हणाली होती, "तायने, मला एक थत्तेमास्तरांच्यामुळं पुढं शिकता आलं नाही. तरी तू जरी दहावी पास झालीस, तरी मला समाधान वाटेल! पुढंमागं मला शक्य झालं तर मी शिकल्याशिवाय राहणार नाही. बघशीलच तू."

पण तीच शालन आता दिवसांत होती. तायनीला काय वाटलं कुणास ठाऊक? ती उठली आणि समोरच्या एस. टी. डी. बूथकडे गेली आणि तिनं शालनला धानोरीला फोन लावला.

"हॅलोऽऽ कोण अक्का का?"

"हो मीच बोलतेय, तायने, कुठून बोलतेस गं?"

"पुण्यातून. विलासला परीक्षेला घेऊन आलेय. इथं बागेत बसल्या बसल्या मला तुझी आठवण आली. तुझ्या निकालाला अजून किती अवकाश आहे? खरं म्हणजे अशा वेळी मीच तुझ्याजवळ हवी होते."

"मग ये ना? त्यासाठी माझी परवानगी कशाला हवी?"

"कशी येऊ गं? आज तर विलासचा पहिला पेपर आहे. तेरा दिवस याची परीक्षा चालणार."

"तेरा दिवस? इतके का?"

"अधूनमधून पेपर आहेत ना?"

"पण अभ्यासतरी झालाय का त्याचा?"

"एरव्ही पहिले चार-पाच महिने कधी पुस्तकाला हात लावत नसे तो! तशात तो ॲक्सीडेंट! पण अक्का, गेले दोन महिने त्यानं खूप अभ्यास केलाय हं!"

"बरं झालं बाई. तू त्याच्या सोबत होतीस म्हणूनच हे शक्य होतंय!"

"पण मलाही याला कॉलेजात आणायला-न्यायला लागल्यापासून वाटू लागलंय, की आपणही पुढं शिकावं! बरं, तुझी तब्येत काय म्हणते?"

"तब्येत बरी आहे गं! पण जसजशी 'ती' तारीख जवळ येत चाललीय, तशी धाकधूक वाढायला लागलीय."

"पण तू बाळंतपणाला अंजनगावला का नाही गेलीस?"

"नरेंद्र आणि त्याचे वडील म्हणाले, ते इथंच व्हायला हवं! त्यासाठी अतिशय अनुभवी अशी मिस मेरी नावाची नर्स इथं वाड्यात आणून ठेवलीय त्यांनी!"

"पण नेहमी पहिलं बाळंतपण थोडं कठीण जातं म्हणतात!"

"हे बघ तायने, जे व्हायचं असतं ते कधी चुकतं का? पण मला अजूनही वाटतं, की अशा वेळी तू माझ्याजवळ हवी होतीस!"

“काय करू सांग? या विलासची परीक्षा नसती तर मी इकडून सरळ धानोरीला आले असते!”

विलासचा पहिला पेपर चांगला गेला. रिक्षातून परत जाताना विलासनं नकळत तिचा हात हातात घेतला. तिनं तो तसाच राहू दिला.

❋

एकोणीस

विलासचे सर्व पेपर संपले. अपेक्षेपेक्षा त्यानं ते चांगले लिहिलेले होते. परीक्षा संपल्या दिवशीच अंजनगाववरून कमलनं तायनीला पत्र पाठवलं, "माझं बाळंतपण दोन महिन्यांवर येऊन ठेपलंय, मला वडील बाळंतपणासाठी माहेरी घेऊन जाणार आहेत. आई आणि आबा यांच्याजवळ दुसरं कोणीही असणार नाही. तरी तुम्ही हे पत्र मिळताच निघून या! अण्णांनी शेताचा कबजा आणि कर्जफेड यासाठी केलेला दावाही परवा कोर्टात चालला. त्याचा निकाल लवकरच लागणार आहे, असं आबा म्हणत होते. चंदर तिकडे धानोरीलाच आहे, त्यालाही आज कार्ड टाकलेलं आहे. निकालाच्या वेळी जवळ आपली घरची माणसं हवीत!"

तायनीनं ते पत्र विलासला दाखवलं, तेव्हा तो एक दीर्घ निःश्वास सोडून म्हणाला, "ठीक आहे, लागू दे काय लागायचा असेल तो निकाल! चल, मीही येतो तुझ्या सोबत!"

विलास तायनीला घेऊन अंजनगावला निघाला. स्वारगेटवरून सकाळी आठला सुटलेली एस. टी. बस संध्याकाळी साडेसहाच्या सुमारास अंजनगावला पोचली. तायनीला शेतातल्या वस्तीवर पोचवून विलास वाड्याकडं आला.

अण्णा कीर्द-खतावणी उघडून बसले होते. विकास झोपाळ्यावर बसून एका पायानं झोका घेत होता. तो विलासला बघून खुदकन हसला.

नेहमीच्या रिवाजाप्रमाणे तो अण्णांच्या पाया पडायला गेला, तेव्हा अण्णा म्हणाले, "काय म्हणते परीक्षा?"

"ती झाली म्हणून तर आलो!"

"आता परत जाणार नाहीस ना?"

"बघू रिझल्ट काय लागतो ते! पास झालो, तर पुढं तीन वर्षे लॉ करावा म्हणतो!"

"लॉ-फॉ असलं काही नको. इथंच राहून सावकारी तरी कर नाहीतर शेतीत तरी लक्ष घाल!"

"अण्णा, मी मेलो तरी सावकारी करणार नाही. शिवाय मला शेतीचा कोणताही अनुभव नाही. तुम्हाला मला पुढं शिकवायचं नसलं तर राहूद्या. मी पुण्यात पार्टटाइम नोकरी करून पुढं शिकेन!"

"म्हणजे मी इतकी वर्षे तुला पोसला ते फुकटच तर!"

"पोसला म्हणजे? तुमचं कर्तव्यच होतं ते!"

आल्याआल्या विलासचं आणि अण्णांचं तोंड सुरू झाल्यामुळं विलासची आई माजघरातून म्हणाली,

"अरे विलास, इकडं आत ये बघू! काय तिन्हीसांजच्या वेळेला लावलं आहेस?"

विलास माजघराकडं जाता जाता उपहासानं अण्णांना म्हणाला, "शेवटी कुशाकाकावर दावा ठोकलातच ना? बरं केलंत!"

माजघरात येऊन त्यानं आईच्या पायावर डोकं ठेवलं. आईनं त्याला छातीशी लावून घेत म्हटलं, "अरे, आल्याआल्या काय हे? मी कधी त्यांच्या तोंडाला लागल्याचं तू पाह्यलंस का?"

"अगं आई, मी कशाला लागू त्यांच्या तोंडाला? येतो न येतो तोवरच मला म्हणू लागले, की आता तुझं शिक्षण बंद कर! ही काय पद्धत झाली का वागण्याची?"

"जाऊ दे. तुझ्या परीक्षेचा निकाल लागू दे. मग ठरव काय ते! राधा कशी आहे?"

"बरी आहे. तुझी नेहमी आठवण काढते. एक महिनाभर तुला

पुण्याला राहायला बोलावतेय ती!''

"महिनाभर? या विकासला कुठं सोडू?'' झोपाळ्याकडे बोट दाखवून सरस्वती म्हणाली.

इतक्यात पुढच्या दारातून बजरंग कुंभार आला. आल्या आल्या तो दाराजवळ बूट काढताना मोठ्यानं म्हणाला,

"अण्णा, पेढे काढा पेढे!''

"कशाचे रे?''

"तुमच्या दाव्याचा निकाल लागला. कुशाबानं तुमचे घेतलेले पैसे व्याजासह चुकते करण्याचा निकाल कोर्टानं दिला आहे.''

"आणि कबजा?''

"तोसुद्धा. त्यानं ताबडतोब पैसे भरले नाहीत, तर जाहीर लिलाव करून जमिनीची विक्री करण्याची ऑर्डर झालीय. शेटेवकील म्हणाले, 'लवकरच दरखास्त द्यायला पाहिजे.'''

अण्णा म्हणाले, "चला, एका प्रकरणावर पडदा पडला!''

"आत कोण आलंय?'' दाराजवळचे सँडल्स पाहून बजरंगनं विचारलं.

"चिरंजीव आलेत, पुण्यावरून!''

"आणि तायनी कुठंय? तिला तिथंच ठेवून आलेत की काय?''

माजघरातून बजरंगचे शब्द ऐकणारा विलास बाहेर आला आणि बजरंगाला म्हणाला,

"तायनीची एवढी तुम्हाला का चिंता?''

"चिंता तिची कोण कशाला करील? पण तुमच्या सोबत दोन-तीन महिने ती तिथं होती, म्हणून सहज विचारलं. त्यात तुम्हाला इतकं लागायचं कारण काय?''

"कारण काय? ते समजेल लवकरच! पण आमच्या घरगुती बाबतीत तुम्ही नको इतकं नाक खुपसत जाऊ नका, एकदाच सांगून ठेवतो!''

त्यावर अण्णा विलासला म्हणाले, "विलास, वडीलधाऱ्या माणसांशी असं उद्धटपणे बोलण्यासाठी तुला एवढा नाही शिकवला?''

"कोण वडीलधारा? हा बजरंग? हंऽऽ अण्णा. तुम्हाला तो प्रिय

असेल; पण माझ्या खासगी बाबतीत यानं लुडबुड केलेली मला बिलकूल चालणार नाही! गाढवावरून माती वाहून गाडगी-मडकी बनवत होता तेव्हा तो जरा बरा होता; पण आता विटांचा कारखानदार बनल्यापासून त्याला पैशाचा माज चढलाय! तुम्हाला तर जगातला प्रत्येक पैसेवाला सज्जनच वाटतो!''

बजरंग काही न बोलता दाराकडं गेला. खाली पाहत पायात बूट चढवत तो अण्णांना म्हणाला,

''यापुढं मी नाही येणार तुमच्याकडं. मलाही काही प्रतिष्ठा आहे की नाही?''

विलासनं त्याच्याकडं तुच्छतेनं पाहत 'हूंऽऽ' असा हुंकार काढला.

बजरंग निघून गेल्यावर अण्णा विलासला म्हणाले,

''झालं तुझं समाधान? तुझ्यापेक्षा हा विकासच बरा! वडीलधाऱ्यांना एक शब्दही बोलत नाही.''

त्या प्रसंगानं विलासला अख्खी रात्रभर झोप लागली नाही. एकसारखा तो या कुशीवरून त्या कुशीवर होत राह्यला. पहाटे तीनला कुठं त्याचा थोडा डोळा लागला. स्वप्नात तायनी आली. ती धाय मोकलून रडते आहे असा, त्याला भास झाला. पुण्यावरून आल्यापासून तायनीचं आणि कुशाकाकाचं पुढं काय होणार, याचीच त्याला चिंता लागून राह्यली होती. जेव्हा जेव्हा त्याला जाग येई, तेव्हा तो विचार करायचा, ''त्या कुटुंबावर जे गंडांतर येऊ घातलंय त्यातून कोणता मार्ग काढता येईल?'' त्या एकाच विचारानं त्याला ग्रासून टाकलं होतं. अस्वस्थ केलं होतं.

दुसऱ्या दिवशी विलास पहाटे साडेपाचला उठला. आंघोळ उरकली आणि स्वयंपाकघरात येऊन सरस्वतीबाईंना म्हणाला, ''मी जरा बाहेरगावी जाणार आहे. महत्त्वाचं काम आहे!''

''काल आला नाहीस तवरच आज निघालास?''

''होऽऽ. तसं तातडीचंच काम आहे!''

सरस्वतीबाईंनी त्याला चहा करून दिला. घाईघाईने तो पिऊन त्याने

सरळ एस. टी. स्टँड गाठला.

सात पस्तीसला अंजनगाव ते धानोरी अशी थेट बस होती. तिकीट काढून तो खिडकीजवळ बसला. एस. टी. तून जाताना आपणाला कोणी पाहू नये, म्हणून त्याने डोळ्यांसमोर मराठवाडा समाचार हा पेपर धरला होता.

धानोरीत उतरल्या उतरल्या त्याने टाकळीकरांचा वाडा गाठला.

विठ्ठलराव मळ्याकडून नुकतेच आले होते. त्यांनी विचारलं,

"काय विलासराव, अचानक येणं केलंत?"

"होऽऽ तसं एक महत्त्वाचं कामच निघालं. नरेंद्र आहेत ना?"

"आहे की. तो आता शालनची डिलीव्हरी झाल्याशिवाय कोर्टात जाणार नाही."

इतक्यात नरेंद्र स्वत:च खाली आला. विलासला पाहून म्हणाला, "काय बहिणीला भेटायला आलात की काय?"

"ते एक कारण आहेच; पण दुसरं म्हणजे काल अण्णांनी कुशाकाकावर दाखल केलेल्या दाव्याचा निकाल लागला. कुशाकाकाने व्याज आणि मुद्दल मिळून साडेसदतीस हजार रुपये ताबडतोब कोर्टात भरावेत; नाहीतर कुशाकाकाच्या वडाच्या शेताचा जाहीर लिलाव करून ती रक्कम वसूल करण्याचा हुकूम केला आहे कोर्टाने."

अवघडलेली शालनही हळूहळू चालत तिथं आली आणि विठ्ठलरावांना म्हणाली, "मामासाहेब, आमचे अण्णा आणि तो बजरंग कुंभार अक्षरश: हात धुऊन त्या गरीब लोकांच्या मागे लागलेत. एकतर सतत तीन वर्षांचा दुष्काळ, त्यात तायनीला आलेलं वैधव्य यामुळं कुशाकाका, कौशी, काकू आणि चंदर हवालदिल होऊन गेले आहेत. कोठून एवढे पैसे भरणार ते?"

बोलता बोलता शालनच्या डोळ्यांतून अश्रू ओघळू लागले. नरेंद्रही विचारमग्न झाला.

विठ्ठलराव बैठकीतून काहीएक न बोलता उठले आणि आपल्या खोलीत गेले. ते असे अचानक उठून का गेले, हे नरेंद्रला आणि शालनला समजलेच नाही.

पाचच मिनिटांत विठ्ठलराव दहा-दहा हजारांच्या नोटांची चार बंडलं घेऊन बाहेर आले आणि ते पैसे नरेंद्रकडे देत म्हणाले,

"हं, हे घे पैसे. विलास आणि तू कोर्टात जाऊन आजच्या आज भरून या!"

"पण...!" विलास अडखळत पुढे म्हणाला, "कुशाकाकाला आपली एवढी रक्कम परत करणं जमेल, असं वाटत नाही!"

"मी हे पैसे त्यांनी परत करावेत या अपेक्षेनं देतच नाही मुळी! ती पोर तायनी आणि चंदर या दोघांना मी काही दिवस माझ्याकडं ठेवून घेतलेलं होतं. इतकी सालस आणि गुणी पोरं आहेत, की त्यांना कशा रीतीनं मदत करावी, हेच मला आजपर्यंत समजलं नव्हतं. तेव्हा मी काही फार मोठा उपकार करतो आहे त्या कुटुंबावर, असं समजू नका! आजच्या आज कोर्टात अण्णा खोतांचे पैसे भरून या. त्या जमिनीचा लिलाव होताच कामा नये."

नरेंद्रला आपल्या वडलांचे दातृत्व ठाऊक होते; पण केवळ तायनी ही आपल्या सुनेची बालमैत्रीण आहे आणि तिच्यावर दुर्दैवानं वैधव्य आणलेलं आहे, हेही पाहून त्यांनी ते पैसे दिले होते.

विलासदेखील त्यांच्या त्या कृतीने भारावून गेला आणि म्हणाला, "आबा, मी आज ना उद्या तुमचे पैसे परत करीन!"

त्याच्या पाठीवर हलकेच थोपटून विठ्ठलराव म्हणाले, "पुढचं पुढं बघू. आज आणि आता त्या कुटुंबावरची आपत्ती टाळण्याची गरज आहे. जा तुम्ही दोघे."

नरेंद्रने शालनकडे पाहत म्हटलं. "मग जाऊन येऊ मी?"

"हो, या जाऊन!"

नरेंद्र आणि विलासनं कोर्टात जाऊन अण्णांच्या दाव्याच्या निकालाप्रमाणं व्याजासह साडेसदतीस हजार रुपये भरले. नाझरची सही-शिक्क्याची पावती घेतली आणि ते दोघे परत धानोरीला परतले.

कोर्टातच विलास नरेंद्रला म्हणाला होता? "मी अंजनगावला परत जातो. तायनीला हे सर्व सांगतो."

त्यावर नरेंद्र म्हणाला, ''एवढी काय घाई आहे. आजचा दिवस धानोरीत राहा आणि उद्या जा. आता त्या कुशाकाकाच्या जमिनीचा लिलाव होणेच शक्य नाही.''

विलास त्या दिवशी धानोरीत राह्यला. बहीण, भाऊ आणि नरेंद्र रात्री अकरापर्यंत बोलत बसले. दुसऱ्या दिवशी विलास रात्री अंजनगावला पोचला. सकाळी उठल्या उठल्या तायनीला आणि कुशाकाकाला ती वार्ता सांगायची, असं त्यानं ठरवून टाकलं.

पहाटे साडेचार-पाच वाजण्याच्या सुमारास कुशाबाच्या जमिनीशेजारचा कृष्णा खोतांच्या वाड्याकडं येऊन जोरजोरानं हाका मारू लागला.

''कोण कृष्णामामा काय? का आलास या वेळी?'' विलासनं वरूनच विचारलं.

''खाली या, सांगतो!''

विलासला शंका आली. काहीतरी विचित्र प्रकार घडल्याशिवाय कुशाबाचा तो शेजारी या वेळी वाड्याकडे येणार नाही. तो तात्काळ खाली आला आणि त्यानं वाड्याचं दार उघडलं.

कृष्णा म्हणाला, ''इलासराव, घात झाला की!''

''का? काय झालं?''

''कुशाबाच्या चंदरनं वडाच्या झाडाला फास लावून घेतला!''

''काय सांगतोस?''

कृष्णानं गळ्याची शपथ घेतली. ते पाहून विलासनं आईला हाक मारली. सरस्वतीबाई नुकत्याच उठल्या होत्या. त्यांनी विचारले, ''काय रे विलास, काय गडबड आहे?''

''आई, कुशाकाकाच्या चंदरनं आत्महत्या केली. वस्तीजवळच वडाच्या झाडाला त्यानं फास लावून घेतला! असं करायची गरजच नव्हती!''

सरस्वतीबाई म्हणाल्या, ''अरेऽऽ देवाऽऽ! हे काय करून ठेवलं पोरानं?''

तोच दिगंबरअण्णा अंगात शर्ट घालून आपल्या खोलीतून बाहेर आले. कृष्णानं त्यांनाही घडलेला प्रकार सांगितला.

ते म्हणाले, "ते पोरगं थोडंसं माथेफिरू होतंच! जज्जावर धावून गेल्याबद्दल खटला झाला, म्हणून जीव देऊन मोकळा झाला असेल झालं!"

त्यावर विलास त्यांच्याकडे तुच्छतेने पाहत म्हणाला, "तो खटला झाला म्हणून नव्हे अण्णा; तुम्ही लोकांवर लावलेल्या दाव्याचा परवा निकाल त्यांच्याविरुद्ध लागला म्हणून!"

"त्याचा काय संबंध?"

"काय संबंध? अण्णा, लागोपाठ तीन वर्षे दुष्काळानं गांजलेल्या, तायनीला वैधव्य आल्यामुळे निराश झालेल्या त्या कुटुंबावर तुम्ही दया दाखवण्याऐवजी त्यांच्यावर दावा दाखल केलात, कबजा मागितलात, त्यांना निराधार केलंत. आता तरी समाधान झालं का तुमचं? पण माझीच चूक झाली, मी कालच रात्री त्यांना भेटायला हवं होतं."

विलास त्या लोकांसमवेत वडाच्या शेताकडं आला. कुशाबाच्या वस्तीवर हलकल्लोळ माजला होता. चंदरची आई कौशी, उर बडवून घेत होती. तायनी तिचे हात धरण्याचा निष्फळ प्रयत्न करीत होती. कुशाबा वस्तीबाहेर डोक्याला हात लावून अश्रू ढाळत होता.

विलासनं वडाच्या झाडाकडं जाऊन पाह्यलं. वडाला जमिनीपासून दहा फुटांवर आलेल्या फांदीला नायलॉनचा दोर बांधून चंदरनं गळफास लावून घेतला होता. बाजूला लाकडी तिवई कलंडलेली होती.

जसजसा दिवस उजाडत गेला. तसतसा सारा गाव वडाच्या शेताजवळ जमला. पोलिसपाटलाने तालुक्याला पंचायत ऑफिसमधून घडल्या प्रसंगाबाबत फोन केला. सकाळी साडेसातला फौजदार आणि पाच-सहा पोलिस जीपमधून आले. त्यांनी चंदरच्या प्रेताचा पंचनामा केला आणि ते प्रेत उतरीय तपासणीसाठी तालुक्याला पाठवलं.

नंतर फौजदार कुशाबाच्या वस्तीकडं आले आणि दाराशी उभ्या असलेल्या विलासला म्हणाले, "आपण कोण?"

"मी दिगंबरअण्णा खोतांचा मुलगा!"

फौजदार विलासला म्हणाले, "आत्महत्येपूर्वी या चंदरनं काही चिठ्ठीचपाटी लिहून ठेवलीय का, याची आम्हाला चौकशी करावी लागेल. आपण

आम्हाला थोडी मदत करा.''

"या ना आत!''

फौजदार आणि पोलिस आत आले. त्यांनी वस्ती तपासायला प्रारंभ केला. विलास ज्या अंथरुणावरून उठून गेला होता, त्या अंथरुणाच्या उशीखाली त्यानं लिहून ठेवलेलं पत्र सापडलं. फौजदारांनी ते पंचांसमक्ष वाचायला सुरुवात केली.

"मी आत्महत्या करतो आहे, याची जबाबदारी कोणावरही ठेवू नये. सतत तीन वर्षांचा दुष्काळ, त्यात बनावट खतं आणि बी-बियाणं विकणारे बदमाष ज्या समाजात आहेत, तिथं जगण्यात काहीच अर्थ नाही, असं मला वाटलं. दुष्काळ हा निसर्गाचा कोप; पण या व्यापाऱ्यांनी आम्हा शेतकऱ्यांची जी क्रूर थट्टा चालवली आहे, तिला अंत नाही. मुरलीधर खोतानं लाल वाळू घातलेली खतं विकली, त्याच्यावर खटला झाला. पण त्यालाही कोर्टानं पुरावा नाही म्हणून निर्दोष सोडला. मी त्या दिवशी कोर्टालाच चप्पलने मारले. माझ्यावर खटला झाला. पण त्यामुळं काही मी जीव दिला नसता. मी जीव देतोय तो माझा जीव की प्राण असणारं आमचं वडाचं शेत लिलाव होऊन विक्री केलं जाणार म्हणून!

"माझा बाप, आई, बहीण आणि माझी बायको कमल या सर्वांना मी निराधार करून चाललोय. खूप विचारानं मी हा निर्णय घेतला. ज्या देशात शेतकऱ्यांच्या आणि मजुरांच्या घामाला मोल नाही त्या देशात मी जन्माला का आलो, असं मला वाटलं. या वडाच्या शेतावर माझा जीव की प्राण होता. हे शेत लिलाव होऊन दुसऱ्याच्या मालकीचं झालेलं बघण्याची माझी इच्छा नव्हती. म्हणूनच मी जगाचा निरोप घेत आहे. माझ्या या आत्महत्येबाबत कोणालाही जबाबदार धरू नये. सर्वांना रामराम.

–चंदर कुशाबा पाटील''

ते पत्र फौजदारांनी मोठ्यानं वाचलं. तेव्हा मागून आवाज आला, "निदान कोणाला जबाबदार धरू नये एवढं तरी त्यानं शेवटी लिहिलंय तेच बरं झालं!''

ते शब्द दिगंबरअण्णांचे होते.

“हे गृहस्थ कोण?” फौजदाराने विलासला विचारले.

“लाज वाटते मला सांगायला, हेच माझे वडील! तुम्हाला सांगतो फौजदारसाहेब, चंदरनं जरी या चिठ्ठीत आपल्या आत्महत्येबद्दल कोणाला जबाबदार धरू नये असं म्हटलेलं असलं, तरी हे दिगंबर खोतच त्याच्या आत्महत्येला कारणीभूत आहेत!” संतापलेला विलास म्हणाला.

फौजदार आश्चर्यचकित होऊन विलासकडं पाहत म्हणाले, “काय बोलता काय तुम्ही?”

“सगळी चौकशी करा. तुम्हालासुद्धा हाच माणूस जबाबदार आहे, असं आढळून येईल!”

तायनी बाजूला उभी राहून विलासचे शब्द ऐकत होती. तिला त्याच्या धाडसाचे त्या दु:खद प्रसंगीदेखील आश्चर्य वाटले. सर्वांसमक्ष प्रत्यक्ष स्वत:च्या मुलाने केलेले आरोप ऐकून दिगंबरअण्णा कमालीचे संतप्त झाले. त्या ठिकाणी आलेला बजरंग कुंभार अण्णांच्या हाताला धरून त्यांना तेथून घेऊन गेला.

कमल बाळंतपणासाठी माहेरी गेली होती. तिला ही वार्ता कशी सांगावी, हे कोणालाच काही केल्या समजेना. विलासने नरेंद्रला फोन करून घडलेला प्रसंग निवेदन केला आणि तो म्हणाला, “अक्काला सांगा. तिच्यावर काही आघात होणार नाही, याची दक्षता घ्या आणि लागलीच इकडे निघून या. मी काल रात्रीच त्या लोकांना भेटायला हवं होतं.”

नरेंद्र अर्ध्या तासात पोचला. चंदरच्या प्रेताचे पोस्टमार्टेम होऊन प्रेत अंजनगावला आणले. सारा गाव शोकाकुल होऊन त्या अंत्ययात्रेला जमला होता. कुशाबाने आपल्या एकुलत्या एका मुलाला भडाग्नी दिला. सारेजण जड अंत:करणाने आपआपल्या घरी परतले.

नरेंद्र त्या दिवशी अंजनगावातच राह्यला. विलासनं त्याला विचारलं, “तुम्ही चंदरला तुमच्याकडे घेऊन गेला होता. त्याला इकडं अंजनगावला का येऊ दिलंत?”

त्यावर नरेंद्र म्हणाला, “कमलचं बाळंतपण जवळ आलंय. तिला माहेरी पोचवून यायला हवं म्हणाला. शिवाय वडाच्या शेताचा निकालही

होणार आहे, तो काय होतो ते पाहून येतो म्हणाला.''

''मग तुम्ही काय म्हणालात?''

''मी त्याला सांगितलं, तो निकाल काही होओ, आम्ही तुझं वडाचं शेत काही झालं तरी लिलाव होऊ देणार नाही याची खात्री बाळग!'''

त्यावर विलास म्हणाला, ''दैवदुर्विलास ज्याला म्हणावं तसाच हा प्रकार घडलेला आहे.''

नरेंद्रला कोर्टात काम असल्याने तो दुसऱ्या दिवशी सकाळी विलासचा निरोप घेऊन निघून गेला. अण्णा समोर दिसत असूनही नरेंद्र त्यांच्याशी चकार शब्द बोलला नाही.

नरेंद्र निघून गेल्यानंतर काही वेळातच सरस्वतीबाई कपड्यांची बॅग भरून सोप्यात आल्या. आणि अण्णांना म्हणाल्या,

''मी पुण्याला चालले!''

''म्हणजे? या विकासला इथेच ठेवून?''

''हो, आजपर्यंत मी त्याला सांभाळला. यापुढे माझ्या हातून त्याला सांभाळणं होणार नाही. मरायच्या अगोदर मला एकदा अमरनाथला जायचं आहे. तुम्ही आहात आणि तो विकास आहे.''

कधी जन्मात अण्णांशी समोरासमोर येऊन न बोलणारी विकासची आई निर्भीडपणे त्यांच्याशी बोलली.

अण्णांना हे काय घडतंय, यावर विश्वासच बसेना. ते हवेत हात उडवून म्हणाले,

''विकासला सोडून जाणं शोभत नाही तुला!''

त्यावर पायांत चपला सरकावून सरस्वतीबाई म्हणाल्या, ''त्या कुशाबाचा धट्टाकट्टा मुलगा तुमच्यामुळं जीव देऊन मोकळा झाला. आजपर्यंत तुमच्या कवडीचुंबक वृत्तीमुळं अनेक गोरगरिबांना देशोधडीला लावलंत. यापुढं तुमचं तोंडसुद्धा पाहायची मला इच्छा नाही. वाटलं तर विकासला सांभाळा नाहीतर द्या सोडून वाऱ्यावर! मला आता संसाराचाच वीट आलाय!''

मागे न पाहताच सरस्वतीबाई हातातली पिशवी सावरीत घरातून बाहेर पडल्या.

"अरे विलास, खाली ये खाली." अण्णा मोठ्याने ओरडले. विलास हळूहळू जिन्यावरून खाली आला आणि दोन्ही हात कमरेवर ठेवून अण्णांना म्हणाला,

"एवढ्या मोठ्यानं ओरडायला काय झालं?"

"अरे, तुझी आई अमरनाथला जाते म्हणून घर सोडून निघून चाललीय. तिला अडवून तरी आण."

"मी मुळीच अडवणार नाही. तुमची हिंमत असेल तर आणा तिला अडवून!" विलास अगदी तटस्थपणे म्हणाला.

"अरे, हे चाललंय काय सारं? तो नरेंद्र इथून जाताना माझ्याशी एक चकार शब्द बोलला नाही. ही सरस्वती बेधडकपणे विकासला इथं टाकून निघून जातेय. रात्रभर तुझी आणि नरेंद्रची काय खलबतं चालली होती?"

"खलबतं?"

"तुम्हाला गावानं वाळीत टाकायचं ठरवलंय आणि आम्हीसुद्धा!"

"मूर्खासारखा बरळू नकोस. जे आजवर केलं ते तुमच्या भल्यासाठीच!"

"आम्हाला तुमच्या दृष्कृत्यांचे वाटणीदार व्हायची इच्छा नाही! समजलं?"

"माझ्याविरुद्ध तुम्ही लोकांनी काय कटकारस्थान चालवलंय समजत नाही."

"अजून काय समजलंय तुम्हाला? तुमचा एकमेव दोस्त बजरंग कुंभार याला तुम्ही कुशाबाचं वडाचं शेत लिलावात देणार होता, ते आता त्या बजरंगच्या बापजन्मीही शक्य होणार नाही."

"का नाही होणार?"

"कालच नरेंद्रच्या वडिलांनी कुशाबाच्या देण्याची सर्व रक्कम कोर्टात भरलीय. तुम्ही आता कुशाबावर दरखास्त देऊ शकणार नाही, आणि दुसरं महत्त्वाचं म्हणजे चंदरचे दिवस झाले की, मी तायनीशी लग्न करणार आहे!"

अण्णा विलासचे ते शब्द ऐकून वेड्यासारखे हातवारे करीत फडाफडा स्वत:च्या तोंडावर मारून घेऊ लागले. त्यांच्यासमोर उभ्या असलेल्या

विलासवर त्यांच्या वागण्याचा काहीच परिणाम झाला नाही.

समोर झोपाळ्यावर बसलेला अर्धवट विकास अण्णांच्याकडे पाहत खदखदा हसत एका पायाने झोका घेत राह्यला. त्या झोपाळ्याचा कडीपाट करकरा वाजत राह्यला.

अण्णा खोतांच्या वाड्याला 'भीषणकळा' प्राप्त झाली.

❋